சிந்திக்கும் வாயில்: இன்றைய ஆய்வுகளில் அயோத்திதாசர்

தொகுப்பு
ஸ்டாலின் ராஜாங்கம்

நீலம்

நீலம்

சிந்திக்கும் வாயில்: இன்றைய ஆய்வுகளில் அயோத்திதாசர்

தொகுப்பு : ஸ்டாலின் ராஜாங்கம்
முதற்பதிப்பு : மே - 2024

நீலம் பப்ளிகேஷன்ஸ்,
முதல் தளம், திரு காம்ப்ளக்ஸ்,
மிடில்டன் தெரு, எழும்பூர், சென்னை - 600008.

அட்டை & நூல் வடிவமைப்பு : நெகிழன்

விலை ரூ.200

SINTHIKKUM VAAYIL

Compilation : Stalin Rajangam © Stalin Rajangam
First Edition : May - 2024

Published by : NEELAM PUBLICATIONS,
1st floor, Thiru Complex, Middleton street,
Egmore, Chennai - 600008.

Email : editor@neelampublications.com
Mobile : +91 98945 25815

INR : 200
ISBN : 978-93-94591-90-5

Neelam Monthly Magazine & Subscription - www.theneelam.com
Neelam Online Store - www.neelambooks.com

அயோத்திதாசரை அறிமுகம் செய்வதில்
முன்னோடிப் பங்களிப்புகளை வழங்கிய

பெ.சு.மணி
க.திருநாவுக்கரசு
பேரா.கோ.தங்கவேலு
எஸ்.வி.ராஜதுரை - வ.கீதா
ஆகியோருக்குச் சமர்ப்பணம்

தொகுப்புரை

சமூகத்தில் வளர்ச்சிக்கேற்ப அல்லது வளர்ச்சியை விடவும் கூடுதலாகப் பிரச்சினைகள் வளர்ந்துகொண்டிருக்கின்றன. பிரச்சினைகளைப் புரிந்துகொள்ளவும் அவற்றிலிருந்து விடுபடவும் எல்லாக் காலத்திலும் முயற்சிகள் நடந்துவந்திருக்கின்றன. ஆனால், இன்றைக்கு நாம் நம்பியதை விடவும் பிரச்சினைகள் சிக்கலான பரிமாணத்தை அடைந்திருக்கின்றன. இன்றைய சமூக வலைதள யுகம் மனித சமூகத்தின் உளவியலையே மாற்றியமைத்திருக்கின்றன. இச்சூழலில் தீவிரமான யோசனைகள் பிறந்திருக்க வேண்டும். ஆனால், அவ்வாறு ஏதும் நடக்கவில்லை. நம்பிக்கையளித்த அரசியல் சித்தாந்தங்கள் கூட இன்றைய சூழலுக்குப் பழகிக்கொள்ளவும், சூழலோடு இணைந்து 'சாத்தியப்பட்ட பலன்களையாவது' அடைந்துவிட முற்படுகின்றன. இன்றைய பிரச்சினைகள் நவீன சமூகத்தவை மட்டுமல்ல மரபின் வேர்களோடும் பிணைந்ததாக இருக்கிறது. இத்தகைய பிரச்சினைகளை இனம் காணவும், புரிந்துகொள்ளவும் தீவிரமான யோசனைகள் தேவைப்படுகின்றன. சிந்திப்பது உடல் உழைப்பிற்கு எதிரானதாக ஆக்கப்பட்டுவிட்டாலும், சிந்திப்பதென்பது பெரும் தொந்தரவானது, சிக்கலானது. ஆனால், இன்றைக்குச் சிந்தனையின் இடத்தைத் தகவல்கள் எடுத்துக்கொண்டுவிட்டன. சிந்தனையாளர்கள் செலிபிரிட்டிகளாக மாறிக்கொண்டிருக்கிறார்கள். இன்றைய காலத்திற்கு மட்டுமல்ல சிந்திப்பதற்கே நெருக்கடி ஏற்பட்டிருக்கிறது என்று கூட சொல்லலாம்.

நம்மிடையே பல தளங்களிலும் பல ஆளுமைகள் இருந்திருக்கின்றனர். மகத்தான தியாகம் செய்தவர்கள்; வாழ்க்கை முழுவதும் சலிக்காது பயணித்தவர்கள் என்றெல்லாம் இருந்திருக்கிறார்கள். இவர்களில் செயல்பட்டதோடு சிந்திக்கவும் செய்தவர்கள் வெகு சிலரே. வாழ்ந்த காலத்திலும், பிறகும் மறந்து போயிருப்பினும் மீண்டும் நினைக்கப்படுவதற்கு அவர்களின் சிந்தனைகளே காரணமாக இருந்திருக்கின்றன. பண்டிதர் அயோத்திதாசர் அத்தகையவர்களில் ஒருவர். 1990களின் இறுதியில் அவரின் எழுத்துகள் முழுமையாக வெளிக்கொணரப்பட்டன. ஒருவரைப் பற்றி இப்படியான அறிமுகங்கள்தான் நடக்க வேண்டும் என்று யாரும் கட்டளை போட முடியாது என்றாலும் அயோத்திதாசரைப் பற்றி 'திராவிடத் தந்தை, பெரியாரின் முன்னோடி, பார்ப்பன எதிர்ப்பாளர், இருட்டடிப்பு செய்யப்பட்டவர்' என்பதான வெகுஜன பேச்சுக்கேற்ற அம்சங்களைத் தாண்டி வாசிக்கப்படவில்லை. மரபின் செழுமையைக் காட்டிய பெரும் பண்டிதனை நவீன அறிவிற்கேற்ப மட்டுமே புரிந்துகொள்ளும் நிலை ஏற்பட்டுவிட்டது. அவர் எழுத்துகளின் தொகுப்பு வெளிவந்தும், அவர் பற்றிய எழுத்துகள் எழுதப்பட்டும் இவைதான் நடந்திருக்கின்றன. இப்போக்கு மாற வேண்டும்.

அயோத்திதாசர் பற்றிய என் எழுத்துகளில் தொடர்ந்து சுட்டிக்காட்டிவரும் இரண்டு அம்சங்களைப் பொருத்தம் கருதி மீண்டும் குறிப்பிட விரும்புகிறேன். அயோத்திதாசர் தரும் தகவல்கள், சான்றுகள், வரலாற்று - பண்பாட்டு விளக்கங்கள் போன்றவை ஒருபுறம் என்றால், இந்த விளக்கங்களுக்கு அவர் வந்தடையும் விதம் - விஷயங்களை அவர் பார்த்த - விளங்கிக்கொண்ட- விளக்கும் முறையியல் மறுபுறமாக இருக்கிறது. நமக்கென்றிருந்த சிந்தனா முறையின் மூலத்தை அவரிடம் சந்திக்கிறோம். நம்முடைய பிரச்சினைகளை நம்முடைய முறையியல் மூலம் அவதானிப்பதன் சாதகத்தை அவரிடம் காண முடிகிறது. அவற்றைத் தொகுத்துப் பார்க்கிறபோது அவரின் சிந்தனைச் சட்டம் துலக்கமாகிறது. அச்சட்டகத்தை ஒரு முறையியலாகக் கையாண்டு சமூகத்தில் நிலவும் பல விஷயங்களைப் புரிந்துகொள்ள முற்படுகிறபோது அதுவரையிலும் வேறுவகைகளில் புலப்பட்டிராத நுட்பங்கள் தெரியவருகின்றன. அதாவது அவருடைய முறையியலைக் கணக்கில் கொண்டு அவர் சொல்லாத பிற விஷயங்களையும் அணுகிப் பார்ப்பதை இங்கே நாம் குறிப்பிடுகிறோம். அயோத்திதாசரைச் சிந்தனையாளர் என்றுரைப்பது இந்தப் பொருளில்தான். ஒருவர் சொன்ன

தகவல்களைப் படித்துவிட்டுத் திரும்பச் சொல்லும்போது அவற்றில் புதுமை ஏதும் இருக்கப் போவதில்லை. மாறாக நிலவும் பிரச்சினைகளைப் புரிந்துகொள்ள அவரைத் துணைக் கொள்ளும் விதத்தால்தான் அவர் சிந்தனையாளர் ஆகிறார். அயோத்திதாசர் நமக்குச் சிந்திக்கச் சொல்லித் தருகிறார். அவரைப் புறவயமாகப் பார்க்கும்போது நம் பசிக்கு மீன்பிடித்துக் கொடுப்பவரைப் போன்று தெரியலாம். உள்மெய்யாகக் கவனித்தால்தான் அவர் மீன் பிடித்துக் கொடுப்பவர் மட்டுமல்ல மீன்பிடிக்கக் கற்றுக் கொடுப்பவராகவும் இருப்பதைப் புரிந்துகொள்ள முடியும்.

அந்த வகையில் இது அயோத்திதாசர் பற்றிய நூல் அல்ல. தமிழ்நாட்டின் பல்வேறு அரசியல் மற்றும் பண்பாட்டு நடைமுறைகள் பற்றிப் பலரும் வெவ்வேறு கோணங்களில் எழுதிவந்த கட்டுரைகளின் தொகுப்பு. இவற்றிலும் பண்பாட்டியல் கட்டுரைகளே மிகுதி. ஆனால், இந்த விசயங்களைப் பற்றி யோசிப்பதில் - எழுதுவதில் அயோத்திதாசரின் சிந்தனை முறை கட்டுரையாளர்களுக்கு உதவியிருக்கிறது. எல்லோருமே ஏதோவொரு விதத்தில் அயோத்திதாசரையோ, அயோத்திதாசர் பற்றிய எழுத்துகளையோ வாசித்தவர்கள். அயோத்திதாசர் பெயரைக் குறிப்பிடாத கட்டுரைகளும், எங்கோ ஓரிடத்தில் சுட்டியிருக்கும் கட்டுரைகளும் கூட இதிலிருக்கின்றன. ஆனால், கட்டுரைகளை முழுதாக வாசித்து முடிக்கிறபோது அவரை வாசித்திருப்பதன் பயனைக் கட்டுரையின் நுட்பத்தில் காண முடிகிறது. இதுதான் தேவையானது; போதுமானது. ஒரு சிந்தனையாளரின் முக்கியத்துவம் அவர் பெயரை எல்லா இடத்திலும் பொறித்துச் செல்வதில் இருப்பதில்லை. மாறாக, பெயரே மாறிவிட்டாலும் சிந்தனையின் தடத்தை ஏதோவொரு வடிவத்தில் கைமாற்றித் தந்து செல்வதில்தான் அவரின் முக்கியத்துவம் இருக்கிறது. ஞானிகளும் சித்தர்களும் இவ்வாறு இருந்துவிட்டுதான் சென்றிருக்கிறார்கள். அயோத்திதாசர் எழுதிய தலைப்பிலேயே ஒருவர் எழுதினாலும் அவர் தந்திருக்கும் தகவல்களை விடுத்து வேறு தகவல்களைக் கையாண்டிருக்கும் கட்டுரைகள் இத்தொகுப்பில் இருக்கின்றன. ஆனால், அவரின் சிந்தனைச் சட்டகத்தை இவ்வகை கட்டுரைகள் கையாண்டிருக்கின்றன. அவரின் தகவல்களிலிருந்து விலகியிருப்பினும் அவரின் சிந்தனை முறை அக்கட்டுரை விவாதிக்க எடுத்துக்கொண்ட தலைப்புக்குப் புதிய கோணத்தைத் தந்திருப்பதைப் பார்க்க முடிகிறது.

தொகுப்பில் 11 கட்டுரைகள் இடம்பெற்றுள்ளன. கட்டுரைகள் இரண்டு பகுதிகளாகப் பிரிக்கப்பட்டுள்ளன. முதல் பகுதியில் அயோத்திதாசர் பற்றியல்லாமல் வெவ்வேறு விசயங்கள் பற்றி அவர் பார்வை கோணத்தில் எழுதப்பட்ட கட்டுரைகள் உள்ளன. இரண்டாம் பகுதியிலுள்ள கட்டுரைகளில் அயோத்திதாசர் எழுத்துகள் கையாளப்பட்டுள்ளன என்றாலும் அவற்றை அயோத்திதாசரை மையப்படுத்திய கட்டுரைகள் என்று சுருக்கிவிட முடியாது. அயோத்திதாசரின் சிந்தனைகளை எவ்வாறு புரிந்துகொள்ள வேண்டும் என்பதையே அவை அதிகம் விவாதித்துள்ளன. ராம், புஷ்கரணி துர்கா ஆகியோரின் கட்டுரைகளை இந்த வகையில் கூறலாம். அயோத்திதாசர் நிகண்டைக் கையாண்டதைப் பற்றி மட்டும் ச.பால்ராஜால் எழுத முடிந்திருக்கிறது. இதனடிப்படையில் பார்த்தால் முதல் பகுதியின் தொடர்ச்சியாகவே இரண்டாம் பகுதியையும் கருத முடியும். கட்டுரையாளர்கள் கல்விப்புல ஆய்வாளர்கள் என்றாலும் வெவ்வேறு வாசிப்புகளின் பின்புலத்தையும் இலக்கிய நுட்பத்தையும் புரிந்தவர்கள் என்பதைத் தொகுப்பை வாசிக்கும்போது உணரலாம். இந்தத் தலைமுறையினர் என்பதால் கடந்த தலைமுறையினர் அயோத்திதாசர் மீது எதிரும் புதிருமாக உருவாக்கிக்கொண்டிருந்த 'தன்முனைப்பின் சுமைகளிலிருந்து' விலகி சுதந்திரமாக எழுதியுள்ளனர் என்பது குறிப்பிடத்தக்கது. அடுத்த தலைமுறையினர் அயோத்திதாசரை மட்டுமல்ல, வாசிப்பை எவ்வாறு அமைத்துக்கொள்கிறார்கள், எவ்வாறு வளர்த்தெடுக்க விரும்புகிறார்கள் என்பதையும் இத்தொகுப்பிலுள்ள கட்டுரைகள் உணர்த்துகின்றன.

○

2023ஆம் ஆண்டு அயோத்திதாசர் பிறந்த நாளான மே 20ஆம் நாள் சென்னை நீலம் புக்ஸில் அயோத்திதாசர் பற்றி ஓர் அரங்கக் கூட்டம் ஒருங்கிணைத்தோம். அதில் ராம், அருள் ஸ்காட், புஷ்கரணி ஆகியோரோடு நானும் பங்கேற்றேன். அவற்றில் ராம் உரை மட்டும் நீலம் இதழில் வெளியானது. மற்ற உரைகளையும் எழுத்தாக்கினால் அயோத்திதாசர் முறையியல் குறித்த நல்ல நூலாக இருக்க முடியும் என்று ஆரம்பித்து அவற்றோடு அண்மையில் வெளியாகியிருந்த வேறு கட்டுரைகளையும் இணைத்து நூலாக்கி 2024ஆம் ஆண்டின் அயோத்திதாசர் பிறந்தநாள் வெளியீடாக இத்தொகுப்பைக் கொணர்கிறோம்.

தொகுப்பு : ஸ்டாலின் ராஜாங்கம்

கட்டுரையாளர்கள் அன்பு வேந்தன், இரா. அருள், த. மணிமேகலை, மு. கார்த்திக், ஆதவன் பழனி, ஞா. குருசாமி, ராம், பொ. புஷ்கரணி துர்கா, பொய்யாமொழி முருகன், ச. பால்ராஜ் ஆகியோருக்கு முதலில் நன்றி. ஞா. குருசாமி, புஷ்கரணி துர்கா, மு. கார்த்திக், ஸ்டாலின் ராஜாங்கம், இரா. அருள் ஆகியோரின் கட்டுரைகள் இத்தொகுப்பில்தான் முதன்முறையாக இடம்பெறுகின்றன. மற்றையோர் கட்டுரைகள் இதழ்களில் வெளியாயின. கட்டுரைகள் வெளியான நீலம், காலச்சுவடு இதழ்களின் ஆசிரியர்களுக்கு இவ்வேளையில் நன்றி தெரிவிக்கிறேன். இத்தொகுப்பு வருவதை அறிந்து உற்சாகமூட்டிய, உதவிய நண்பர்கள் அழகரசன், வ. கீதா, ஏ. பி. ராஜசேகரன், ஆதவன் பழனி, ஊ. முத்து பாண்டி, இந்த ஆண்டு அயோத்திதாசர் பிறந்தநாளில் இத்தகைய தொகுப்பொன்றைக் கொணரும் திட்டமிருக்கிறது என்று சொன்னதும் உற்சாகத்தோடு ஒப்புக்கொண்ட பா. இரஞ்சித், நூலை விரைந்து கொணர்ந்த நண்பர் வாசுகி பாஸ்கர், நூல் செப்பத்தில் ஈடுபட்ட கண்ணன், சிவராஜ் பாரதி, தமிழ்மணி, அட்டை வடிவமைத்த நெகிழன் ஆகியோருக்கும் எப்போதும் போல் என் பணிகளுக்கு உறுதுணையாய் நிற்கும் பூர்ணிமாவுக்கும் நன்றி.

இங்ஙனம்
ஸ்டாலின் ராஜாங்கம்

பொருளடக்கம்

I

12 — மதுரை சித்திரைப் பெருவிழா: மரபுகள் மற்றும் தொன்மங்களின் ஊடே ஒரு புதிர்வழிப் பயணமும் சில புதிய திறப்புகளும்
அன்பு வேந்தன்

30 — 'உள்மெய்' 'புறமெய்'யாக எஞ்சும் தருணம்: ஔவை மீதான வாசிப்பு
ஸ்டாலின் ராஜாங்கம்

48 — தொல்குறளின் 'மருந்து' சித்திரிக்கும் நவீன வைத்தியன்: அழிவின்மையின் உருவச் சித்திரம்
இரா. அருள்

63 — வழிபாட்டில் உடைபடும் தேங்காய்
த. மணிமேகலை

77 — பௌத்தப் பண்பாட்டில் வேர் கொண்டிருக்கும் தேரோட்டம் சில தொடக்கநிலைக் குறிப்புகள்
மு. கார்த்திக்

89 — பிள்ளையாரும் புத்தரும்: இந்திய மத வரலாற்றைத் தமிழ் நவீனத்திற்குள் கற்பனை செய்தல்
ஆதவன் பழனி

II

| 107 | அயோத்திதாசர்:
வரலாற்றை நேர்செய்த வாலறிவன்
ஞா.குருசாமி |

| 117 | அயோத்திதாசரை வாசித்தல்:
பண்டிதரின் 'மொழி' வழியே ஒரு வாயில்
ராம் |

| 126 | பெண்களின் நிலை:
தமிழனும் ஆதிவேதமும் தரும் பார்வைகள்
பொ.புஷ்கரணி துர்கா |

| 135 | பௌத்த அரசனே முருகன்
பொய்யாமொழி முருகன் |

| 146 | அயோத்திதாசர் குறிப்பிடும் பின்கலை நிகண்டு
ச.பால்ராஜ் |

| 158 | கட்டுரையாளர்கள் குறிப்பு |

I

மதுரை சித்திரைப் பெருவிழா: மரபுகள் மற்றும் தொன்மங்களின் ஊடே ஒரு புதிர்வழிப் பயணமும் சில புதிய திறப்புகளும்

அன்பு வேந்தன்

தென்னிந்தியாவில் பேரளவிலான மக்கள்திரள் சங்கமிக்க ஆண்டுதோறும் வெகுசிறப்பாகக் கொண்டாடப்பெறும் திருவிழா மதுரை சித்திரைப் பெருவிழாவாகும். மேலும் இது சமூக, பண்பாட்டு, வரலாற்று முக்கியத்துவம் வாய்ந்த திருவிழாவுமாகும். மதுரை மக்களால் இவ்விழா "ஆற்றில் அழகர் இறங்கும் விழா" என்று வழங்கப்பெறுகிறது. மதுரையின் சுற்றுவட்டார ஊர்களிலிருந்தும், அண்டை மாவட்டங்களிலிருந்தும் பெருந்திரளான மக்கள் ஆர்வத்துடனும் பக்தியுடனும் வந்து இவ்விழாவில் கலந்துகொள்கின்றனர்.

இது ஆண்டுதோறும் சித்திரைமாதம் வளர்பிறை பதினொன்றாம் நாளில் (சுக்கிலபட்சம் ஏகாதசியில்) தொடங்கி ஒன்பது நாள் நடைபெறுகிறது. முதல் மூன்று நாட்கள் கோயிலிலும், நான்காம் நாள் மதுரை நோக்கிய பயணத்திலும் கழிந்துவிடுகிறது. ஐந்தாம் நாள் சித்திரை முழுநிலவு நாளாகும். அன்றுதான் அழகர் கள்ளர் கோலத்துடன் வைகை ஆற்றுக்குள் தங்கக்குதிரையில் அமர்ந்தவாறு இறங்கும் நிகழ்ச்சி நடைபெறுகிறது. பின்னர் அழகர் போல

வேடமணிந்த பக்தர்கள் அழகர்மீது தண்ணீர்ப் பீய்ச்சி அடிக்கும் நிகழ்வு நடைபெறுகிறது. ஆறாம் நாள் பகலில் வண்டியூர் பகுதியில் வைகை ஆற்றின் நடுவே உள்ள தேனூர் மண்டபத்தின் முன் அமைக்கப்பெற்ற குளத்தில் 'மண்டூக முனிவருக்குச் சாப விமோசனம்' அளிக்கும் சடங்கு நடைபெறுகிறது. பிறகு தசாவதாரச் சடங்குகள், பூப்பல்லக்கு எனத் திருவிழா நிறைவடைந்ததும் அழகர் கோயிலுக்குத் திரும்பிச் செல்கிறார். இதுவே ஒவ்வோர் ஆண்டும் நடைபெறுகிற மதுரை சித்திரைப் பெருவிழாவின் ஒரு பகுதியான அழகர் ஆற்றில் இறங்கும் விழாவின் சுருக்க விவரமாகும்.

மதுரை சித்திரைப் பெருவிழாவானது, மீனாட்சி திருக்கல்யாணம் - ஆற்றில் அழகர் இறங்குதல் என்பதாக முறையே சைவ - வைணவ மரபுகள் இணைக்கப்பெற்றத் திருவிழாவாக அறியப்படுகிறது. இவ்விழாக்களின் தொடர்பு பற்றி மக்களிடையே வழங்கிவரும் தொன்மக் கதையொன்று அழகரையும் மீனாட்சியையும் அண்ணன் - தங்கை எனச் சித்திரிக்கிறது. தன் தங்கையான மீனாட்சிக்கும் சொக்கநாதருக்கும் மதுரையில் நடைபெறும் திருமணத்திற்கு அண்ணன் அழகர் சீர்வரிசையுடன் மதுரை நோக்கி வருகிறார். குறித்த நேரத்திற்குள் அவரால் வர இயலாது போகிறது. அதற்குள் திருமணமும் நடந்துவிடுகிறது. மனவருத்தமுற்ற அழகர் பாதி ஆற்றில் இறங்கிய நிலையிலேயே மீண்டும் தன் கோயிலுக்குத் திரும்பிவிடுகிறார் என்பதே அக்கதை சொல்லும் தொடர்பாகும். மேலும் அழகர் வைகை ஆற்றுக்கு வருவதற்கு வேறொரு காரணமும் சொல்லப்படுகிறது. அது மண்டூக மகரிஷிக்கு சாப விமோசனம் அளித்தல் என்னும் தொன்மக்கதையாகும். சுதபஸ் என்னும் முனிவர் ஆற்றில் நீராடிக்கொண்டிருந்தார். அப்போது அங்கு துர்வாசர் என்னும் முனிவர் வருகிறார். பெரியவரான தான் வந்ததை கவனியாது பூசைகளில் கருத்தாயிருந்த சுதபஸ் மீது துர்வாசருக்குக் கோபம் மேலெழ, சுதபஸ் முனிவரை நோக்கி "தவளையாகக் (மண்டூகம்) கடவாய்" என்று சபித்துவிடவே, அவரும் தவளையாகிவிடுகிறார். சுதபஸ், துர்வாசரிடம் மன்னிப்புக் கோரி விமோசனம் வேண்டவே, சுந்தரராஜப் பெருமானை நோக்கித் தவம் புரிந்து அவர் காட்சியருளினால் சாபம் விமோசனமாகும் என்கிறார். எனவே, மண்டூகமாய்த் தன்னை நோக்கித் தவமிருக்கும் சுதபஸ் முனிவருக்குச் சாப விமோசனம் அளிக்கவே சுந்தரராஜப் பெருமானான அழகர் வைகைக்கு வருகிறார் என்பதாக அத்தொன்மக்கதை சொல்கிறது. இச்சடங்கு நிகழ்வினை மக்கள் "நாரைக்கு முத்தி கொடுத்தல்" என்றும் "கொக்கு சுடுதல்" என்றும் வழங்குகிறார்கள்.

தொகுப்பு : ஸ்டாலின் ராஜாங்கம்

இவ்வாறாக இத்திருவிழாவின் முக்கிய அம்சங்களான அழகர் ஆற்றில் இறங்க வேண்டித் தன் கோயிலிலிருந்து வைகைக்கு வருதல், பக்தர்கள் அழகர் போல் வேடமணிந்து தண்ணீர் பீய்ச்சுதல், மண்டுகத்துக்கு விமோசனம் அளித்தல் போன்ற முக்கியமான நிகழ்வுகள் அல்லது சடங்குகளைப் பற்றியும் இத்திருவிழாவின் வரலாற்று ரீதியிலான மாற்றங்கள் பற்றியும் ஆராய்வது இக்கட்டுரையின் நோக்கமாகும். அதன்மூலம் இத்திருவிழாவின் அடிப்படையான காரணங்களென இதுவரை நிறுவப்படாத புதிய அடித்தளங்கள் வேறேதேனும் இருக்கிறதா என்பதை ஆய்வதும் நோக்கமாகும்.

அழகர்கோயில்

மதுரைக்கு வடக்கே சுமார் 21 கிலோமீட்டர் தொலைவில் அமைந்துள்ளது 'அழகர்மலை'. அது கிழக்கு மேற்காக சுமார் 18 கிலோமீட்டர் தூரம் நீளமும், சுமார் 320 மீட்டர் உயரமும் உடையதாகும். மலையின் தென்புற அடிவாரத்தில்தான் அழகர்கோயில் அமைந்துள்ளது. இம்மலையானது இருங்குன்றம், ஓங்கிருங்குன்றம், மாலிருங்குன்றம், திருமாலிருஞ் சோலைமலை, திருமால்குன்றம், இருஞ்சோலைமலை, சிம்மாத்திரி, கேசவாத்திரி, வாசவுத்யானமலை, விருஷபாத்ரி, இடபமலை, விடைமலை எனப் பல்வேறு பெயர்களால் இலக்கியங்களில் வழங்கப்பெறுகிறது. இங்கு கோயில் கொண்ட இறைவன் பரமஸ்வாமி, அழகர், சுந்தரத்தோளுடையான், சுந்தரராஜன், கள்ளழகர், அலங்காரர், எனப் பலவாறாக அழைக்கப்பெற்றாலும் வெகுமக்களால் 'அழகுமலையான்' என்றும் 'அழகர்' என்றுமே அழைக்கப்பெறுகிறார். மேலும், இத்தலம் 108 வைணவத் திருப்பதிகளுள் ஒன்றாகும். இங்கு அழகர் தவிர பனெட்டாம்படிக் கருப்பசாமி, மலைமேல் உள்ள இராக்காயி அம்மன் ஆகிய தெய்வங்களும் பிரதானமாக வழிபடப் பெறுகின்றனர். இதுதவிரவும் முருகனின் ஆற்றுப்படைவீடுகளில் ஒன்றான பழமுதிர்ச்சோலையும் இம்மலைமீதே உள்ளது. இவ்வாறாக அவைதீக, வைதீக தெய்வங்களின் உறைவிடமாக இம்மலை வெகுமக்களால் நம்பப்பெறுகிறது.

வரலாற்றில் அழகர்கோயில்

பேராசிரியர் தொ.பரமசிவன் அவர்களின் 'அழகர்கோயில்' ஆய்வு நூலானது இக்கோயிலின் வரலாறு பற்றி அறிய மிகவும் அடிப்படையானதும் இன்றியமையாததுமான நூலாகும். அவர் 1976 - 1979 ஆண்டுகளில் மதுரை காமராசர் பல்கலைக்கழகத்தில் துறைவளர்ச்சித் திட்டத்தின்கீழ் செய்த

ஆய்வின் பயனே இந்நூல். அவரே சொல்லியது போல், "பொதுவாகச் சமூகத்தோடும், குறிப்பாகச் சிறுதெய்வநெறியில் ஈடுபாடுடைய சாதியாரோடும் இப்பெருந்தெய்வக்கோயில் கொண்டுள்ள உறவினையும் உறவின் தன்மையினையும் விளக்க முற்படுவதே" அவரது ஆய்வுக்கட்டுரையின் நோக்கமாகும். அவ்வரிசையில் முனைவர் பி.ஆறுமுகம் அவர்களின் முனைவர் பட்ட ஆய்வான 'தேனூரும் அழகர்விழாக் கட்டமைப்பும்' என்ற நூலும் மிகவும் அடிப்படையான நூலாகும். மேலும் பேராசிரியர் இ.முத்தையா அவர்களின் 'கள்ளழகர் வையை ஆற்றில் இறங்கும் நிகழ்ச்சியும் தொடர்பான தொன்மக்கதையும்' என்ற கட்டுரையும், 'மதுரை கள்ளழகரின் குறியீட்டுப் பயணம்' என்ற கட்டுரையும் முக்கியமானவையாகும்.

இவர்களுக்கெல்லாம் முன்னோடியாக தனது 'பௌத்தமும் தமிழும்' என்ற நூலில் அறிஞர் மயிலை. சீனி.வேங்கடசாமி அவர்கள் ஆய்ந்தளித்த முடிவுகள் மிகமிக அடிப்படையானவையாகும். அவர்தான் முதன்முதலில் வைணவக் கோயிலான இத்தலமானது பண்டைக்காலத்தில் பௌத்தக் கோயிலாக இருந்தது என்ற கருத்தினை முன்வைத்தவராவார்.

"அழகர்மலை என்று வேறுபெயருள்ள இந்த இடம் (திருமாலிருஞ்சோலை) இப்போது வைணவத் திருப்பதிகளில் ஒன்று. இங்குள்ள மலைக்குகையில் பிராமி எழுத்துக்கள் பொறிக்கப்பட்டுள்ளன. இங்குள்ள பெரியாழ்வார் நந்தவனத்துக்கு எதிரிலுள்ள குளம் ஆராமத்துக்குளம் என்று பெயர் வழங்கப்படுகிறது. ஆராமம் என்பது சங்காராமம். அதாவது பௌத்தப் பிட்சுக்கள் வசிக்கும் இடம். அன்றியும் இக்கோயிலின் பழைய ஸ்தல விருக்ஷம் போதி (அரச) மரம் என்று கூறப்படுகிறது. இக்குறிப்புகள் யாவும் இக்கோயில் பண்டைக்காலத்தில் பௌத்தக் கோயிலாக இருந்ததென்பதைக் காட்டுகிறது." (பௌத்தமும் தமிழும்)

இக்கருத்தினை தொ.பரமசிவன் தனது ஆய்வுநூலின் இரண்டாவது இயலில் (அழகர்கோயிலின் தோற்றம்) ஆதாரங்களுடன் நிறுவியுள்ளார். கோயிலின் பெரியாழ்வார் நந்தவனத்துக்கு எதிரில் உள்ள குளம் 'ஆராமத்துக் குளம்' என்றழைக்கப்படுதல், தலவிருட்சமாக அரச மரம் இருந்துள்ளமை, பௌத்த ஆலயங்களைக் கைப்பற்றி உருமாற்றுகையில் நரசிம்ம மூர்த்தியை நிறுவும் வைணவ மரபு, இக்கோயிலின் 'நங்கள் குன்றம்' எனப்படும் வட்டவடிவக் கருவறை அமைப்பானது பௌத்தத் துறவிகள் கூடிவாழும் விகாரைகளையொட்டி அமையப்பெற்றிருக்கும் சைத்தியங்களைச் சுற்றி

அமையப் பெற்றிருக்கும் வட்டவடிவத் திருச்சுற்றை ஒத்துள்ளமை, கோயிலின் அடியவர்கள் தலைமழிக்கும் வழக்கம் போன்ற ஆதாரங்களுடன் தொ. பரமசிவன் இக்கோயிலானது பண்டைக் காலத்தில் பௌத்தக் கோயிலாக இருந்துள்ளதை நிறுவ, ஆய்வுலகம் ஏற்றுக்கொண்டது.

சித்திரைத் திருவிழா

தற்காலத்தில் நடைபெறும் திருவிழாவானது பிரிட்டிஷாருக்கு முன் மதுரையை ஆண்ட நாயக்க மன்னர்களில் ஒருவரான திருமலையின் காலத்திற்கு முன்னர் வேறு விதமாக நடந்துவந்தது. அதாவது, மீனாட்சித் திருக்கல்யாணம் தனியாக மாசி மாதத்திலும், அழகர் ஆற்றில் இறங்கும் விழா சித்திரை மாதமுமாக நடைபெற்றுவந்தது. மேலும் தற்சமயம் வைகை ஆற்றங்கரையில் அழகர் இறங்கி, வண்டியூரில் உள்ள தேனூர் மண்டபத்தின் முன் மண்டூக முனிவருக்கு சாப விமோசனம் அளிக்கும் நிகழ்ச்சியும் முன்னர் மதுரைக்கு மேற்கே சோழவந்தானுக்கு அருகில் உள்ள தேனூர் என்னும் ஊரில்தான் சித்திரை முழுநிலவு தினத்தன்று நடைபெற்றுவந்துள்ளது. மன்னர் திருமலைதான் இவ்விரு விழாக்களையும் இணைத்ததோடு, மாசி மாதம் நடைபெற்றுவந்த மீனாட்சி திருக்கல்யாணத்தை சித்திரை மாதத்திற்கும், தேனூரில் நடைபெற்றுவந்த அழகர் விழாவினை மதுரைக்குமாக மாற்றியமைத்தார் என்பதை ஆய்வறிஞர்கள் நிறுவியுள்ளனர்.

மாசி மாதம் அறுவடைக் காலமாதலால் அம்மாதம் நடைபெறும் திருவிழாவின் தேரோட்டத்தில் தேரிழுக்க ஆட்கள் பற்றாக்குறை காரணமாக, மன்னர் திருமலை அத்திருவிழாவினைச் சித்திரைக்கும், தேரிழுக்க ஆட்கள் வேண்டி அதுவரை தேனூரில் நடைபெற்றுவந்த விழாவினை மதுரைக்குமாக மாற்றியமைத்ததாக ஆய்வாளர்கள் கூறுகிறார்கள். ஆனால், இதுதொடர்பாக இன்னொரு செய்தியும் கிடைக்கிறது. 'மன்னர் திருமலை வைணவ சமயப்பிரிவைச் சார்ந்தவர். மதுரையின் முக்கியமான கோயிலான மீனாட்சி அம்மன் கோயில் சைவக்கோயிலாகும். மீனாட்சி கோயிலின் முக்கியத் திருவிழாவான மீனாட்சித் திருக்கல்யாண நிகழ்வே பெரும் திருவிழாவாக நகரெங்கும் கொண்டாடப்பட்டு வந்தது. தாம் ஆளும் நகரின் பிரதான விழாவாகத் தான் சார்ந்திருக்கும் வைணவ சமயத்தின் விழா இல்லாதது மன்னருக்கு மனவேதனை அளித்தது. தனது மனவருத்தத்தினைத் தனக்கு அணுக்கமான ஒரு வைணவ அமைச்சரிடம் சொல்லவே அவர் ஓர் உபாயம் சொல்கிறார். அதாவது, மதுரைக்கு மேற்கே தேனூரில் நடைபெறும்

அழகர் திருவிழாவில் மதுரையை விட அதிக எண்ணிக்கையிலான மக்கள் கலந்துகொள்கின்றனர். அது மதுரைக்கு அருகே நடைபெறும் மிகப்பெரிய வைணவத் திருவிழாவாகும். அதை மதுரைக்கு மாற்ற ஆலோசனை சொல்கிறார். மேலும் நகரில் வைணவர்களின் எண்ணிக்கையை அதிகப்படுத்த திருநெல்வேலி பகுதியிலிருந்து ஆயிரம் யாதவர் குடும்பங்களை மதுரைக்குக் குடிபெயர்க்கவும், வைணவர்களான சௌராஸ்டிர சமூக மக்களை வடக்கிலிருந்து மதுரைக்கு அழைத்து வந்து குடியமர்த்தவும் ஆலோசனை சொல்கிறார். மேலும் மீனாட்சி திருக்கல்யாணத்தைச் சித்திரைக்கு மாற்றி, இரு விழாக்களையும் இணைப்பதன் மூலம் மதுரையின் ஒருங்கிணைந்த விழாவானது ஒரே சமயத்தில் சைவ - வைணவ நல்லிணக்க விழாவாகவும், வைணவப் பெரும்பான்மையினரின் பெருவிழாவாகவும் விளங்கும் என்றும் ஆலோசனை சொல்லவே மனம் குளிர்ந்த மன்னர் திருமலை, அதன்படியே செய்தார்.' இச்செய்தி மேலதிக ஆய்வுக்குரியதாகும்.

அழகர் மதுரைக்கு வருவதன் காரணங்களாகச் சொல்லப்படுபவற்றில் முதலாவதான தங்கையின் திருமணத்திற்கு வருகை என்பது, மன்னர் திருமலை இவ்விழாவினை மாற்றியமைத்த பின்னரே உருவாகிப் பரவியிருக்க வேண்டுமென்பது ஆய்வாளர்களின் முடிவு. இரண்டாவது காரணமான மண்டூக முனிவருக்குச் சாப விமோசனம் அளித்தல் என்பது அழகர்கோயில் தவிரவும் நிறைய வைணவக் கோயில்களின் சடங்கு, தொன்மங்களுள் ஒன்றாகவும் இருக்கிறது. இந்த இரண்டாவது காரணம் பற்றியும், இதன் தொன்மத்தை விளக்கும் முகமாகவும் பேராசிரியர் இ.முத்தையா, முனைவர் பி.ஆறுமுகம் ஆகியோர் தமது ஆய்வுக்கட்டுரைகளில் விளக்கியுள்ளனர்.

அதாவது அழகர் ஆற்றில் இறங்கும் விழாவானது, மன்னர் திருமலை காலத்திற்கு முன்னர்வரை மீனாட்சித் திருக்கல்யாணத்துடன் தொடர்பற்று, தனித்த விழாவாகவே இருந்துவந்தது. அழகர் ஆற்றில் இறங்கும் விழாவானது அடிப்படையில் 'மழை வேண்டல்' விழாவாகும்.

'போலச் செய்தல்' *(Imitative ritual)* வடிவில் நிகழ்த்தப்படும் வழிபாட்டுச் சடங்கு முறையானது மிகவும் தொன்மையானது என்பது மானுடவியலாளர் கூற்று. இங்கே மதுரை வைகை ஆற்றில் குதிரை வாகனத்துடன் அழகர் இறங்கிய பின்னர், அவர் போலவே வேடமணிந்த அடியவர்கள் தமது தோளில் தொங்கவிட்டிருக்கும் நீர் நிரம்பிய தோல்பையிலிருந்து துருத்தி மூலம் நீர்ப் பீய்ச்சுகின்றனர். மேலும் விழாவினைக் காண வந்திருக்கும்

மக்கள் மீதும் துருத்தி நீர்ப் பீய்ச்சுகின்றனர். இதன் நோக்கம் என்னவெனில், தமக்கு மேலுள்ள அதீத ஆற்றல்களிடம் தமக்குத் தேவையானதை வேண்டும்போது அதனைப் போலச் செய்தோ, அல்லது குறியீட்டுத் தன்மையில் அதனைப் படையலாக்கியோ வேண்டுதல் செய்வது மனித குலத்தின் தொன்மையான வேண்டல் முறைகளில் ஒன்றாகும். எனவே இங்கு மக்கள், நாடு வளம் பெற மழை பொழிய தம் தெய்வத்திடம் மழையினைப் போலச் செய்யும் முகமாகத் துருத்தி நீர்ப் பீய்ச்சி வேண்டுகின்றனர். மக்கள் மீதும் பீய்ச்சி அடிக்கையில் மழையில் நனைந்தால் களிப்பது போல மகிழ்ந்து வழிபடுகின்றனர். இங்கு தோலினாலான பையானது நீர் கொள்கலனாகப் பயன்படுத்தப்படுவதானதும் கவனத்துக்குரியது. தோலினாலான பைகள் நீர்கொள்கலனாகப் பயன்படுத்தப்பட்ட காலத்தின் தொன்மையுடன் இச்சடங்கின் தொன்மையினைப் பார்க்கலாம். இதுபோன்ற இதர மழைவேண்டல் சடங்குகளுள் இதனைவிடத் தொன்மையான வடிவங்களும் உண்டு.

அடுத்ததாக, மண்டூக முனிவருக்குச் சாப விமோசனம் அளித்தல் சடங்கும் மழை வேண்டலோடு தொடர்புடைய சடங்கேயாகும். இதன் தொன்மக் கதையினை இ.முத்தையா கோட்பாட்டு ரீதியில் விளக்கியுள்ளார். இன்று இச்சடங்கு மதுரை வண்டியூரில் வைகை ஆற்றின் நடுவே அமைந்த தேனூர் மண்டபத்தின் முன்பாக நடைபெறுகிறது. மண்டபத்தின் முன் ஆற்றில் குளம் போல உருவாக்கி அதில் தவளை, நண்டு, கொக்கு போன்ற உயிரினங்கள் விடப்படுகின்றன. இவ்வுயிரினங்களை தேனூர் கிராமத்தைச் சேர்ந்த ஊர்மடையர் பிடித்து வருகிறார். முன்பு கொக்கு, தவளை, நண்டு ஆகிய உயிரினங்களைப் பிடித்து, அவற்றின் கண்களைத் தைத்து இக்குளத்தில் விட்டிருக்கின்றனர். இப்போது அவ்வாறு வதை செய்யப்படுவதில்லை. வெறுமனே கொக்கின் கால்கள் கட்டப்பட்டிருக்கும். இச்சடங்கின்போது பட்டர் மண்டூக புராணம் வாசிப்பார். பின் கொக்கின் கால்கள் அவிழ்த்துவிடப்படும். கொக்கு எத்திசையில் பறக்கிறதோ அத்திசையில் மழைவளம் செழிக்கும் என்பது நம்பிக்கை. முற்காலத்திலோ விமோசன நிகழ்வில் வதைக்கப்பட்ட உயிரினங்களின் தைக்கப்பட்ட கண்களிலிருந்து தையல் பிரிக்கப்பட்டு அவை சுதந்திரமாக விடப்பட்டிருக்கின்றன. மழையுடன் தொடர்புடைய பொருட்களும் உயிர்களும் மழையினைக் கொண்டுவரும் என்னும் தொல்மனிதனின் நம்பிக்கையுடன் இணைந்த சடங்குமுறையாக இதனை ஆய்வாளர்கள் விளக்குகின்றனர். ஆந்திராவின்

ஒரு பகுதியில் இன்றும் மழைபெய்ய வேண்டித் தவளைகளைப் பிடித்து ஒரு கூடைக்குள் வதைத்து, பட்டினியால் அவை கத்தும்போது வீடுகளில் அரிசி சேகரித்துப் பின் தவளைகளை நீரில் மீண்டும் விடும் சடங்கு இன்றளவும் நடைபெறுவதாகச் சொல்லும் ஆய்வாளர்கள், முக்கூடற்பள்ளு இலக்கியத்தில் தவளை கத்தினால் மழை வரும் என்ற செய்தியுடன் இவை ஒப்பு நோக்கத்தக்கவை என்றும் கூறுகின்றனர். ஆக இவற்றின் மூலமாக அழகர் ஆற்றில் இறங்கும் விழாவானது 'மழை வேண்டலோடு' தொடர்புடைய விழா என்பது உறுதிப்படுகிறது. மேலும் அழகர் ஒவ்வோர் ஆண்டும் உடுத்தும் பட்டின் அடிப்படையிலே ஊரின் மழை வளமும், விவசாய வளமும் அமையும் என்பது மக்களின் ஆழ்ந்த நம்பிக்கையாகும்.

மேலும் இது வேளாண்மையுடன் தொடர்புடைய விழாவுமாகும். ஏனெனில் சாபவிமோசனச் சடங்கு நடைபெறும் தேனூர் மண்டபத்திற்கு 'கதிர்கால் மண்டபம்' என்னும் பெயருமுண்டு. திருவிழாவுக்குக் கொடியேற்றிய பின்னர், வயலிலிருந்து நெற்கதிர்கள் அறுத்தெடுக்கப்படுகின்றன. அவற்றைக் கொண்டு தேனூரின் தேவேந்திரர் சமூக மக்கள் அழகிய தோரணங்கள் அமைக்கின்றனர். சடங்கு நிகழும் நாளில் தேனூர் மண்டபமானது நெற்கதிர் தோரணங்கள் கொண்டு அலங்கரிக்கப்பட்டிருக்கும். அழகர் இம்மண்டபத்தில் தங்கிவிட்டு, மும்முறை வலம்வந்து செல்கையில், நெற்கதிர் தோரணங்களை அறுத்துவிட்டுச் செல்வார். அக்கதிர்மணிகளை மக்களும் சேகரித்துச் செல்வர். இதன்மூலம் விவசாயம் செழிக்கும் என்பது வேளாண்குடிகளின் நம்பிக்கை.

இங்கு குறிப்பிடத்தக்க இன்னொரு முக்கியமான நிகழ்வாக, அழகர் ஆற்றில் இறங்கியதும் அடியவர்கள் ஆற்றங்கரையில் தலைமழித்து, ஆற்றில் நீராடுகின்றனர். இவ்வழக்கம் பௌத்தத்துடன் தொடர்புடைய வழக்கமாகும்.

தேனூர்

மன்னர் திருமலைக்கு முன்னர் அழகர் விழா தேனூரில்தான் நிகழ்ந்துவந்தது என்பதைக் கண்டோம். இந்தத் தேனூரானது 'சுந்தரராசன் பூமி' எனவும் மக்களால் வழங்கப்பெறுகிறது. இது சங்க இலக்கியங்களில் குறிப்பிடப்பெறும் தொன்மை வாய்ந்த ஊர்களில் ஒன்றாகும். வைகை ஆற்றங்கரையோரம் அமையப்பெற்ற மிகவும் வளமான விவசாய வளம் நிறைந்த பகுதி. முன்பு அழகர் தம் மலையிலிருந்து புறப்பட்டு அலங்காநல்லூர்

வழியாகப் பயணித்துத் தேனூருக்கு வந்துள்ளார். சித்திரை முழுநிலவு நாளில் தேனூரிலேயே அழகர் ஆற்றில் இறங்கியுள்ளார். துருத்திநீர்ப் பீய்ச்சுதலும், மண்டூக முனிவர் சாபவிமோசனமும் தேனூரிலேயே நடந்துள்ளது. தேனூரின் வைகை ஆற்றங்கரையினிலே பக்தர்கள் தலைமழித்துள்ளனர். திருமலை விழாவினை மதுரைக்கு மாற்றியமைத்த பின்னும், நிறைய மக்கள் இன்றும் தேனூரின் வைகை ஆற்றுக்குள்தான் முழுநிலவு நாளன்று தலைமழித்து வழிபடுகின்றனர். தற்காலத்தில் மலையிலிருந்து கிளம்பி மதுரைக்கு வரும் அழகர் வழியில் எண்ணற்ற மண்டகப்படிகளில் தங்கி வருவார். அழகர் வருகை தர வேண்டி மண்டகப்படிக்காரர்கள் அழகருக்குக் காணிக்கை செலுத்த வேண்டும். ஆனால் சாப விமோசனம் நடக்கும் தேனூர் கிராமத்தார்க்குரிய மண்டகப்படியில் நுழைவதற்கு அழகரே பணம் செலுத்த வேண்டியிருக்கும். விழாவினை மாற்றியமைத்ததற்கான பரிகாரமாகும். மன்னர் திருமலை காலத்திலிருந்து இன்றுவரை இவ்வழக்கம் தொடர்கிறது. மேலும் தேனூர் கிராமத்தாருக்கு உரிய மரியாதையும் விழாவின்போது செய்யப்படுகிறது.

தேனூரானது 'சுந்தரராசன் பூமி' என்றழைக்கப்படுவது போலவே 'மடையன் பூமி' என்றும் அழைக்கப்படுகிறது. ஆய்வாளர் பி.ஆறுமுகம் தமது நூலில் தேனூர் பற்றிய நாட்டுப்புறக் கதை ஒன்றினைக் குறிப்பிடுகிறார்.

"தேனூர் ஒரு காலத்தில் மடையன் வசம் இருந்தது. அம்மடையன் நடுக்கோட்டை என்ற தெருவில் வசித்துவந்தார். அவருடைய கட்டுப்பாட்டுக்குள் தேனூர் இருந்துவந்தது. பிறகு, வேளாளர்கள் தேனூருக்குப் பிழைப்பதற்காகக் குறிப்பாக மடையன் நிலங்களை உழுது பயிரிடுவதற்காகத் தேனூர் வந்தனர். பின்பு அதிகமான வேளாளர்கள் வந்ததால் மடையனின் செல்வாக்கைப் பொறுக்காத வேளாளர் இன மக்கள் அம்மடையனை அன்பால் அழைத்துப் பேசுவதுபோல் ஒருநாள் கம்புக்குழியில் (பூமிக்குள் அமைக்கப்பட்ட தானியக் கிடங்கு) இறங்கிக் கம்பு எடுத்துத் தர வேண்டினர். இவ்வேளாளர்களின் வேண்டுகோளுக்கிணங்க அம்மடையன் கம்புக்குழியுள் இறங்கிக் கம்பு எடுத்துக்கொண்டிருக்கும் பொழுது மேலே பலகையை வைத்து மூடிவிடுகின்றனர். மூச்சுத் திணறி அம்மடையன் இறந்துவிடுகிறார். பிறகு வேளாளர்கள் கைவசமானது தேனூர். அதிலிருந்து தேனூரில் முதல் மரியாதை வேளாளர்களுக்கே உரியதாகிவிட்டது. ஆனாலும் தேனூர் 'மடையன் பூமி' என்ற சொல்லால் இன்றும் தேனூர் மக்களால் அழைக்கப்பெறுகிறது."

இக்கதை மூலம் தேனூர் பண்டைக்காலத்தில் வேளாண்குடிகளான தேவேந்திரர்கள் வசமிருந்ததும் பின்பு வஞ்சகமான முறையில் மற்ற இனத்தவரால் பறிக்கப்பட்டதும், அவர்தம் முதல்மரியாதை பறிக்கப்பட்டதும் வெளிப்படுகிறது.

இந்திர விழா

வயலும் வயல் சார்ந்த இடமுமான மருதத் திணைக்குரிய தெய்வம் இந்திரன். பழந்தமிழ் இலக்கியங்களின் வழியேயும், மக்களின் வழிபாட்டுச் சடங்குகளின் வழியேயும் இந்திரனே மழைக்கான தெய்வமாக வழிபடப்பட்டு வந்துள்ளமை ஆய்வாளர்களால் நிறுவப்பெற்றிருக்கிறது. சங்க இலக்கியமான ஐங்குறுநூற்றிலும், பின்னர் பதிற்றுப்பத்திலும் இந்திர விழா பற்றிய சிறு குறிப்புகள் வருகின்றன. மருத நிலத்தில் இந்திர விழா, பலவித பூக்களால் ஆன விழாவாகக் கொண்டாடப்பட்டதாகவும் தெரிகிறது. பிறகு இரட்டைக் காப்பியங்களெனச் சிறப்பித்துக் கூறப்பெறும் மணிமேகலை, சிலப்பதிகாரத்திலும் காவிரிப்பூம்பட்டினத்தில் கொண்டாடப்பட்ட இந்திர விழாவினைப் பற்றி நிறைய விவரணைகள் இடம்பெறுகின்றன. இந்திர கோடணை, இந்திர கோடணை விழா, தீவக சாந்தி, ஆயிரங்கண்ணோன் விழா, இந்திர விழா, வானவன் விழா எனப் பலவிதப் பெயர்களால் சுட்டப்பட்டுள்ளது. இந்திர விழாவானது 'சித்திரை மாதத்துச் சித்திரை நாளில்' தொடங்கியமையைச் சிலப்பதிகாரம் காட்டுகிறது. இவ்விழா இருபத்தெட்டு நாட்கள் நடைபெற்றுள்ளது. விழாவின் வேண்டுதல்களாக சிலப்பதிகாரத்தில், "மன்னனின் ஆட்சிக்குட்பட்ட நாட்டில் பசி, பிணி, பகை நீங்கி மழையும் வளமும் பெருகுக" என்றும், மணிமேகலையில், "வானம் மாதம் மும்மாரி பொழியவும் மன்னனின் செங்கோன்மை திரியாதிருக்கவும்" என்றும் வேண்டப்பெற்றிருக்கின்றன. இவ்வாறாகத் தமிழர்களால் சிறப்பாகக் கொண்டாடப்பெற்ற இந்திர வழிபாடானது கி.பி. 6ஆம் நூற்றாண்டிற்குப் பிறகு அறவே மறைந்துவிட்டதாகச் சில அறிஞர்கள் கருதுகிறார்கள்.

ஆனால், இந்திர விழாவானது இங்கு அறவே மறைந்துவிடவில்லை, திரிபடைந்திருக்கிறது என்று கூறலாம். அழகர் ஆற்றில் இறங்கும் திருவிழாவுக்கும் இந்திர விழாவுக்கும் நிறைய ஒப்புமைகளை நாம் காண முடியும். தொ.பரமசிவன் கூறியது போல, அழகர் விழாவினை இந்திர விழா அல்ல என்றும், உழவர் மக்களை வசப்படுத்திய பலராம வழிபாட்டுடன்

இணைந்த வைணவப் பெருந்திருவிழாவே என்றும் நாமும் கூறிவிட இயலாதவாறு அல்லது அவர்தம் கூற்றை ஏற்க இயலாத வகையில், அழகர் ஆற்றில் இறங்கும் விழாவானது இந்திர விழாவுடன் மிக நெருங்கிய ஒப்புமை கொண்டுள்ளது. விழாவின் முக்கியச் சடங்குகளையும் தொன்மங்களையும் நுணுகிப் பார்க்கத் தவறியதாலோ, அல்லது அவர்தம் ஆய்வின் நோக்கம் அதுவல்ல என்பதாலோ அவர் இத்தகைய முடிவுக்கு வந்திருக்கக்கூடும். ஆனால் இ.முத்தையா, பி.ஆறுமுகம் ஆகியோரின் அணுகுமுறைகள் இவற்றைப் பிரதானமாகக் கருதி ஆராய்ந்திருப்பது நமக்கு வழிகாட்டும் விதமாய் அமைந்திருக்கிறது. இப்போது வைணவப் பெருந்திருவிழாவாகக் காட்சியளிக்கும் அழகர் திருவிழாவின் புறமெய்யை மட்டும் காணும்போது, நாம் தொ.பரமசிவன் அவர்களின் நிறுவுதலை அப்படியே ஏற்கலாம். ஆனால், உள்மெய்யைக் காணும்போதோ விழாவினைப் பற்றிய அவர்தம் பார்வையிலிருந்து முற்றிலும் மாறுபட வேண்டியிருக்கிறது. அழகர்கோயில் பண்டைக்காலத்தில் பௌத்தக் கோயிலாக இருந்தது என்பதை நிறுவிய அவர்தம் ஆய்வு, பௌத்தக் கோயிலே பின்னாட்களில் வைணவக் கோயிலாக மாற்றப்பட்டிருக்கிறது என்பதை நிறுவிய அவர்தம் ஆய்வு, அழகர் விழா பண்டைய நாட்களில் பௌத்த விழாவாக இருந்து பின்னர் வைணவ விழாவாகத் திரிபடைந்திருக்கலாமோ என்று ஏனோ கருதவில்லை. அவர் செல்லாது விலகிய திசைகளின் வழி பயணிக்கையில் நமக்கு விழாவின் உள்மெய் புலப்படுகிறது.

அழகர் ஆற்றில் இறங்குதலும் இந்திர விழாவும்

சித்திரை மாதம் சித்திரை நாளில்தான் இந்திர விழா தொடங்கியிருக்கிறது. அழகர் ஆற்றிலிறங்கும் முக்கிய விழாவும் சித்திரை முழுநிலவு நாளில்தான் நடைபெறுகிறது. இந்திர விழா இருபத்தியெட்டு நாட்கள் நடைபெற்றிருக்கிறது. அழகர் விழாவோ தற்காலத்தில் ஒன்பது நாட்களே நடைபெறுகிறது. ஆனால், இதில் ஒரு முக்கிய வரலாற்று இடைவெளி இருக்கிறது. அதாவது தற்காலத்தில் சித்திரையில் கோயிலைவிட்டுக் கிளம்பும் அழகர் வைகைக்கு வந்து திரும்பிய பின், ஆடி பதினெட்டில் தீர்த்தமாடிய பின்னரே கோயிலுக்குள் செல்கிறார். அதுவரையிலும் கோயிலுக்கு வெளியே உள்ள மண்டபத்தில்தான் தங்க வைக்கப்பட்டிருக்கிறார். பண்டைக்காலத்தில் அழகர் மலையிலிருந்து பயணப்பட்டுத் தேனூர் வந்திறங்கும் அழகர், பல்வேறு வழிகளிலும் பயணித்துப் பல்வேறு ஊர்களுக்கும் சென்றிருக்கிறார். திருவிழா நாட்களும் அதிகமாகவே

இருந்திருக்கின்றன. அவரின் ஒட்டுமொத்த விழா மற்றும் பயணக் காலமும் சேர்த்து கிட்டத்தட்ட மூன்று மாதங்கள் வரை ஆகியிருக்கின்றன. மன்னர் திருமலைக்குப் பின்னர் இப்பயணம் சுருங்கிடவே, ஆடி பதினெட்டில் அழகர் கோயிலுக்குள் செல்வது ஐதீகமாயிற்று என்று களஆய்வில் சில பழமரபுச் செய்திகள் கிடைக்கின்றன.

ஐங்குறுநூற்றுப் பாடலிலும், பதிற்றுப்பத்துப் பாடலிலும் இந்திர விழாவினைப் பல்பூக்களின் விழா என்று குறிப்பிட்டதைப் போன்றே அழகர் விழாவிலும் பூக்களின் பங்கு குறிப்பிடத்தக்க அளவில் சிறப்பிடம் வகிக்கிறது. அழகருக்கு 'அலங்காரன்' என்றும் 'அலங்காரப்பிரியன்' என்றும் பெயர்கள் உள்ளன. பண்டைய காலத்தில் தேனூருக்கு வரும் அழகருக்குச் சிறுமலையிலிருந்து கொண்டுவரப்படும் குறிஞ்சிப்பூக்கள் சாத்தப்பெற்றிருக்கின்றன. இது ஐதீகம். இந்நாட்களிலும் அழகர் பலவிதமான மலர்களால் அலங்கரிக்கப்படுகிறார். ஆனால் குறிஞ்சி மலர் சாத்தப்படுவதில்லை. மேலும் இப்பூவலங்கார நிகழ்வுகளே இன்று பூப்பல்லக்கு நிகழ்வாக நடைபெறுவதாக ஆய்வாளர்கள் கருதுகிறார்கள்.

மேற்குறிப்பிட்ட பழம்பாடல்களில் இந்திர விழா மருத நில மக்களால் கொண்டாடப்பட்டதைப் போன்றே அழகர் விழாவும் மருத நிலத்து உழுகுடி மக்களாலே கொண்டாடப்பட்டிருக்கின்றது. இன்றும் விழாவின் சடங்குகளில் மருத நில மக்களின் பங்கே பிரதானமாயிருக்கிறது.

இந்திரனே மழை தெய்வமாக வணங்கப்பட்டுள்ளதை நாம் பழந்தமிழ் இலக்கியங்கள் வழியும், மழைவளம் வேண்டியே இந்திர விழா எடுக்கப்பட்டுள்ளது என்பதை மணிமேகலை, சிலப்பதிகாரம் வழியாகவும் அறிகிறோம். அதுபோன்றே, மதுரையின் வைகை ஆற்றில் அழகர் இறங்கும் விழாவின் நோக்கமும் சடங்குகளின் நோக்கமும் மழை வேண்டலேயாகும். மேலும் இவ்விழாவில் வேளாண்மை தொடர்பான நம்பிக்கையும் வழிபாடும் கலந்திருக்கிறது.

அழகர்மலையில் கோயில்கொண்ட அழகரை இந்திரனாக உருவகிக்கிறது 'அழகர் கிள்ளைவிடு தூது' என்னும் இலக்கியம்.

இவற்றின் மூலமாகப் பண்டைக்காலத்து இந்திரவிழாவே தற்கால வைணவ விழாவான அழகர் விழாவாக மாறியிருக்கக்கூடும் என்று நாம் கருதலாம். எனவே, இன்னும் தமிழகம் முழுக்கவும் மருத நிலப்பகுதிகளில்

தொகுப்பு : ஸ்டாலின் ராஜாங்கம்

நடைபெறும் மழை வேண்டல் விழாக்களையும் சடங்குகளையும் ஆராய்ந்து பார்த்தால் இந்திர விழாவின் பல்வேறு திரிபுகளை நாம் காணலாம். அறிஞர்கள் கருதியது போல் இந்திர விழா அதன் மண்ணிலிருந்து முற்றிலும் அழிந்துபடவில்லை. திரிபடைந்திருக்கிறது என்பதே உள்மெய்யாம்.

அழகர் கோயிலுக்கு இதர வழிபாட்டு மரபுகளுடன் உள்ள ஒப்புமையும் தொடர்பும்

அழகர் கோயிலானது பலவகைகளிலும் சபரிமலை தர்மசாஸ்தா கோயிலோடு நெருக்கமான ஒப்புமைகளைக் கொண்டிருக்கிறது. சபரிமலையில் கோயிலுக்குள் நுழைய பதினெட்டுப் படிகள் ஏற வேண்டும். அழகர் கோயிலிலோ பிரதான வாசல் சாத்தப்பட்டிருக்க அது பதினெட்டாம்படியான் என்று வணங்கப்பெறுகிறது. பதினெட்டுப்படி வணக்கம் இரு கோயில்களுக்கும் பொதுவான அம்சமாக உள்ளது. சபரிமலையில் மகிஷி எனப்படும் கொற்றவை உள்ளாள். அழகர்மலையிலும் இராக்காயி என்னும் கொற்றவை கோயில் உள்ளது. சபரிமலை சாஸ்தாவுக்கு மாலையணிந்து எல்லோரும் ஐயப்பனாவது போல, இங்கு அழகருக்கு மாலையணிந்து விரதமிருக்கும் அடியவர்கள் அழகர் போல் வேடமணிந்து அழகராகின்றனர். மேலும் சபரிமலை தர்மசாஸ்தா என்னும் ஐயப்பன் கோயிலும் அழகர்கோயிலைப் போன்றே பண்டைக் காலத்தில் பௌத்தக் கோயிலாக இருந்துள்ளதை வரலாற்றாய்வாளர்கள் நிறுவியுள்ளனர். சபரிமலை சாஸ்தா ஐயப்பன் வழிபாடு தமிழகத்தின் ஐயனார் வழிபாடே ஆகும். அழகர்கோயில் தெய்வமும் ஐயனாராகக் கருதப்பட நிறைய வாய்ப்பிருக்கிறது. ஏனெனில் தமிழகத்தின் பெரும்பாலான ஐயனார் கோயில்களில் குயவர் சாதியினரே பூசாரிகளாக உள்ளனர். அழகர்கோயிலில் இதர பிரதான தெய்வங்களான பதினெட்டாம்படிக் கருப்பசாமிக்கும், மலைமேலுள்ள இராக்காயிக்கும் குயவர்களே இன்னும் பூசாரியாகவிருக்க, அழகருக்கு மட்டும் பிராமணப் பூசாரிகள் இருப்பதும், பிரதான வாசல் அடைக்கப்பட்டிருக்க, அதன் திறவாத கதவுகளுக்குப் பூசை செய்து வழிபடும் குயவர்களின் வழிபாட்டுக்குப் பின்னால் ஏதேனும் உரிமைப் போராட்டம் இருந்திருக்கக் கூடும் எனும் ஐயத்தை நமக்கு ஏற்படுத்துகிறது. மேலும், அழகர் மதுரைக்குப் புரவியிலே (குதிரை) வருவதானது, ஐயனாருக்கு நடத்தப்படும் புரவியெடுப்புத் திருவிழாவினை நினைவுபடுத்துகிறது. மேலும் தமிழகத்தில் 'அழகர்கோயில்' என்ற பெயரில் பல ஐயனார் கோயில்கள் உள்ளன. சில ஐயனார்களுக்கு, 'கரைமேல் அழகர் அய்யனார்',

'சேரி அழகர் ஐயனார்' என்னும் அடைமொழிகள் உள்ளதும் இங்கு கருதத்தக்கது. கள்ளர் கோலம் தவிர புரவிமேல் ஐயனாருக்கும் அழகருக்கும் தோற்ற வேற்றுமை இல்லை. ஐயனார் நீர்நிலைகள் மற்றும் வயல்களின் காப்புத் தெய்வமாவார். அழகரும் மழை வேண்டல் விழாவின் பிரதான தெய்வமும் மேலும் விவசாயச் செழிப்பிற்கான தெய்வமுமாவார். ஐயனார் வழிபாடு பௌத்தம் தொடர்புடையது என்பதனைப் பல ஆய்வாளர்கள் நிறுவியுள்ளனர்.

அழகர் ஆற்றில் இறங்கும் விழாவிற்குத் திருப்பதியிலிருந்து தீர்த்தம் எடுத்துவர வேண்டுமென்பது பண்டைய காலத்தில் ஐதீகமாக இருந்திருக்கிறது. கோயில் அர்ச்சகர்கள் வருடம் ஒருமுறை போய் தீர்த்தம் எடுத்து வந்துள்ளனர். இது மிகவும் சிரமாமக உள்ளதாக அர்ச்சகர்கள் மன்னர் திருமலையிடம் முறையிட, அன்றிரவே மன்னரின் கனவில் திருப்பதி ஏழுமலையான் தோன்றி, தான் இனி தல்லாகுளம் பகுதியில் பிரசன்னமாகிறேன் எனக் கூற, மன்னர் திருமலை தல்லாகுளத்தில் பிரசன்ன வெங்கடாசலபதி கோயில் உருவாக்கினார். அதிலிருந்து இக்கோயிலிலிருந்தே தீர்த்தம் கொண்டுவரப்படுகிறது. இந்த ஐதீகத்தின் வழியே திருப்பதிக்கும் அழகர்மலைக்கும் பண்டைக் காலத்தில் இருந்த தொடர்பு நன்கு புலப்படுகிறது. திருப்பதி கோயிலும் பண்டைய பௌத்தக் கோயிலாக இருந்ததை ஆய்வாளர்கள் நிறுவியுள்ளனர். இரண்டு கோயில்களுக்கும் அவை பண்டைய காலத்தில் பௌத்தத் தலமாக இருந்த காலந்தொட்டே உறவு இருந்திருக்க வேண்டும். இரண்டுமே இன்று வைணவப் பெருந்தெய்வக் கோயிலாக மாற்றப் பெற்றிருக்கிறது. மேலும் இவ்விரு கோயில்களிலும் அடியவர்கள் இன்றளவும் பௌத்தர்களின் தலைமழிக்கும் வழக்கத்தினைக் கொண்டிருப்பதும் கண்கூடு.

கள்ளழகர்

'அழகர்', 'அலங்காரன்', 'சுந்தரராசன்', 'சுந்தரத் தோளுடையான்', 'அலங்காரப்பிரியன்', 'பரமஸ்வாமி' என்று இத்தலத்து இறைவன் அழைக்கப்பெற்றாலும், இன்று கோயில் நிர்வாகத்தாராலேயே 'கள்ளழகர்' என்றழைக்கப்படுகிறார். இதனைப் பற்றி தொ.பரமசிவன் சில விளக்கங்கள் தருகிறார். "'திருமலை நம்பிகள்' எனும் பணிப்பிரிவினரின் வசமுள்ள கி.பி. 1863ஆம் ஆண்டைச் சேர்ந்த ஓர் ஆலயத்தின் மூலம் கி.பி. 1815இல் இக்கோயில் 'கள்ளழகர்' கோயில் எனக் குறிப்பிடப்பட்டிருப்பது தெரிகிறது.

இப்பெயர் வழக்குக் குறித்த முதல் ஆவணச் சான்று இதுவேயாகும். இத்தலம் குறித்தெழுந்த பாசுரங்களிலும், பாசுர உரைகளிலும் பிற்காலத்தெழுந்த சிற்றிலக்கியங்களிலும் இப்பெயர் காணப்படவில்லை. நாட்டுப்புற மக்களால் பாடப்பெறும் வர்ணிப்புப் பாடல்களில் சில இடங்களில் மட்டும் இப்பெயர் இடம்பெறுகிறது. கோயிலின் சித்திரைத் திருவிழா அழைப்பிதழில் ஸ்ரீ சுந்தரராஜன் 'கள்ளழகர்' கோலத்துடன் மதுரைக்கு எழுந்தருளுகிறார் எனக் குறிப்பிடப்படுகிறது. ஒரு கையில் வளரித்தடி, மற்றொரு கையில் வளரித்தடியும் சாட்டைக் கம்பும், ஆண்கள் இடுகின்ற ஒருவகையான கொண்டை, தலையில் உருமால், காதுகளில் அடிப்புறத்தில் கல்வைத்துக் கட்டிய வளையம் போன்ற கடுக்கன், காங்கு எனப்படும் ஒரு கருப்புப் புடவை கணுக்கால் தொடங்கி இடுப்புவரை அரையாடையாகவும், இடுப்புக்குமேல் மேலாடையாகவும் சுற்றப்பட்டிருக்கும். இதுவே கள்ளர் திருக்கோலத்தின் தோற்றமாகும்."

நாயக்கராட்சிக் காலத்தில் சமயம் பரப்ப வந்த கிறித்துவப் பாதிரியான மார்ட்டின் அடிகளார் எழுதிய கடிதங்களிலிருந்தும், மதுரைவீரன் கதைப்பாடல்களிலிருந்தும் தொ.பரமசிவன் ஒரு முடிவுக்கு வருகிறார். அதாவது, "மதுரைப் பட்டணத்தில் உள்நுழைந்து தாக்குமளவும், அழகர்கோயிற் பகுதியில் உழவுத் தொழில் நடக்க முடியாதபடி தொல்லை தருமளவும் கள்ளர்கள் விசயரெங்க சொக்கநாதன் காலத்தில் (கி.பி. 1706 - 1732) வலிமை பெற்றிருந்தனர். எனவே இவனது ஆட்சிக்காலத்தில்தான் அழகர் ஊர்வலத்தைக் கள்ளர் மறித்த நிகழ்ச்சியும், அவர்கட்கு 'இறைவனின் கள்ளர் திருக்கோல மரியாதை தருவதற்குக் கோயில் நிர்வாகம் உடன்பட்ட நிகழ்ச்சியும் நடைபெற்றிருத்தல் வேண்டும் எனக் கொள்ளலாம்." என்கிறார். ஆகவே, அக்காலத்திற்குப் பிறகே அழகருக்கு 'கள்ளழகர்' என்னும் பெயர் தரப்பட்டிருக்க முடியும்.

ஆனால், மதுரையின் பெரும்பாலான மக்கள் இன்றளவும் இத்தலத்து இறைவனை 'அழகர்' என்றும் 'அழகுமலையான்' என்றுமே அழைத்துவருகின்றனர். அழகர் என்னும் பெயர் பற்றி பண்டிதர் அயோத்திதாசர் கூறுவதும் இங்கு கருதத்தக்கது. "பௌத்த தருமக் கேழ்வியிலிருந்த குடிகள் புத்தர் என்றும் அழகர் என்றும் அரங்கர் என்றும் தருமர் என்றும் வழங்கி பகவனைப் பற்றி விசாரிக்கும் காரணம் கொண்டு புத்தரே விஷ்ணு என்றும் விஷ்ணுவே புத்த அவதாரமென்றும் புராணமேற்படுத்தி புத்த பாதமே விஷ்ணு பாதம் விஷ்ணு பாதமே

புத்த பாதமென்றும் கூறி பொய்யிற்கு பொய்யை முட்டுக் கொடுத்து பொய்யையும் விருத்தி செய்துகொண்டு வருகின்றனர்." அழகர் என்னும் பெயர் புத்தருக்குரியது என்ற அயோத்திதாசர் கூற்றும் ஏற்றுக்கொள்ளத்தக்கது என்பதற்கு அழகர்கோயில் பற்றிய ஆய்வும் முக்கியமாக அமைகிறது. மேலும் அயோத்திதாசர் சிந்தனையின்படி, இந்திரன் புத்தரே ஆவார். ஐந்திரங்களையும் அடக்கியாண்டதால் ஐந்திரன் என்றவாறு, இந்திரன் என்றானது என்பார். பௌத்தக் காப்பியமான மணிமேகலையில் இந்திர விழா என்பது மிகவும் சிறப்பித்துக் கூறப்பட்ட பௌத்த விழாவே ஆகும்.

ஆகவே இன்றைய நாட்களில் ஸ்ரீ சுந்தரராஜப் பெருமாளான விஷ்ணு, கள்ளழகர் கோலம் பூண்டு மதுரை வந்து, தங்கக்குதிரை வாகனத்துடன் வைகையில் இறங்கும் விழாவானது, பண்டைய நாட்களில் அழகர்கோயில் பௌத்தக் கோயிலாக இருந்த காலத்தில் மருத நில மக்களால் மழை வேண்டிக் கொண்டாடப்பட்ட 'இந்திர விழா' என்னும் 'பௌத்த விழா'வாகவே இருந்திருப்பதற்கான சாத்தியக்கூறுகளை உள்ளூர் மரபுகளின் அடிப்படையில் மட்டும் இதுவரையில் கண்டோம். இனி அதன் ஆசிய அளவிலான மரபுகளுக்கிடையிலான தொடர்பு பற்றிக் காணலாம்.

சொங்க்ரான் (Songkran) திருவிழா

சமஸ்கிருதத்தில் 'மேஷ சங்கிராந்தி' என்றழைக்கப்படும் விழாவே, 'சொங்க்ரான்' என்னும் திருவிழாவாக தாய்லாந்து, லாவோஸ், கம்போடியா, மியான்மர், வியட்னாம், இலங்கை, சீனா போன்ற நாடுகளிலும், வடகிழக்கு இந்தியப் பகுதிகளிலும் கொண்டாடப்படுகிறது. சூரியன் மீனத்திலிருந்து மேஷத்திற்கு நகரும் நாளே மேஷ சங்கிராந்தி நாளாகும். இதுவே சொங்க்ரான் என்னும் புத்தாண்டு நாளாகவும் கொண்டாடப்படுகிறது. தமிழகத்திலும் இந்நாளே சித்திரை முதல் நாளாக, புத்தாண்டாகக் கொண்டாடப்படுகிறது. இது சூரிய நாட்காட்டி அடிப்படையிலான புத்தாண்டாகும்.

தாய்லாந்தில் கொண்டாடப்பெறும் சொங்க்ரான் விழாவினைப் பற்றி அறிய முனைகையில், அவ்விழாவானது பெருமளவிற்கு வைகை ஆற்றில் அழகர் இறங்கும் விழாவினை ஒத்திருப்பதை அறிய முடிகிறது. தாய்லாந்தில் சித்திரை முதல் நாளிலும், மதுரையில் சித்திரை முழுநிலவு நாளிலும் கொண்டாடப்பெறும் இவ்விரு விழாக்களின் பொதுவான சில அம்சங்களைக் காணலாம்.

பண்டைய நாட்களில் தேனூரில் அழகர் ஆற்றில் இறங்கியபோது, அதனைச் சுற்றிலுமுள்ள பல்வேறு ஊர்களைச் சேர்ந்த பெருமாள்களும் (கோயில் உற்சவ மூர்த்திகள்) ஆற்றில் இறங்கியுள்ளனர். மேலும் சித்திரை முழுநிலவு நாளில் திண்டுக்கல், சிவகங்கை, மதுரை எனப் பல்வேறு ஊர்களிலும் ஆற்றில் அழகர் இறங்கும் விழா நடைபெறுகிறது. ஆனாலும் பண்டைய நாட்களில் தேனூர் விழாவே மிகப்பெரிய திருவிழாவாக இருந்துள்ளது. அழகர் தன் கோயிலிலிருந்து வழிநெடுகப் பயணித்து ஆற்றுக்கு வருகைப் புரிந்து, விழா முடிவுற்றதும் திரும்பவும் தன் கோயிலுக்குச் செல்வதைப் போன்றே, தாய்லாந்தில்லும் சொங்க்ரான் விழாவின்போது புத்தரின் சிலைகள் பல்வேறு மடாலயங்களிலிருந்தும் ஊர்வலமாக எடுத்துவரப்படுகின்றன. அப்படி வரும் புத்தரின் சிலைகளின் மீது, இங்கே அழகரின் மீது துருத்திநீர்ப் பீய்ச்சுவது போலவே, நீர்த்துப்பாக்கிகள் மூலமாக நீர் பீய்ச்சுகிறார்கள். சில இடங்களில் பாத்திரங்களால் நீரள்ளி ஊற்றுகிறார்கள். அழகர் மீது மட்டுமல்லாது மக்களின் மீதும் நீர்ப் பீய்ச்சுவது போலவே, தாய்லாந்திலும் ஒருவருக்கொருவர் நீர்ப்பீய்ச்சிக் களிக்கின்றனர்.

திருவிழாவின்போது அழகருக்கு நிறைய காணிக்கைகளும், அடியவர்களுக்கு அன்னதானங்களும் கொடுக்கப்படுவது போலவே, தாய்லாந்திலும் பௌத்தத் துறவியருக்கும் மடாலயங்களுக்கும் தானங்கள் வழங்கப்படுகின்றன. அழகர் விழாவில் கொக்கு, நண்டு, தவளை போன்ற பிராணிகள் விடுவிக்கப்படுவதைப் போலவே, தாய்லாந்திலும் சொங்க்ரான் விழாவன்று பறவைகளும் விலங்குகளும் விடுவிக்கப்படுகின்றன.

சொங்க்ரான் இன்றளவும் பௌத்த விழாவாகவே நீடித்துவரும் நிலையில், அழகர் விழாவானது எவ்வாறு பண்டைக் காலத்தில் பௌத்த விழாவாக இருந்திருக்க வாய்ப்புகளிருந்தன என்பதுபற்றி நாம் மேலே கண்டோம்.

தற்காலிகமான நிறைவாக

பௌத்தம் தோன்றுவதற்கு முன்பிருந்த பண்டைய மக்களின் வாழ்வியல் முறைமைகளோடு பிறந்த வளமைச் சடங்குகள் பலவும், சமய வளர்ச்சிப் போக்கில், பௌத்தத்தின் உள்ளூர் மரபுகளில் பிரிக்க முடியாத பௌத்தச் சடங்குகளாக நிலைபெற்றுச் சில இடங்களில் சிற்சில மாற்றங்களுடன் தொடர்ந்துகொண்டும், பெரும்பாலான இடங்களில் பல்வேறு சமயங்களின் திரிபுகளுக்கும் இலக்காகிய நிலையிலும், இன்றளவும் நிகழ்ந்துவரும் அச்சடங்குகளை அதன் உள்மெய்யை ஆரய்வதன் மூலம் அவற்றின்

பௌத்த அடித்தளங்களை நம்மால் அடையாளம் காண முடியுமென்பதை இக்கட்டுரையின் வழியே கண்டோம். மேலதிக ஆய்வுகளின் வழியே தென்கிழக்காசிய நாடுகள் பலவற்றிலும் இன்று கடைபிடிக்கப்படும் பௌத்தச் சடங்குகளிலும், வழிபாடுகளிலும் தமிழ்ப் பௌத்தத்தின் வேர்களை நம்மால் இனம் காண இயலும். அதன் வழியே தமிழ் மெய்யியல் மரபின் அடித்தளங்களையும் நம்மால் காண இயலும்.

துணை நின்ற நூல்கள் :

1. *அழகர்கோயில் - தொ.பரமசிவன்*
2. *மதுரைக் கோயில்களும் திருவிழாக்களும் - பி.ஆறுமுகம்*
3. *இலக்கியங்கள் பேசும் தேனூர் - பி.ஆறுமுகம்*
4. *அடித்தள மக்களின் குறியீட்டுப் பயண வெளிகள் - இ.முத்தையா*
5. *தமிழர் பழக்கவழக்கங்களும் நம்பிக்கைகளும் - க.காந்தி*
6. *பௌத்தமும் தமிழும் - மயிலை. சீனி. வேங்கடசாமி*
7. *அயோத்திதாசர் சிந்தனைகள் - பண்டிதர் க.அயோத்திதாசர் மற்றும் கள ஆய்வும் இணையமும்.*

- நீலம், நவம்பர் 2020

'உள்மெய்' 'புறமெய்'யாக எஞ்சும் தருணம்: ஔவை மீதான வாசிப்பு

ஸ்டாலின் ராஜாங்கம்

ஔவையார் என்ற பெயரைக் கேட்டதும் நம் மனதில் தோன்றும் பிம்பம் என்ன? தண்டு ஊன்றி நடக்கும் பாட்டியின் தோற்றம்தான். இத்தோற்றத்தை ஒட்டி நம் மனதில் சில கதைகளும் தோன்றி மறையலாம். கண்டனம் கலக்காது புத்திமதி சொல்பவள், பாடக்கூடியவள், கோபித்துக்கொண்ட பாலகனாகிய முருகனைச் சமாதானம் செய்தவள் என்பவை ஔவை பற்றிய சில கதைகள். வெகுமக்கள் நினைவிலுள்ள ஔவை இவரே. தமிழில் பண்டைய இலக்கியம் படித்தவர்களுக்கு வேறோர் ஔவை தெரியும், சங்க இலக்கிய ஔவை அவர். இந்த ஔவையைக் கிழவி என்று சொல்வதற்கான எந்தச் சான்றுகளும் இல்லை. அவள் இளம்பெண்ணாக இருந்திருக்கக் கூடும் என்று ஆய்வாளர்கள் கணிக்கிறார்கள். இதன்படி இங்கு அறியப்படுவது இரண்டு ஔவைகள். ஒருவர் வெகுமக்களிடையே புழக்கமுடையவர், மற்றவர் புலமையோருக்குத் தெரிந்தவர். வெகுமக்கள் ஔவை பிற்காலத்தவள், படித்தோரறிந்த ஔவை பண்டைய காலத்தவள்.

சங்க இலக்கியங்களில் நெடும்பாட்டுகளாக அறியப்படும் பத்துப்பாட்டு நூல்களில் எதுவும் ஔவை பாடியதாக இல்லை. பத்து நெடும்பாட்டுகளும் கலித்தொகை, பரிபாடல் தவிர்த்த எட்டுத்தொகை நூல்களிலுள்ள தனிப்பாடல்களுக்குப் பிந்தையவை. தனித்தனி பாடல்களின் தொகுப்புகளாக விளங்கும் புறநானூறு, குறுந்தொகை, நற்றிணை, அகநானூறு ஆகிய எட்டுத்தொகை

நூல்களிலேயே ஔவை பெயரிலான பாடல்கள் உள்ளன. 1990களுக்குப் பின் தமிழ் ஆய்வாளர்களின் மறுவாசிப்பில் இந்தச் சங்க இலக்கிய ஔவை மீட்டெடுக்கப்பட்டாள். பிரதிகள் வாயிலான இந்த மீட்டெடுப்பு வெகுமக்கள் நினைவிலுள்ள மூதாட்டியான ஔவைக்கு மாற்றானது. ஏனென்றால் ஔவை பற்றிய பிற்கால கதைகள் முருகன், விநாயகர் போன்ற தெய்வங்களோடு இணைக்கப்பட்டு சைவச் சாயல் கொண்டவையாக இருக்கின்றன. அதற்கு மாற்றாக 'சமயச் சார்பற்ற' ஔவையை மீட்டெடுக்க சங்க இலக்கிய ஔவை பாடல்களிடம் சென்றனர். இவ்வகையில் உடைமைச் சமூகம் உருவாகாத - சமய நிறுவனங்கள் இல்லாத தொல் தமிழ்ச் சமூகத்தின் பிரதிநிதியாக ஔவையை மீட்டெடுத்து இன்குலாப் எழுதிய 'ஔவை' என்னும் நாடகப் பிரதியை நாமறிவோம்.

இடைக்கால ஔவை:

சங்க இலக்கிய ஔவைக்கும் பிற்கால 'மூதாட்டி' ஔவைக்கும் இடையே மிகப்பெரிய கால இடைவெளி இருக்கிறது. இந்த இடைவெளிகளுக்கிடையே இணைப்பு எவ்வாறு உண்டானது என்கிற கேள்வி ஒருபுறமிருக்க, இந்த இடைவெளியில் நழுவிப்போன பெரிய காலம் பற்றிய மற்றொரு கேள்வியும் இருக்கிறது. நழுவிப்போன காலத்தை நிரப்பிப் பார்க்கவே இக்கட்டுரை முயற்சிக்கிறது. நடுவுல கொஞ்சம் பக்கத்தைக் காணோம் என்பதைப் போன்றதான கதை அது. இரண்டு காலத்திற்கு இடையிலும் ஔவைகள் இருந்திருக்கின்றனர். வெகுமக்கள் நினைவுக்குக் கொணரப்படாத - புலமையோர் யோசிக்க விரும்பாத ஔவையர் அவர்கள். ஆனால், இடையிலும் வெவ்வேறு ஔவையர் இருந்தனர் என்பதற்குக் காரணம் சொல்ல வேண்டிய தேவை தமிழ் அறிஞர்களுக்கு ஏற்பட்டபோது, அதனை இரண்டு காரணங்கள் கூறி எதிர்கொண்டார்கள். சங்ககாலத்தில் அதியமானிடமிருந்து 'சாவா மூவா மருந்தான' நெல்லிக்கனியைப் பெற்று உண்டதால் சங்க ஔவையே பிற்காலம் வரையிலும் வாழ்ந்தாள் என்று கூறினர். ஆனால், அப்பார்வை பலவீனமானது என்பதைச் சொல்ல வேண்டியதில்லை. இரண்டாவது காரணமே ஏற்கும்படியாக இருந்தது. அதாவது, ஔவை என்னும் பெயரில் நிறைய ஔவையர்கள் இருந்தார்கள் என்று அவர்கள் சொன்ன காரணம் சரியானது. அதேவேளையில் எத்தனை ஔவை என்பதில் ஒருவருக்கொருவர் வேறுபட்டனர். சிலர் இருவர் என்றனர், வேறு சிலர் ஐவர் என்றனர். அவர்களிலும் சங்க ஔவை பற்றியும் பிற்கால ஔவையும் பற்றியும்தான் அதிகம் பேசப்பட்டிருக்கிறது. இடைக்கால

ஔவை பற்றி ஆராயப்பட்டதில்லை. உண்மையில் முற்கால ஔவையையும் பிற்கால ஔவையையும் கட்டமைத்ததில் பங்காற்றியிருப்பவள் இந்த இடைக்கால ஔவைதான். ஔவை வரலாற்றை விளக்குவதற்காக நெடிய இலக்கிய வரலாற்றுக் காலத்தை பண்டைய காலம், இடைக்காலம், பிற்காலம் என்று இக்கட்டுரை பகுத்துக்கொள்ளப்பட்டுள்ளது. இது, ஔவை வரலாற்றைப் பிரித்து விளக்கும் வசதிக்காக உருவாக்கிக்கொண்ட தற்காலிகப் பகுப்பே தவிர, சாராம்சப்படுத்தவில்லை. இடைக்காலம் என்று இக்கட்டுரை எடுத்துக்கொள்வது, சங்க இலக்கியத்திற்குப் பிந்தைய சங்க மருவிய இலக்கியம் தொடங்கி காப்பியங்கள் வழியாக 13, 14 நூற்றாண்டு வரையிலான காலத்தை.

குறளிலும் காப்பியங்களிலும் ஔவை:

தமிழில் 'ஐ' என்ற சொல்லுக்குத் தலைமை என்று பொருள். 'ஐ' என்ற ஆண்பால் சொல்லுக்கேற்ற பெண்பால் சொல் 'ஐயை'. தனித்தும், பிற சொற்களோடு / எழுத்துகளோடு இணைந்தும் ஒரு பெயராக வழங்கியிருக்கிறது ஐயை என்கிற சொல். ஔவை பாடியதாகக் கருதப்படும் சங்கப் பாடல்களில் எங்கும் ஔவை என்ற பெயர் இல்லை. சங்க நூல்களில் பிற்காலப் பெரும்பாட்டான சிறுபாணாற்றுப்படையில் ஓரிடத்தில் மட்டும் அப்பெயர் இடம்பெற்றுள்ளது. குறளின் அழுக்காறாமை அதிகாரத்தில் "அவ்வித்து அழுக்காறு உடையானைச் செய்யவள், தவ்வையைக் காட்டிவிடும்" (167) என்ற குறள் இடம்பெற்றிருக்கிறது. பொறாமையுடையோரைக் கண்டால் திருமகளானவள், அவனை வெறுத்துத் தன்னுடைய அக்காவான மூதேவியைக் காட்டிவிட்டுத் தான் அகன்றுவிடுவாள் என்பது இக்குறளுக்கு ஏற்கப்பட்டிருக்கும் விளக்கம். செல்வத்தைத் திருமகள் என்றும், வறுமையை மூதேவி என்றும் கற்பிதம் செய்திருப்பதிலிருந்து இத்தகைய உருவகங்கள் உருவாகியிருக்கின்றன. இப்போதைக்குக் கட்டுரை விவாதிக்கும் ஔவை தொடர்பான சான்று சார்ந்து மட்டும் பார்க்கலாம். இக்குறளின்படி மூத்தவளுக்குப் பெயர் தவ்வை என்றறிந்துகொள்கிறோம். இதேபோல குறளில் படைச்செருக்கு என்ற அதிகாரத்தில் "என் ஐ முன் நில்லன் மின் தெவ்விர்" என்ற வரி வருகிறது. இதில் வரும் 'ஐ' என்பதற்குத் தலைவன் என்பது பொருளாகும்.

பிறகு, சிலப்பதிகாரத்தில் 'ஐயை' என்ற பெயரிலேயே ஒரு பாத்திரம் வருகிறது. கண்ணகியும் கோவலனும் பூம்புகாரிலிருந்து புறப்பட்டு,

வழியில் இணைந்த கவுந்தியடிகளோடு மதுரை நகருக்குள் நுழைகிறார்கள். இருவரையும் மதுரை புறஞ்சேரியில் தாயும் மகளுமாக இருக்கும் மாதரி, ஐயை என்கிற இரண்டு பெண்களிடம் அடைக்கலமாக ஒப்படைக்கிறார் கவுந்தியடிகள். மாதரியை அறிமுகப்படுத்தும்போது இயக்கியம்மனை வணங்கிவிட்டு வந்து கவுந்தியடிகளை வணங்குவதாகக் காட்டுகிறது சிலப்பதிகாரம். கவுந்தியடிகளை அறிமுகப்படுத்தும்போதும் இது நடக்கிறது. இயக்கி என்பது சிலப்பதிகார காலகட்டச் சொல்.

இ + அய் (ஐ) + இ என்று பிரிக்கும்போது இச்சொல்லில் 'அய் (ஐ)', 'அய்க்கி' என்னும் சொற்கள் உள்ளடங்கியிருப்பதை அறியலாம். அய்க்கி என்ற சொல் அய்யை / ஐயை என்பதற்கு நெருக்கமானது. மாதரி மகள் 'ஐயை'யின் பெயர் ஒருவகையில் இந்த இயக்கியம்மனோடு தொடர்புகொண்டதாக இருக்கிறது. குடும்ப / குல தெய்வத்தின் பெயரைச் சூட்டுவது என்ற முறைப்படி அவள் பெயர் சூட்டப்பட்டிருக்கலாம். மாதரியும் ஐயையும் வணங்கும் கவுந்தியடிகளையே "கவுந்தி ஐயை" என்று குறிப்பிடுகிறது சிலப்பதிகாரம்.

சிலப்பதிகாரத்தில் 'ஐயை'யானவள் மாதரியின் மகளாகவும், கண்ணகிக்கு உதவும் தோழியாகவும் விளங்கினாலும் அப்பெயர் சங்கப் பாடல்களிலேயே இடம்பெற்றுள்ளது. முதலில் தித்தன் என்ற சிற்றரசனின் இளவரசி "பணைத்தோள் ஐயை" (6, அகநானூறு) என்று குறிப்பிடப்படுகிறாள். அடுத்து குரவையாடும் மகளிர் தம் தெய்வத்தைப் பரவும்போது, 'ஐயை' என விளித்துப் பரவுகின்றனர். ஐயைக்குக் 'கொற்றவை' என்ற பெயர் சமமானது என்பதும் புலப்படுகிறது. சங்க இலக்கியங்களில் கொற்றவை என்ற பெயர் நேரடியாக இடம்பெறவில்லையெனினும், பிற்கால சங்க நூல்களான கலித்தொகை, பரிபாடல், திருமுருகாற்றுப்படை ஆகிய நூல்களில் கொற்றி, கொற்றவை என்கிற பெயர்கள் இடம்பெறுகின்றன. இவ்வாறு பிற்கால சங்க நூல்களில் மறைமுகமான குறிப்புகள் இருப்பினும், சிலப்பதிகாரமே அத்தெய்வம் பற்றி வெளிப்படையாகப் பேசுகிறது. சிலப்பதிகாரம் மதுரை காண்டத்தின் காடுகாண்காதையில் கொற்றவை பற்றியும், அவருக்கான கோயில் பற்றியும் தகவல்கள் இடம்பெற்றிருக்கின்றன. சாலினி என்ற பெண் கொற்றவையாகக் கோலமேற்றது பற்றியும் குறிப்பிடப்பட்டுள்ளது. கொற்றவை என்ற பெயரில் ஔவை / அவ்வை என்ற பெயர்கள் உள்ளடங்கியிருக்கின்றன. கொல் + ஔவை, கொற்றி + ஔவை, கொற்ற + ஔவை, கொல் + அவ்வை, கொல் + தவ்வை

என்றெல்லாம் பிரிக்கும்போது அவற்றில் அடியோட்டமாக ஔவை என்ற பெயர் தங்கியிருப்பதைப் பார்க்கலாம். எனவே ஐயை, கொற்றவை என்கிற பெயர்களுக்கிடையே தொடர்பிருப்பதையும், இவற்றோடு இயக்கி என்ற பெயரையும் சேர்த்து அறிய முடியும் என்பதையும் புரிந்துகொள்கிறோம். மேலும் சிலப்பதிகாரத்திலேயே "அவ்வை உயிர் வீவும் கேட்டாயோ தோழி" என்ற வரியில் தாய் என்ற பொருளில் ஔவை பெயர் பயின்றுவருவதைப் பார்க்கிறோம். சிலப்பதிகாரத்திற்கு அடுத்து சீவக சிந்தாமணியில் ஔவை, ஔவைமார்கள் போன்ற சொற்கள் இடம்பெற்றுள்ளன. மணிமேகலை, சூளாமணி போன்ற காப்பியங்களிலும் இப்பெயர் இடம்பெற்றுள்ளது.

'ஔவை' என்னும் நிலை:

இந்த மொத்த பதிவுகளிலிருந்து இரண்டு செய்திகள் தெரியவருகின்றன. முதலாவதாக சங்க இலக்கியத்தின் மீச்சிறு இடங்கள் தவிர சங்கம் மருவிய அற இலக்கியங்களிலும், காப்பியங்களிலும்தான் ஔவை என்ற பெயர் முழுமையாகப் பதிவாகியுள்ளது. இரண்டாவதாக ஔவை என்ற பெயர் இடம்பெற்ற எல்லா நூல்களும் பௌத்த - சமண சமயங்களைச் சேர்ந்த சிரமண மரபினதாக உள்ளன. அதேபோல ஔவை / ஐயை என்ற பெயரால் அறியப்படுவோர் எவ்விடத்திலும் திருமணம் புரிந்தவராகவோ, குடும்ப அமைப்பில் இருப்பவராகவோ இல்லை என்பது குறிப்பிடத்தக்கது. ஔவை தலைமையான / மூத்த நிலையிலிருப்பதால் சமூக மனிதர்களுக்கு மேலானவளாக - வழிபடத்தக்கவளாக இருக்கிறாள். இவ்விடத்தில் நுட்பமானதொரு வேறுபாட்டை அறிந்துகொள்ள வேண்டியுள்ளது. 'மூத்த' என்பதற்கும் 'முதிய' என்பதற்கும் வேறுபாடு இருக்கிறது. 'முதிய' என்பது வயதில் பெரியவரைக் குறிக்கும். மாறாக மூத்த என்பது தலைமையான ஒருவரைக் குறிக்கும். மேற்கண்ட எல்லாப் பதிவுகளிலும் ஔவை என்ற பெயர் 'மூத்த' என்ற தகுதியில் அமைந்திருக்கிறதே ஒழிய, 'முதிய' என்று வயதைக் குறிப்பதாக அமையவில்லை. ஐ - ஐயை - ஔவை என்ற பெயர் மக்களுக்கு உதவிய / வழிகாட்டிய ஒருவரைக் குறித்திருக்கிறது. வழிகாட்டியதால் தலைமையானவராகக் கருதப்பட்டார். இதன்படி ஔவை என்கிற பெயரை ஒரு தகுதி அல்லது ஒரு நிலை என்று கூறலாம்.

இத்தருணத்தில் ஔவை என்கிற பெயர் தனிமனிதர் ஒருவரைக் குறிப்பதாக அல்லாமல், வழிகாட்டும் தன்மையால் தலைமை என்னும் தகுதியை அடைந்த யாரையும் குறிக்கும் சொல்லாகிவிடுகிறது. எனவே

ஔவை என்பவர் தனிநபராக இருக்க வேண்டிய அவசியமில்லை. அதுவொரு பொதுப்பெயர்.

பொதுப்பெயரில் வழங்கப்படும் தெய்வங்கள்:

இந்திய / தமிழ் மரபில் குறிப்பிட்ட நிலையை அடைந்தவரின் பெயர் பின்னால் அந்நிலையை அடையும் எவரையும் குறிக்கும் பொதுப்பெயராகி விட்டிருப்பதற்கு ஏராளமான உதாரணங்கள் உண்டு. இங்கு 'ஐயனார்' என்ற பெயரை எடுத்துக்கொள்ளலாம். ஐயனார் என்பதில் உள்ள 'ஐ' தலைமையைக் குறிக்கும். அந்நிலையை எட்டும் எவரும் ஐயனார் ஆகிவிடுகிறார். ஆனால், நம்மூரில் ஐயனார் என்ற பெயர் பெரும்பாலும் தனியாக வழங்கப்படுவதில்லை. அப்பெயருக்கு முன்னால் இன்னொரு பெயரைச் சேர்த்தே வழங்குகிறார்கள். சான்றாக நிறைகுளத்து ஐயனார், நீர்காத்த ஐயனார், புலிமேலுடைய ஐயனார் என்கிற பெயர்களைக் கூறலாம். ஐயனார் என்பது பொதுப்பெயராகவும், எந்தச் செயலைச் செய்து ஐயனார் ஆனாரோ அந்தச் செயல் முன்பெயராகவும் இருக்கிறது. வட தமிழகத்தின் குறிப்பிட்ட பகுதிகளில் 'வேடியப்பன்' என்ற தெய்வத்தைப் பல கிராமங்களில் வழங்குகிறார்கள். மக்களுக்காக வேட்டையாடச் சென்றவர் என்ற கதை இத்தெய்வத்தின் மீது பொதுவாக வழங்கப்படுகிறது. பழங்குடி வேட்டைச் சமூகத்தில் தலைமையாக இருந்தவரை இப்பெயர் குறிக்கிறது என்பது தெளிவு (வேட்டை - வேடி). இவ்வாறிருந்தவர் இறந்த பின்னால் வணங்கப்பட்டிருக்கலாம். பிறகு சுற்றுவட்டார இடங்களுக்கும் அப்பெயருடைய தெய்வ வழிபாடு பரவியிருக்கலாம். அந்தந்தப் பகுதியில் வழங்கப்பட்டுவந்த வழிபாடுகளோடு செல்வாக்காக மாறிய இந்தப் புதிய வழிபாடும் சேர்ந்திருக்கலாம். இத்தெய்வத்தின் பெயரில் வழிபாடு நிலவும் எல்லா இடங்களிலும் நீத்தார் பெயர் வேடியப்பனாக இருந்திருக்க முடியாது. இறந்தவர் எப்பெயர் கொண்டவராக இருந்திருப்பினும், அவர் வழிபாடு வேடியப்பன் என்ற பொதுப் பெயருக்கு மாறிக்கொண்டிருக்க வேண்டும். சாஸ்தா என்ற பெயரையும் இவ்வாறு பொதுப்பெயராக கூறலாம்.

அந்தணர் / புத்தர் / சித்தர்:

தெய்வங்களின் பெயரில் மட்டுமல்ல சமூகத்தில் மதிக்கத்தக்க இடத்தைப் பெறுபவர்களுக்கும் பொதுப்பெயர் வழங்கப்பட்டதுண்டு. 'அந்தணர்' என்ற பெயரை எடுத்துக்கொள்வோம். அந்தணர் என்போர் 'அறவோர்' என்று கூறும் குறள், 'செந்தண்மை பூண்டு ஒழுகுவோருக்கு'

அப்பெயரை அறுதியிடுகிறது. இன்றைக்குப் போல் அது சாதியின் பெயரல்ல. அதுவொரு பொதுப்பெயர். செந்தண்மை பூண்டொழுகும் யாரும் அந்தணர் ஆகலாமே ஒழிய, பிறப்பினால் அப்பெயர் வராது என்பது அதன் பொருள். இதன்படி அந்தணர் என்பது ஒரு தன்மை அல்லது ஒரு நிலை என்றாகிறது. இந்த நிலையை அடைந்து, மக்களால் அந்தணர் என்று மதிக்கப்பட்டவர்களின் தகுதியை எடுத்துக்கொண்டால், அவர்களுக்குரிய மக்கள் செல்வாக்கைத் தம் பக்கம் திருப்பிக்கொள்ள முடியும் என்ற எண்ணத்தின் அடிப்படையிலேயே அந்தணர் என்ற பெயர் குறிப்பிட்ட சாதிக்குரியதாக மாற்றப்பட்டிருக்கிறது. இவை எல்லாவற்றையும் விட முக்கியமான சான்று ஒன்றிருக்கிறது. மணிமேகலை காப்பியம் "எண்ணில் புத்தர்" என்ற சொற்றொடரைக் கையாள்கிறது. புத்தர் ஒருவரல்லர், எண்ணற்றவர் என்பது இதன் பொருள். வரலாற்று நிலையில் அறியப்படும் புத்தரை நாமறிவோம். ஆனால், அவர் மட்டுமல்லாது நிறைய புத்தர்கள் இருந்தார்கள். புத்தம் என்பது ஒரு நிலை அல்லது தகுதி. அதை அடையும் யாரும் புத்தராகிறார் என்பது இதன் பொருள். சித்தர் என்ற பெயரும் இவ்வாறுதான். சித்த நிலையை அடையும் யாரும் சித்தரே. ஔவை என்பது பொதுப்பெயர் என்பதை இப்பின்புலத்திலும் புரிந்துகொள்ளலாம். சீவக சிந்தாமணி ஔவைமார்கள் என்று பன்மையில் குறிப்பிட்டிருப்பதையும் கவனத்தில் கொள்ள வேண்டும்.

சமண இயக்கியும் ஔவையும்:

ஔவை என்னும் பெயரைக் காட்டும் நூல்கள் எல்லாம் பௌத்த - சமண சமயங்களை உள்ளடக்கிய சிரமண மரபினதாக இருப்பதை மேலே குறிப்பிட்டோம். இது ஏன்? தமிழ் மரபில் பிக்குணிகளாக மாறி (தேரி) மக்களுக்கு அறவழி காட்டியவர்களுக்கு ஔவை என்னும் பெயர் இருந்துள்ளது. ஔவை என்னும் மரபை உறுதியாகவும் பரவலாகவும் இடைக்காலத்திலேயே பார்க்கிறோம். இவ்விடத்தில் 'இயக்கி' என்னும் செவ்வியல் பெயரில் அழைக்கப்பட்ட தெய்வத்தின் பெயரையும் சேர்த்துக் கொள்ளலாம். இயக்கி என்பது வடமொழியில் யட்ஷி என்றழைக்கப்பட்டு 'காமக்கோட்ட யட்ஷி' காமயட்சி (காமாட்சி) என்றும், 'மீன் கோட்ட யட்ஷி' (மீனாட்சி) என்றும் செவ்வியல் தெய்வங்கள் ஆக்கப்பட்டனர். யட்ஷி என்பதன் வழக்குச் சொல்தான் இசக்கி. தென்பாண்டி தமிழகத்தில் இசக்கி வழிபாடு பிரபலம். கேரளா வரை பரவியிருக்கும் பகவதி வழிபாடு இத்தகைய இசக்கிகளே ஆவர்.

கல்வெட்டு ஆய்வாளர் வெ.வேதாச்சலம் எழுதிய 'இயக்கி வழிபாடு' என்னும் நூலில் சமண சமய இயக்கிகளுக்கு ஓர் அத்தியாயமே ஒதுக்கப்பட்டுள்ளது. இயக்கியை ஔவை என்னும் பெயரால் கல்வெட்டுகளில் குறித்திருப்பதை அந்நூல் சுட்டுகிறது. அதாவது "சிலவிடங்களில் அவள் (இயக்கி) பெற்றிருந்த நிலையை உணர்த்தும் வகையில் அவ்வை, பதுமம் என்ற பெயர்கள் குறிப்பிடப்பட்டிருக்கின்றன" (ப.48) என்று கூறப்பட்டுள்ளது. திண்டுக்கல் அய்யம்பாளையம் கல்வெட்டில் ஔவை என்ற பெயர் இடம்பெற்றுள்ளது. இக்கல்வெட்டின் காலம் கி.பி. ஆறாம் நூற்றாண்டுக்கு முந்தையதாகும். இதே காலகட்டத்தைதான் ஐம்பெரும் காப்பியங்களின் காலமாக, ஏற்றுக்கொள்ளப்பட்டிருக்கும் தமிழ் இலக்கிய வரலாறும் கூறுகிறது. இவ்வாறு ஔவை என்கிற பெயர் சமண மரபோடு தொடர்பு பெற்றிருப்பதை இலக்கியங்கள், கல்வெட்டுகள் வழியாக அறிந்துகொள்கிறோம்.

சமண மரபில் 24 தீர்த்தங்கரர்கள். ஒவ்வொருவருக்கும் ஓர் இயக்கி உண்டு. தருமதேவி என்பது அவர்களைக் குறிக்கும் மற்றொரு பெயராகும். இயக்கியர்களில் இருவர் தமிழகத்தில் பிரபலம். ஒருவர் அம்பிகா, மற்றொருவர் பத்மாவதி. 23ஆம் தீர்த்தங்கரராகிய பார்சுவநாதரின் இயக்கியே பத்மாவதி. இவளை ஔவையாகக் குறிப்பிடும் குறிப்பு முற்கால பாண்டியர்களால் கல்வெட்டிலேயே இருப்பதை வெ.வேதாச்சலம் சுட்டிக்காட்டியிருப்பதைப் பார்த்தோம். சூடாமணி நிகண்டிலிருந்து பாடலொன்றைச் சான்று காட்டி அம்பிகாதேவிதான் ஔவை என்கிறார் அயோத்திதாசர். தமிழகத்தில் பல இடங்களில் அம்பிகாவிற்கு உருவங்கள் உண்டு. திருப்பாண்மலை, வள்ளிமலை, அனந்தமங்கலம், சித்தாமூர், ஆனைமலை போன்ற இடங்களின் சமணக் குகைகளில் அம்பிகா உருவங்கள் உண்டு.

சங்கப் பாடல்களில் ஔவை பெயரில் பாடல்கள் இருந்தாலும், ஔவைக்கு உருவமும் வழிபாட்டுப் பண்பும் உருவாவது இடைக்கால சமண சமய இயக்கி மரபில்தான். உண்மையில் இன்றைக்கு நாம் அறியும் ஔவைக்கான சித்திரத்தைச் சிரமண மரபுதான் தந்திருக்கிறது. மக்களுக்கு ஏதோவொரு வகையில் உதவியவர் / வழிகாட்டியவர் இறந்த பின்னால் அவரை வழிபடுவதிலிருந்துதான் (நீத்தார் வழிபாடு) வழிபாடுகள் கிளைத்திருக்கின்றன. கொடிய விலங்குகளுடனோ பகைவர்களுடனோ போராடி இறந்துபோன வீரனுக்கு நடுகல் நட்டு வழிபடும் மரபு

இங்கிருந்திருக்கிறது. மக்களிடையே அறநெறியைப் பரப்புவதன் மூலம் வழிகாட்டும் நிலையைப் பெற்றிருந்த ஔவைகள், உயிரோடு இருந்தபோது மட்டுமல்லாமல் இறந்த பின்பும் வணங்கப்பட்டனர். சில இடங்களில் தனித்தும் பல இடங்களில் ஏற்கெனவே இருந்த பெண் தெய்வங்களோடு இணைத்தும் வழிபடப்பட்டனர்.

ஔவையாகிய பெண் துறவி :

இவற்றையெல்லாம் தொகுத்துப் பார்க்கும்போது பெண் துறவியைக் குறிக்கும் பொதுச்சொல்லே ஔவை என்று விரிந்த அர்த்தம் கிடைக்கிறது. அத்தகைய பெண் துறவி வழிபடப்பட்டிருக்கிறார் என்பதைத் தெளிவாக அறிய முடிகிறது. இதனையே "அவ்வை எனும் சொல் பெண் பிறவியைப் பிற்காலத்தில் குறித்தது என்பதைச் சூடாமணி நிகண்டு சிந்தாமணி வழக்காற்றால் அறிகிறோம்" என்று கூறுகிறார் தாயம்மாள் அறவாணன். அன்றைக்கு இத்தகைய பெண் துறவு முறை பௌத்த மரபில்தான் இருந்தது என்பது இவ்விடத்தில் குறிப்பிடத்தக்கது. கி.பி. 8ஆம் நூற்றாண்டில் தொகுத்ததாகக் கூறப்படும் ஆதிநிகண்டாகிய திவாகர நிகண்டின் மூன்றாம் விலங்கின் பெயர்த்தொகுதி இறுதியில் "அவ்வை பாடிய அம்பர் கிழவன், தேன்தார்ச் சேந்தன் தெரிசொல் திவாகரத்துள்..." என்ற பாடலடி வருகிறது. இப்பாடலடி பற்றி எழுதும் பேராசிரியர் தமிழண்ணல் "இவரைப் பற்றி வேறு குறிப்பு கிடைக்கவில்லை. சேந்தனைப் பாடியதாக திவாகர முனிவர் இருப்பதால் இவர் சமணராய் இருக்கவும் வாய்ப்புண்டு" (ப.85, ஔவையார், சாகித்ய அகாதமி) என்கிறார்.

ஔவையைச் சமணராய் தொடர்புபடுத்தும் இக்காலகட்டத்தில் அவரைச் சைவத்தோடு தொடர்புபடுத்தும் எந்தச் சான்றுகளும் கிடைக்கவில்லை என்பது குறிப்பிடத்தக்கது. இக்காலகட்டத்திற்கும் பின்னரே ஔவையைச் சைவ சமயத்தோடு தொடர்புபடுத்தும் கதைகள் முளைவிட்டு மெல்ல மெல்ல வளர்த்தெடுக்கப்பட்டிருக்கின்றன. சுருக்கமாகச் சொல்ல வேண்டுமானால் ஔவை சிரமண மரபிலிருந்து சைவ மரபால் போலச் செய்யப்பட்டிருக்கிறார். பண்டைய சைவ அமைப்பில் திருமணமே செய்துகொள்ளாமல் முழுமையான சமயத் தொண்டை ஏற்கும் பெண் சன்னியாசினி முறை இல்லை. சைவ சமயத்தார் சமண - பௌத்தத்திலிருந்து எடுத்துக்கொண்டதே பெண் சன்னியாசினி முறையாகும். இதன் எதிரொலிதான் ஔவை என்னும் இளம்பெண் திருமணத்தை வெறுத்து

இறைவனின் அருளால் துறவு கொண்ட கதையாகும் என்று தாயம்மாள் அறவாணன் கூறியிருப்பது இங்கு குறிப்பிடத்தக்கதாகும்.

போலச் செய்தல்:

ஒரு மரபிலிருந்து மற்றொரு மரபு போலச் செய்யும்போது முந்தைய மரபின் வடிவங்களை விட்டுவிடுவதில்லை. அதேவேளையில் ஏற்கெனவே இருந்துவந்த மரபுதான் இதுவும் என்ற தோற்றமும் காட்ட வேண்டும், இது திரிக்கப்பட்ட பொய் என்பதும் தெரியக் கூடாது என்பதற்குட்பட்டு 'போலச் செய்தல்' அமையும்.

சமண சமயத்திலுள்ள சில சடங்கு சம்பிரதாயங்களைச் சைவ சமயம் ஈர்த்துக்கொண்டது என்று கூறும் தாயம்மாள் அறவாணன், அதற்குச் சான்றாக கொல்லாமை, புலால் உண்ணாமை, கள் உண்ணாமை போன்றவற்றைக் கூறுகிறார். இந்த அம்சங்களைப் பிற்கால ஔவையின் ஆத்திச்சூடி போன்ற பாடல்களில் பார்க்கலாம். இந்தக் கருத்துகள் சைவமயமாக்கப்பட்ட பிற்கால ஔவையுடைய கருத்துகளாகத் தெரிந்தாலும், சமண மரபின் தொடர்ச்சியில் எடுத்துக்கொள்ளப்பட்டவை என்பது அறிய வேண்டிய உண்மையாகும். அதாவது இதில் முந்தைய தொடர்ச்சியும் இருக்கிறது, அவை பிற்காலத்தின் ஔவைக்கே சொந்தமானது என்பதும் நிறுவப்பட்டிருக்கிறது.

வழக்காற்று ஔவையில் எஞ்சியிருக்கும் சிரமண மரபுகள்:

செவ்வியல் மரபில் இத்தகைய மாற்றங்கள் நடந்தாலும், மக்களிடையே நிலவும் வழக்காற்று மரபை இந்தப் 'போலச் செய்தல்' உடனே பாதிக்க முடிவதில்லை. மெல்ல மெல்லவே மாற்றங்கள் நடக்கின்றன. எனவேதான் போலச் செய்தலுக்கு முன்பிருந்த மரபுக்கான தடயங்கள் செவ்வியல் மரபைக் காட்டிலும், வழக்காற்று மரபில் அழியாமலும் அதிகமாகவும் இருக்கின்றன. தமிழகத்தில் கிட்டத்தட்ட பத்து இடங்களிலாவது ஔவை பெயரில் கோயில்கள் இருக்கின்றன. இவற்றில் அதிக கோயில்கள் சமண பெண் தெய்வத்தோடு தொடர்புடையதாக இருக்கின்றன. குறிப்பாக, குமரி மாவட்டத்திலுள்ள ஔவை கோயில்கள் ஔவையை முழுமையாகச் சமண மரபோடு தொடர்புபடுத்துகின்றன. இந்த வட்டாரத்தில்தான் சமண சமய இயக்கியான பகவதி வழிபாடும் அதிகம் என்பது குறிப்பிடத்தக்கது. இயக்கி (இசக்கி), பகவதி, ஔவை ஆகிய பெயர்கள் ஒன்றோடொன்று தொடர்பு கொண்டவையாக அமைந்திருக்கின்றன. குமரி மாவட்டத்தில்

குரத்தியறை ஔவையார் கோயில் இருக்கிறது. குரத்தி என்பது சமண சமய பெண் துறவியைக் குறிக்கும் பெயராகும். செந்தீ நடராஜன் "சமண சமய குரத்திக்கு ஔவை என்ற பெயர் எப்போதும் உண்டு" என்கிறார். நா.வானமாமலையும் "குமரி முழுதும் இருக்கிற சமணக் கோயில்களை ஔவையாரம்மன்களோடு இணைத்துப் பார்க்க முடியும்" என்று குறிப்பிடுவதையும் கணக்கில் கொள்ளலாம்.

ஔவை நீண்ட காலம் சமண மரபிலேயே அறியப்பட்டு, மிகவும் பிற்காலத்திலேயே சைவ மரபோடு இணைக்கப்பட்டார். நெல்லை, குமரி பகுதிகளை வைத்துப் பேசும் தொ.பரமசிவன் "கி.பி. *13, 14* நூற்றாண்டுகளிலேயே சமண சமய ஔவை கதைகள் சைவ மரபுக்கு மாறியிருக்கின்றன" என்கிறார். இன்னமும் கூட பின்னுக்கு வந்து இந்தச் சைவ மரபிலான ஔவை கதைகள் அச்சுப் பண்பாட்டுக் காலத்திலேயே ஏற்றம் பெற்றன என்று சொல்லலாம். இந்த மாற்றங்கள் எல்லாம் நடந்தும் கூட ஔவையாரம்மன் கோயில்கள் முழுமையாக நிறுவன தெய்வக் கோயில்களாக மாறிவிடாத நிலையைப் பார்க்கிறோம். ஔவை கோயில்களில் படைக்கும் பொருட்கள், செய்யப்படும் சடங்குகளின் உள்ளார்ந்த அர்த்தம் ஆகியவற்றில் மூலமான சிரமண மரபின் எச்சங்களைப் பார்க்கலாம். சான்றாக ஔவை நோன்பு என்ற சடங்கு. சிரமண மரபுக்கும் உண்ணா நோன்பிற்கும் தொடர்புண்டு.

காலத்தைக் கலைத்துப் பார்க்கும் நிலைபாடு:

இவ்விடத்தில் வேறொரு புரிதலையும் அடைய முடிகிறது. அதாவது அடுத்தடுத்த காலக்கட்டம் என்ற முறையில் வரிசைப்படி பண்டைக் கால ஔவையின் தாக்கம் இடைக்கால ஔவை மீது இருந்திருக்கும், இடைக்கால ஔவையின் தொடர்ச்சி பிற்கால ஔவை மீதிருக்கும் என்று கருதுகிறோம். இவ்வாறு கருதுவதே இயல்பு. ஆனால் 'வரலாறு' வேறு மாதிரியும் அமைவதுண்டு. ஔவை வரலாற்றில் இடையிலிருந்த ஔவையே பண்டைக் கால சங்க ஔவையையும், பிற்கால ஔவையையும் பாதித்திருக்கிறாள். இவ்வாறு சொல்லும்போது ஔவை பற்றி இன்றறியப்படும் சித்திரம் இன்றைக்கிருந்து கோக்கப்பட்டு அதன்படி கடந்தகால வரலாற்றைப் பார்க்கிறோம் என்கிற கருத்தைக் கவனத்தில் இருத்த வேண்டும். வரலாறு கூறும் காலகட்ட வரிசைகளை எடுத்துவிட்டுப் பார்த்தால், இடைக்காலத்திலுள்ள ஔவையே தன்

காலத்திற்கு முன்பாகவும், பின்பாகவும் சென்று ஊடாடியிருப்பதைப் பார்க்க முடிகிறது. இது உருவகம் போல இருக்கிறது. சங்க ஔவையின் தொடர்ச்சியாகத்தானே இடைக்கால ஔவை இருந்திருக்க முடியும் என்று நினைக்கலாம். உண்மையில் சங்க ஔவையின் பாதிப்பு இடைக்கால ஔவை மீதிருப்பதைவிடவும், இடைக்கால ஔவையின் அம்சங்களே சங்க ஔவை மீது அதிகமிருக்கின்றன.

இது தலைகீழானது போன்று தெரியலாம். ஆனால், இதுவே உண்மை. மனிதகுல வரலாற்றில் மாற்றங்கள் வரிசைக் கிரமமாக ஓர் ஒழுங்கில் நடந்திருக்க முடியும் என்று நம்புவதால் சங்க ஔவையே இடைக்கால ஔவையை பாதித்திருக்க முடியும் என்ற முடிவுக்கு நாம் வருகிறோம். உண்மையில் இந்தக் காலவரிசைக் கிரமம்தான் நமக்குப் பல விதங்களில் தடையாக இருக்கிறது. பல விஷயங்களை வெவ்வேறு சாத்தியங்களோடு யோசித்துப் பார்ப்பதை "ஏற்கெனவே நிலைப்படுத்தப்பட்ட இந்தக் காலகட்ட வரிசை" கட்டுப்படுத்துகிறது. உண்மையில் காலகட்ட வரிசைகளைக் கலைத்துப் பார்க்க வேண்டியிருக்கிறது. இதன் பொருள் காலவரிசையில் அர்த்தமே இல்லை என்பதில்லை. அதன் இறுக்கத்தைப் பரிசீலிக்கவும் வாய்ப்பிருக்க வேண்டும் என்பதே.

இன்றைக்கிருக்கும் காலகட்டக் கணிப்புகள் முற்றும் முடிவானவை அல்ல. நவீன வரலாற்றியல் முறைப்படி வரலாற்றை எழுதத் தொடங்கியபோது நாம் சில விஷயங்களை ஓரிடத்தில் நின்று யோசித்துப் பார்ப்பதற்கு வசதியாக காலகட்ட கணிப்புகளை முடிவு செய்தோம். ஆனால், அவற்றில் பலவும் பரிசீலனைகளே இல்லாமல் நாளடைவில் நிலைபெற்றுவிட்டன. கி.பி. 10ஆம் நூற்றாண்டின் (பிற்கால சோழ காலம்) முந்தைய தமிழக வரலாற்றின் காலகட்டக் கணிப்புகள் யாவும் விவாதத்துக்குரியவைதாம். உண்மையில் சங்க இலக்கிய ஔவைக்கும் இடைக்கால - பிற்கால ஔவைகளுக்கும் பல பொதுப்பண்புகள் உள்ளன. சங்க இலக்கிய காலமாகக் கணிக்கப்பட்டிருக்கும் காலத்திற்கும், இடைக்கால ஔவையின் காலத்திற்கும் நெருக்கமான தொடர்பு இருக்கிறது. சங்கப் பாடல்கள் தொகுக்கப்பட்ட காலத்தில் சிரமண மரபு ஔவைமார்களின் நடமாட்டத்தையும் பார்க்க முடிகிறது. இன்னும் சொல்லப் போனால் இடைக்கால சிரமண மரபு ஔவை தொடர்பில் பார்க்கும்போதுதான் சங்க இலக்கிய ஔவையின் சித்திரம் மேலும் துலக்கமடைகிறது. சங்க இலக்கிய ஔவைக்கென்று இன்றைக்கு அறியப்படும் தகவல்கள் யாவும் சங்கப் பாடல்களிலிருந்தோ அதன் சமகால

சான்றுகளிலிருந்தோ கிடைக்கவில்லை. அவர் பாடியதாக அறியப்படும் பாடல்களின் உள்ளடக்கத்தை வைத்து உருவாக்கிக்கொண்ட தகவல்களே அவை. அவற்றைக் கொண்டு சங்கப் பாடல்களின் தொகுப்புக் காலத்திலோ, அச்சுப் பண்பாட்டின் பதிப்புக் காலத்திலோ விரிக்கப்பட்டவையே சங்க ஔவையின் இன்றைய கதைகளாக இருக்கின்றன. இவற்றைப் புரிந்துகொள்ள முடிந்த முடிபாக இல்லாமல் சில சாத்தியங்களை மட்டும் யோசிக்கலாம்:

1. சங்க ஔவையே சிரமண மரபினராக இருக்கலாம். அதாவது சங்கப் பாடல்களின் காலத்திலேயே சிரமண ஔவைமார்கள் மரபு இருந்திருக்கலாம்.

2. சங்கப் பாடல்கள் தொகுக்கப்பட்ட காலத்தில் ஔவை மரபு செல்வாக்காக இருந்து சிரமண உள்ளடக்கத்தைக் கொண்ட பாடல்களைப் பாடியவருக்கு ஔவை என்ற பெயர் இணைக்கப்பட்டிருக்கலாம்.

இந்தச் சாத்தியங்களை யோசிக்கக் காலவரிசை என்கிற நினைவைச் சற்றே நெகிழ்த்த வேண்டும். பிற்கால ஔவை பற்றிய பல கதைகள் சங்க ஔவை தொடர்பில் காட்டி விரிக்கப்பட்டிருக்கின்றன. இவ்விடத்தில் நமக்கொரு முரண்பாடும் வருகிறது. இக்கதைகளில் சங்கப் பாடல்களில் இருந்த தகவல்களின் இணைப்பு இருந்தாலும், இக்கதைகள் உருவான பிற்காலத்தில் சங்கப் பிரதிகள் புழக்கத்தில் இல்லை. 19ஆம் நூற்றாண்டின் கடைசியிலிருந்தே சங்கப் பிரதிகள் 'கண்டறியப்பட்டு' அச்சுக்கு வந்தன. எனில், இந்தக் கதைகள் மட்டும் எவ்வாறு சங்கத்தோடு தொடர்புபடுத்திப் பிறந்தன என்பதுதான் அம்முரண்பாடு. அவை மேலும் ஆய்வுக்குரியன.

சங்க ஔவை மீதான இடைக்கால ஔவைகளின் சாயல் :

இந்த யோசனைகளை மனதில் கொண்டு சங்க ஔவை மீதும், அவர் பாடல்கள் மீதும் இருக்கும் சிரமண சாயலைப் பார்க்கலாம். சங்க ஔவை பாணர் குடியைச் சேர்ந்த பாடினி. உடைமைச் சமூகமாக இல்லாமல் ஊர் ஊராகச் சென்று வாய்மொழியாகப் பாடிய நாடோடி மரபினரே பாணர்கள். இதனை அப்படியே இடைக்கால ஔவையிடம் காணலாம். அடிப்படையில் அவள் துறவி என்பதால் இயல்பாகவே உடைமை உணர்வில்லாதவளாகிவிடுகிறாள். மக்களிடையே பணியாற்றிய பிக்குணி என்பதனால் ஓரிடத்தில் தங்காமல் ஊர் ஊராகப் பயணித்து மக்கள் தந்ததை உண்பவளாக இருந்திருக்கிறாள்.

மக்களுக்கு வழிகாட்டும் அறக்கருத்துகளைப் பாடிச் சென்றவளாக இருந்திருக்கிறாள். மக்களைப் பார்க்கும் இடமெல்லாம் நல்வழிமுறைகளைச் சொல்லிச் சென்றதால் அவர் பாடல்கள் எழுத்தாக இல்லாமல் வாய்மொழியாக இருந்தன (பிற்கால ஔவை மீது இந்த அம்சங்கள் முழுமையாக ஏறி நிற்பதையும் பார்க்கலாம்). இவை துறவிக்கான அம்சங்களாக சிரமண சமயங்கள் வகுத்த ஒழுங்குகளாகும். இந்தக் கூறுகள் சங்க ஔவையிடமிருந்து காலவரிசைப்படி இடைக்கால ஔவை மீதும் பிற்கால ஔவை மீதும் படிந்தன என்று கூறுவதை விடவும், இந்தக் கூறுகளை வகுப்பதற்கு வாய்ப்புப் பெற்ற நிறுவனச் சமயங்களிடமிருந்து (பௌத்த - சமணம்) உருவாகி இடைக்கால ஔவையிடமிருந்து சங்க கால ஔவை மீதும் - பிற்கால அவ்வை மீதும் படிந்திருக்கின்றன என்று கூறுவதே பொருந்தும்.

சங்கப் பாணர்களின் வாய்ச்சொற்கள் மந்திரம் மற்றும் மருத்துவ தன்மை கொண்டதாகக் கருதப்பட்டதால் அச்சொற்கள் பலிக்கும் என்ற நம்பிக்கை நிலவின. இன்றைக்கும் குடுகுடுப்பைக்காரர்கள் உள்ளிட்டோர் பாடி வரும்போது அவர் கணித்துப் பாடும் சொற்களைக் கேட்டுவிட்டு, கையிலிருப்பதை அவர்களுக்குச் சன்மானமாகத் தரும் போக்கைப் பார்க்கலாம். அவ்வாறு தருவதை மக்கள் புண்ணியமாகக் கருதுகின்றனர்.

அரசர்களும், பொது மக்களும் சங்கப் பாணர்களைப் பெரிதும் மதித்தனர். ஏறக்குறைய துறவிகளுக்கும் இதே பண்புகள் பொருந்தும். பிக்குகளும் பிக்குணிகளும் அரசர்களாலும் வெகுமக்களாலும் வணங்கப்பட்டுப் பராமரிக்கப்பட்டனர் என்பது இவற்றோடு ஒப்பிடத்தக்கது. இதேபோன்று இரண்டு அரசர்களுக்கிடையே போர் நடக்கவிருக்கும் சமயத்தில் சமாதானம் செய்வதான புறநானூற்றுப் பாடல் ஒன்று (95) ஔவை பெயரில் இருக்கிறது. இந்தப் போர் மறுப்புச் சிந்தனையைச் சிரமண மரபில் வைத்துப் பார்க்க முடியும். இதுவே பிற்கால சைவ மரபு கதையில் விநாயகரோடு சண்டையிட்டுப் பழனி மலைக்குக் கோபித்துக்கொண்டு போய்விட்ட முருகனை ஔவை சமாதானப்படுத்தும் கதையாக மாறியது.

இவ்விடத்தில் மற்றொரு சான்றும் காட்டத்தக்கது. புறநானூற்று 187ஆம் பாடல் ஔவையார் பாடியதாக அமைந்துள்ளது. நாடா கொன்றோ, காடா கொன்றோ / அவலா கொன்றோ, மிசையா கொன்றோ / எவ்வழி நல்லவர் ஆடவர் / அவ்வழி நல்லை வாழிய நிலனே என்பது அப்பாடல்.

தொகுப்பு : ஸ்டாலின் ராஜாங்கம்

இப்பாடல் பௌத்த மத நூலான தம்மபத பாடலொன்றின் நேரடித் தழுவல் என்று தனிநாயக, அடிகளார் க.த.திருநாவுக்கரசர் போன்றோர் அறுதியிட்டுள்ளனர்.

உள்மெய்யும் புறமெய்யும்:

இதன்படிச் சொல்ல வேண்டுமானால் தமிழில் ஔவை என்பது ஒரு மரபு மற்றும் தொடர்ச்சி. ஔவை என்னும் யோசனையின் 'உள்மெய்'யாகச் சிரமண மரபே இருந்திருக்கிறது. சிரமண மரபுதான் முந்தையது. மாறாக இன்றறியப்படும் சைவ ஔவை 'புறமெய்'. எந்தவொரு செயலும் நடைமுறையும் குறிப்பிட்ட காரணத்தையொட்டி உருவாகும். நாளடைவில் அது செழுமைப் பெறலாம். இந்தக் காரணத்தையே அச்செயல்பாட்டின் 'உள்மெய்' என்கிறோம். பிறகு, அந்தக் குறிப்பிட்ட செயல்பாடு செல்வாக்கு பெற்றதாக மாறும்போது அதைத் தனதாக்கிக்கொண்டால் செல்வாக்கைத் தம் பக்கம் திருப்பிக்கொள்ள முடியும் என்று அதிகார சக்திகள் கருதலாம். அவர்களுக்கு அச்செயல்பாடு தோன்றிய காரணம் முக்கியமில்லை. மாறாக, செயல்பாடு சார்ந்து உருவாகியிருக்கும் செல்வாக்குதான் முக்கியம். எனவே அச்செல்வாக்கை மட்டும் போலச் செய்துகொள்கின்றனர். அதனால் பழைய செயல்பாடுதான் இதுவும் என்று சொல்லிக்கொள்வதற்கான வடிவங்களை மட்டும் எடுத்துக்கொள்கின்றனர். அந்த வடிவத்தையே நாம் 'புறமெய்' என்கிறோம். இவ்விடத்தில் உள்மெய்யான அர்த்தம் கைவிடப்பட்டுப் புறமெய்யான வடிவங்கள் மட்டுமே குறிப்பிட்ட செயல்பாடு என்பது போலாகிவிடுகிறது. பிறகு இந்தப் 'புறமெய்' மட்டுமே அதன் உள்ளார்ந்த அர்த்தம் என்று திரும்பத் திரும்பச் சொல்லப்பட்டு - கருதப்பட்டு அதுவே உள்மெய் போன்றதாகிவிடுகிறது. இதனை அப்படியே இந்திய பண்பாட்டு வரலாறு மாறியிருப்பதைப் புரிந்துகொள்வதற்கான விவரணையாகக் கொள்ளலாம். இதில் குறிப்பிட்ட காரணம் சார்ந்து உருவான மூலச் செயல்பாடு என்பது, இந்திய பூர்வகுடிகளின் பண்பாடு மற்றும் சிரமண மரபு என்று எடுத்துக்கொண்டால், காரணங்களை விடுத்து வடிவங்களை மட்டுமே போலச் செய்த அதிகார சக்திகள் என்று வைதீக மரபினரைக் கூறலாம். இந்தச் சட்டகம் அயோத்திதாச பண்டிதருடையது. இதனை விளக்கவே உள்மெய், புறமெய் என்னும் பதங்களை அவர் கையாண்டார்.

இவ்விரு சட்டகங்களைக் கையாண்டு ஔவை என்னும் யோசனையைப் பார்க்கும்போது அதில் நடந்துவந்த மாற்றங்களையும் தொடர்ச்சியையும்

இதுவரையிலான வாசிப்புகளை விடவும் இன்னும் பொருத்தமாகப் புரிந்துகொள்ள வாய்ப்பேற்படுகிறது. குறிப்பிட்ட நடைமுறை உருவானதற்கான அர்த்தத்தை (காரணத்தை) விடவும் அதன் பயன்பாடு மட்டுமே முக்கியமானதாக இருந்ததால் போலச் செய்தோருக்கு உள்ளார்ந்த அர்த்தம் புரிந்ததில்லை. தங்களின் தன்னய தேட்டத்திற்கு ஏற்ப உண்மையைப் பலவாறு சிதைத்துப் புறமெய்யாக்கிக்கொண்டனர் என்பது அயோத்திதாசரின் விளக்கம். பூர்வ வடிவத்தை மேலோட்டமானதாகப் புரிந்துகொண்டு அதனை இன்னொன்றாகத் திரிக்கிறார்கள். அப்போது அது உருவான காரணம் (உள்மெய்) சிதைகிறது. இந்தப் புரிதலின்படி ஔவை வரலாற்றுக்கு வருவோம்.

மூத்தவள் முதியவளான கதை :

ஔவைக்கான உள்மெய் மரபு சிரமண சமயங்கள் என்பதை அறிந்தோம். அப்போது அவளுக்கு வழங்கப்பட்ட 'மூத்த' என்ற தகுதி வழிகாட்டுதலை / வணக்கத்தை / தலைமையைக் குறித்தது. அதற்கான பெயரே ஔவை. தலைமை / மூத்த என்பதன் உள்மெய், தகுதி அல்லது நிலை சார்ந்ததேயாகும். வயது சார்ந்ததாக இல்லை. ஆனால், சிரமண மரபின் ஔவையை சைவ மரபு போலச் செய்தபோது ஔவைக்கான உள்மெய் அர்த்தத்தைப் புரிந்துகொள்ளாமல் அதனைச் சிதைத்து மேலோட்டமானதாக்கித் தக்க வைத்துக்கொண்டது. சிரமண மரபின் தலைமை அல்லது மூத்த என்ற தகுதியை வயது சார்ந்ததாகக் குறுக்கி முதியவளாக்கிக்கொண்டது. பிற்கால சைவக் கதைகளோடு சேர்க்கப்பட்ட ஔவை முதியவளாக்கப்பட்டது இவ்வாறுதான்.

முந்தைய ஔவைகளிடம் வயது முக்கியத்துவம் இல்லாமலிருக்க, பிற்கால ஔவைகளிடம் வயது முக்கிய அடையாளமாகிறது. இது போகிற போக்கில் ஏதோ வயது சார்ந்து நடந்த மாற்றமல்ல. ஒரு காலகட்டத்தின், ஒரு கருத்தியலின், ஓர் அடையாளத்தின் மாற்றமாக இதனைப் பார்க்க வேண்டும். ஒரு பண்பாட்டினரின் அடையாளத்தை மற்றொரு பண்பாட்டினர் போலச் செய்தனர் / திரித்தனர் என்பதற்கான குறியீடே இந்த வயது. எனவே, ஔவை மீதான இந்த முதிய தோற்றத்தை விலக்கிப் பார்ப்பதென்பது திரிந்த பண்பாட்டின் கீழ் அடிநாதமாக எஞ்சிக்கிடக்கும் பூர்வ தடயங்களைக் கண்டடையும் முயற்சியாகக் கருத வேண்டும்.

ஔவைக்கான இந்த வயது சார்ந்த விவாதம் புதிதல்ல. இன்குலாப் எழுதிய 'ஔவை' நாடகத்தில் ஏற்கெனவே விவாதிக்கப்பட்டுள்ளது. பிற்கால ஔவை பாட்டியின் பிம்பத்திற்கு மாற்றாக சங்க இலக்கிய ஔவையை அந்நாடகம் மீட்டெடுக்கிறது. அதில் வயது முக்கியமான குறியீடாகக் கொள்ளப்பட்டிருக்கிறது. பிற்கால ஔவை பாட்டிக்கு மாற்றாக சங்க இலக்கிய ஔவையை இளம்பெண்ணாக முன்வைக்கிறது அந்நாடகம். தொன்மையான - சமத்துவ தமிழ்ப் பண்பாட்டின் அடையாளமாக ஔவையின் இளம் பெண் என்னும் அடையாள மீட்பை முன்வைக்கிறது நாடகம். ஆனால், நாடகத்தின் முக்கியமான விடுபடல் என்றால் அது இடைக்கால ஔவையைக் காண மறுத்திருப்பதுதான். மேலும் சங்க ஔவை பாடல்கள் மீதான சிரமண தாக்கத்தையும் கண்டுகொள்ளத் தவறியிருக்கிறது. 20ஆம் நூற்றாண்டில் தமிழ் அடையாளம் சார்ந்து உருவான சமயச் சார்பற்ற சிந்தனையை அடிப்படையாகக் கொண்டு அதேபோல சமயச்சார்பற்று உடைமையற்றிருந்த சமூகமாக சங்ககாலத்தை உருவகித்து அவற்றின் குறியீடாக ஔவையை உருவாக்கியிருந்தது நாடகம். பிற்கால ஔவை பாட்டி + சைவ சமயம் X சங்க இலக்கிய இளம் கவிதாயினி + சமயச் சார்பற்ற உடைமையற்றச் சமூகம் என்னும் எதிர்மறையைக் கட்டமைத்து நாடகத்தை நகர்த்தியிருந்ததால் மீண்டும் மற்றொரு சமய மரபை முன்வைக்க முடியாது என்பதால் சிரமண ஔவையை அந்நாடகம் கைவிட்டிருக்கலாம். 'சமயச் சார்பற்ற சமூகம் / தத்துவம்' என்பது விவாதத்துக்குரியது என்றாலும் ஔவையின் வயது பற்றிய கேள்வி என்ற வகையில் இந்நாடகம் முக்கியமான விவாதத்தை முன்வைத்ததை மட்டும் இங்கு கணக்கில் கொள்ளலாம்.

ஆய்வாளர்களின் மாறுபட்ட முடிவுகள் :

ஔவையைச் சிரமண மரபில் முதியவளாகக் காட்டும் குறிப்புகள் இல்லையென்றாலும் ஒரேயோர் இடத்தில் மட்டும் இதற்கு மாற்றான ஒரு குறிப்பு சொல்லப்பட்டிருக்கிறது. 'இயக்கி வழிபாடு' என்ற நூலெழுதிய வெ.வேதாச்சலம், பார்சுவநாதரின் இயக்கி பத்மாவதியைக் காட்டும் அய்யம்பாளையம் முற்கால பாண்டியர் கால கல்வெட்டுப் பற்றி எழுதியிருக்கிறார். அதில் இயக்கியைக் குறிக்க ஔவை என்ற சொல் பயன்படுத்தப்பட்டிருப்பதை முன்னரே பார்த்தோம். அவ்வாறு கூறும்போது "அவ்வை என்ற சொல் மூதாட்டியை குறிக்கிறது" என்று குறிப்பை அவர் தருகிறார். ஆனால் அது சிற்பத்தில் இருக்கிற தோற்றமாக இல்லை.

மாறாக ஔவை என்றால் மூதாட்டிதான் என்ற இன்றைய புரிதலுக்குப் பழகியிருக்கும் நூலாசிரியர், அப்பெயரைப் பார்த்ததும் இம்முடிவுக்கு வந்துவிட்டிருக்கிறார். மூதாட்டி என்பதைக் குறிக்கும் சொல் எதுவும் கல்வெட்டில் குறிப்பிடப்படவில்லை. மாறாக "மூதாட்டி என்ற மதிப்பை அவளுக்கு அளிக்கும் வகையில் அவ்வை என்ற சொல் இயக்கியைக் குறிக்கப் பயன்படுத்தப்பட்டுள்ளது" என்று அவரின் புரிதலைத்தான் கூறுகிறார் என்பது குறிப்பிடத்தக்கது. இவ்விடத்தில் இதற்கு நேர்மாறாக "ஔவை என்னும் இளம்பெண் திருமணத்தை வெறுத்துத் துறவு பூண்ட கதை" கூறும் தாயம்மாள் அறவாணனின் குறிப்பும் இருக்கிறது. இதன்படி பார்க்கும்போது ஔவை எப்படியும் இருந்திருக்கலாம். ஆனால், ஔவை என்றால் வயதில் முதியவள் இல்லை என்பதைத் தெரிந்துகொள்கிறோம்.

இக்கட்டுரை அயோத்திதாசர் பற்றியதோ, அவர் சிந்தனை பற்றியதோ இல்லை. அவர் ஔவை வரலாறு எழுதியிருப்பினும் இக்கட்டுரையில் சொல்லப்பட்டுள்ள ஔவை வரலாறு அதுவல்ல. இன்னும் சொல்லப்போனால் அவர் கூறியிருக்கும் ஔவையார் வரலாற்றிலிருந்து பலவிதங்களில் விலகியே இக்கட்டுரையின் தரவுகள் அமைந்திருக்கின்றன. ஆனால், தமிழில் நெடுமரபாகச் சிதறிக்கிடக்கும் ஔவை பற்றிய யோசனைகளை ஒன்றிணைத்துப் புரிந்துகொள்வதற்கு அவர் காட்டியிருக்கும் சிந்தனைச் சட்டகம் உதவியிருக்கிறது. அதனைக் கையாண்டே இந்தக் கட்டுரையில் ஔவை வரலாறு அணுகப்பட்டுள்ளது. அவரின் சிந்தனைச் சட்டகத்தைக் கையாள்வதும், அவர் தரும் தகவல்களைக் கையாள்வதும் ஒன்றாய் இருக்க வேண்டிய அவசியம் இல்லை என்பதை இதன் மூலம் புரிந்துகொள்கிறோம். சிந்தனைச் சட்டகம்தான் சிந்திக்கும் விதத்தை வடிவமைக்கிறது. அதற்கேற்ப தகவல்கள் பொருந்தலாம், விலகலாம். இக்கட்டுரை அயோத்திதாசர் தந்த சிந்தனைச் சட்டகத்தை எடுத்துக்கொண்டு, அது வேண்டுகிற தகவல்களைத் தானாகவே தேடி அடுக்கிக்கொண்டது.

தமிழ்ப் பண்பாட்டு நடைமுறைகள் பலவற்றை இந்த வகையில் ஆராய இடமிருக்கிறது. அதற்கு அயோத்திதாசரின் இந்த முறையியல் வழிகாட்டும்.

தொல்குறளின் 'மருந்து' சித்திரிக்கும் நவீன வைத்தியன்: அழிவின்மையின் உருவச் சித்திரம்

இரா.அருள்

*கு*றளின் தொண்ணூற்று ஐந்தாவது அதிகாரத்தை (மருந்து) வாசிக்கும்போது அந்த முழு அதிகாரமும் மருத்துவன் ஒருவனின் உருவச் சித்திரத்தைப் பற்றின அதிகாரமோ என்ற எண்ணத்தை உருவாக்குகிறது. உடலில் ஏற்படும் நோய்களுக்குக் காரணிகளாக அமையும் "மிகினும் குறையினுமான" வாதம், பித்தம், சிலேத்துமம் ஆகிய மூன்றினைப் பற்றி முதல் குறள் பேசினாலும் அது மெல்ல நகர்ந்து வைத்தியன் என்ற ஆளுமையைச் சித்திரிக்கும் ஒன்பதாவது குறளில் உச்சம் பெறுகிறது. இந்த அதிகாரத்தின்படி மருத்துவம் என்பது வெறும் நோயினையும் அதனைத் தீர்க்க அளிக்கப்படும் மருந்தினைப் பற்றின காரியம் மட்டும் அல்ல. வைத்தியம் என்பது ஒரு முழுமையின் அலகு. அது மருத்துவன், நோயாளி, மருந்து அளிக்கும் உதவியாளன் என உயிர் கொண்ட நபர்களின் ஒட்டுமொத்த கூட்டுத் தொகுப்பு. இந்த ஒட்டுமொத்தத்தையும் சேர்த்தே குறளானது மருத்துவம் என சித்திரிக்கிறது. தன் நோய்க்கான சிகிச்சையோ அல்லது அதற்கான மருந்தோகூட நோயாளிக்கு முதன்மையானது அல்ல. இம்மூன்றில் நோயாளிக்கு முதன்மையானவர் மருத்துவன். நோயாளி ஒருவர் தனக்கான மருத்துவனைக் கண்டடைந்த அத்தருணத்திலேயே தன் நோய்க்கான சிகிச்சையையும் தீர்வையும் கண்டடைந்துவிடுகிறார். மருத்துவனே சிகிச்சை! மருத்துவனே நோய்க்கான மருந்து!

'மருந்து' அதிகாரத்தின் முதல் குறள் மருத்துவ "நூலோர்" பற்றிப் பேசுகிறது. பின்பு அதன் ஒன்பதாவது குறள் இம்மருத்துவனை நூல் பயின்ற "கற்றான்" என்று அழைக்கிறது. மேலும் அவன் மருத்துவ நூல் வழியே நோயுடன் சேர்த்து 'நோயாளியையும்' கற்பவன் ஆகிறான். பத்தாவது குறள் அந்த நூலோனையும் கற்றோனையும் "தீர்ப்பான்" என்று அழைக்கிறது. ஆக மருத்துவம் எனப்படுவது,

"உற்றவன் தீர்ப்பான் மருந்துழைச் செல்வானென்று
அப்பால் நாற்கூற்றே மருந்து." (திருக்குறள்)

'மருந்து' அதிகாரம் சித்திரிக்கும் வைத்தியன் என்ற உருவச் சித்திரம் நிகழ்காலத்திலிருந்து தனக்கு இணையான ஓர் ஆளுமையைப் பிரதி பிம்பமாகக் கண்டடைய நாடுகிறது. அப்படியெனில் "கற்றவன்", "தீர்ப்பான்" என்னும் வள்ளுவனின் வாக்கு நிகழ்காலத்தை நோக்கி ஒரு வைத்தியனைக் குறித்து முன்னுரைக்கப்பட்ட தீர்க்கதரிசனக் குரல் என்றுதான் சொல்ல வேண்டும். வள்ளுவர் தீட்டிய இந்த நிழல் பிரதியின் நிஜ உருவம் யாராக இருக்கக்கூடும்? அது நிகழ்காலத்தில் நம்மிடையே வாழ்ந்துசென்ற மாமனிதன் ஒருவருடைய நிழல் பிரதி என்றும் சொல்லலாமோ? வள்ளுவம் காட்டும் அந்த வைத்தியனின் நிஜப்பிரதியின் ஆளுமையைத் தேடிக் கண்டடையும் சிறு பயணமே இக்கட்டுரையின் நோக்கம். குறளின் "மருந்து" அதிகாரத்தில் இருந்து மேற்கூறிய அந்த ஆளுமையை ஓவியமாக விரித்தெடுக்கப் பழமொழி ஒன்று சித்திரச் சீலையாக (canvas) அமையலாம். புதிர்கள் நிறைந்த அப்பழமொழியின் அர்த்தங்களை விரித்தெடுக்கும்போதே சொல்லப்பட்ட அந்த நவீன வைத்தியனின் உருவச் சித்திரமும் வரையப்பெற்று அது குறள் காட்டும் ஆளுமையாக முழுமைபெறும்.

'வைத்தியனே உன்னை நீயே குணமாக்கிக் கொள்' என்பதுதான் புதிர்கள் நிறைந்த அந்தப் பழமொழி. இது யூதர்களின் பழமொழி. இந்தப் பழமொழி பல அடுக்குகளிலான அர்த்தப்பாடுகளைக் கொண்டது. முதலாவது யூதப் பண்பாட்டில் அதன் பயன்பாட்டைப் பொருத்திப் பார்க்கும்போது அதன் அர்த்தம், "நாம் நம் கடமையைச் செய்ய வேண்டும் என்பதும் அவ்வாறு செய்யும்போது தெய்வம் அதற்கான பலனைக் கொடுக்கும்." என்பதாகும். இதே பழமொழி கிரேக்கத்திலும் உள்ளது. மருத்துவத்தை ஒரு கல்விசார் புலமாக ஏற்படுத்தி அதனை மிகக் கவனத்துடன் பயின்ற பண்டைய கிரேக்கர்கள் மத்தியில் இதற்கான அர்த்தம் வேறு.

அவர்கள் பழமொழிக்கான அர்த்தத்தை நேரடிப் பொருள் விளக்கமாக வைத்திருந்தனர். அதாவது, மற்றவர்களைக் குணப்படுத்தும் வைத்தியன் தன்னைக் குணப்படுத்திக்கொள்ள முடியாதவனாக இருக்கிறான் என்பது அதன் பொருள். துன்பியலின் அவல நிலையின் வெளிப்பாடு இது. மேலும் பைபிளின் புதிய ஏற்பாட்டிலும் இதே பழமொழி இடம்பெறுகிறது. நான்கு சுவிசேஷ புத்தகங்களில் மூன்றாவது புத்தகம் லூக்காவின் நற்செய்திப் புத்தகம். அதன் ஆசிரியரான லூக்கா என்பவர் யூதத்திலும் கிரேக்கத்திலும் பயன்படுத்தப்பட்ட இந்தப் பழமொழியை இயேசு கிறிஸ்துவின் போதனை ஒன்றில் பயன்படுத்துகிறார். யூதர்களின் ஜெப ஆலயத்திற்குச் செல்லும் இயேசுவிடம் தங்களுடைய புனித நூலில் இருந்து ஒரு பகுதியை வாசித்துக் காட்டும்படி ஆலயத் தலைவன் வேண்டிக்கொள்கிறான். அவர் வேதத்தில் இருந்து ஒரு பகுதியை வாசித்துவிட்டுப் புதிர்த் தன்மையுடன், அவர் அவர்களிடம், வைத்தியனே, உன்னை நீயே குணமாக்கிக் கொள் என்ற இந்தப் பழமொழியை நிச்சயமாக நீங்கள் என்னிடம் கூறி, கப்பர் நகூமில் நிகழ்ந்ததாக நாங்கள் கேள்விப்பட்டதை, உன் சொந்த ஊரான இங்கேயும் செய் என்பீர்கள் என்றார். மேலும் அவர், மெய்யாகவே நான் உங்களுக்குச் சொல்கிறேன், எந்தத் தீர்க்கதரிசியும் தன் சொந்த ஊரில் ஏற்றுக்கொள்ளப்படுவதில்லை. (லூக்கா 4: 23, 24) என்று தன்னுடைய போதனையை முடிக்கிறார்.

முறையாகக் கல்வி பயிலாத அவரிடமிருந்து வெளிப்பட்ட புலமைமிக்க வார்த்தைகளைக் கேட்டு அங்கே அமர்ந்திருந்த வேத பண்டிதர்கள் வியந்து போகிறார்கள். மேலும் அவர் உதிர்த்த இந்தப் பழமொழி, முதலில் கிரேக்கர்களின் மருத்துவ அறிவை உள்ளடக்கிய பழமொழி என்பது கற்றறிந்த யூத வேத பண்டிதர்களுக்கு நன்கு பரிட்சயமான ஒன்று. அதனால் "முறையாகக் கல்வி கல்லாத இவனுக்கு இந்த ஞானம் எங்கிருந்து வந்தது" என்று அவர்களுக்குள்ளே ஆச்சரியப்பட்டுக் குழம்பிப் போகிறார்கள். இந்தச் சம்பவத்தைத் தன் நற்செய்தி நூலில் பதிவு செய்த லூக்கா ஒரு மருத்துவர் என்பது இங்கு கவனிக்கத்தக்கது. அதனால்தான் மருத்துவம் சார்ந்த இந்தப் பழமொழியைத் தன்னுடைய நற்செய்தி நூலில் அவர் பதிவுசெய்திருக்கிறார் என்று கிறிஸ்தவத்தின் மறைபொருள் வியாக்கியானிகள் கூறுகின்றனர்.

இப்பழமொழி நமது உள்ளூர்ப் பண்பாட்டில் நூற்று எழுபத்தைந்து ஆண்டுகளுக்கு முன் வாழ்ந்து சென்ற ஒரு வரலாற்று நாயகருக்கு

நன்கு பொருந்தும். அவர் சமூகச் சிந்தனையாளரும், பண்டிதருமான ஒரு வைத்தியர் ஆவார். (அயோத்திதாசர்) அவர் வாழ்க்கை பற்றின கதை என்பது முதலில் "உற்றான் தீர்ப்பான்" என்ற மருத்துவன் பற்றிய கதையாகும். தன்னிடம் வரும் நோயாளிகளுக்கு 'நோய்நாடி நோய்முதல் நாடி அதுதணிக்கும் வாய்நாடி வாய்ப்பச் செயல்' நடத்தும் வைத்தியனின் கதை. அதே நேரத்தில் துன்பியல் நாடகத்தின் நாயகனைப் போன்று மற்றவர்களின் பிரச்சினைகளுக்குத் தீர்வு அளிக்கும் வைத்தியன் தன் சொந்தப் பிரச்சினைக்குத் தீர்வு காண முடியாதவனாக இருக்கிறான் என்ற அவலச் சுவையின் கதையாகவும் அவருடைய கதை இருக்கிறது. தன்னைத் தானே குணப்படுத்திக்கொள்ள முடியாத வைத்தியனின் பழமொழியைச் சொன்ன இயேசு, அதற்கான காரணத்தையும் கூறிவிடுகிறார். அது வைத்தியன் என்ற தனிப்பட்டவன் சார்ந்த காரணம் அல்ல. அதில் அவன் சார்ந்த சமூகக் காரணம் பொதிந்திருக்கிறது. அதன் பொருள், தீர்க்கதரிசி ஒருவன் எவ்வளவு கீர்த்தி அடைந்தவனாக இருந்தாலும் அவன் தன் சொந்த ஊரில் மதிப்பு இழந்தவன் ஆகிறான் என்பதாகும்.

தமிழ்த் தென்றல் திரு.வி.க.விற்கே வைத்தியம் பார்த்து அவரைக் குணப்படுத்திய அந்த வைத்தியர் தன் சொந்த மண்ணில் தனக்கான எந்தவித அங்கீகாரமும் இல்லாமல் அடையாளமற்ற தீர்க்கதரிசியைப் போன்று இருந்திருக்கிறார். ஆனால், வைத்தியன் என்ற அவர் பற்றின கீர்த்தியைத் தமிழ்த் தென்றல் திரு.வி.க. வழியே கேள்வியுறும்போது 'எப்பேர்ப்பட்ட வைத்தியன் இவர்' என்ற வியப்பு மேலிடுகிறது. அப்பேர்ப்பட்ட மாபெரும் ஆளுமை தன்னைக் குணப்படுத்திக்கொள்ள முடியாமல் இருக்கும் தன் பிரச்சினையான 'சமூக அடையாளப்' பிரச்சினையைப் பற்றிக் கேட்கும்போது, "தன் சொந்த தீர்க்கதரிசியையே / வைத்தியனையே நிராகரிக்கிறதே, எந்த வகையான சமூகம் ஐயா இந்தச் சமூகம்" என்ற எள்ளல் பார்வை துன்பியலையும் மேலோங்கி நிற்கிறது. இங்கே வைத்தியனைப் புறக்கணிக்கும் சமூகம் கேள்விக்குள்ளாக்கப்பட்டு நையாண்டி செய்யப்படுகிறது.

இந்த வகையில் தீர்க்கதரிசி ஒருவன் தன்னை அங்கீகரிக்காத தன் சொந்த சமூகத்தை எதிர்கொள்ளும் கதையானது துன்பியல் நாடகத்தின் அவலச்சுவை கதையிலிருந்து மெல்ல நகர்ந்து வேறொரு வடிவம் கொள்கிறது. அது சிரிப்பூட்டும் அங்கதச் சுவையின் அற்புதக் கதை. அதில் அவலச் சுவையின் நம்பிக்கையின்மைக்குப் பதிலாக அங்கதம் காட்டும் வாழ்க்கைப் பற்றின அச்சம் நீங்கிய விடுதலை உணர்வு இடமாற்றம் செய்யப்படுகிறது.

எனவே, மேற்கூறிய பழமொழியின் அர்த்தப்பாடுகள் யூதம், கிரேக்கம், கிறிஸ்தவம் ஆகியவை காட்டும் மூன்று வகையான பார்வைகள் மட்டுமே. யூதம், இறை நம்பிக்கையின் பார்வையை முன்வைக்கிறது. கிரேக்கம் எந்த நம்பிக்கையும் அற்ற அவல நிலையான துன்பியல் (tragic vision) பார்வையைக் காட்டுகிறது. கிறித்தவமும் சிலுவைப் பாடுகள் என்ற துன்பியல் பார்வையை முன்வைத்தாலும் எல்லாவற்றிற்கும் முடிவாக உயிர்த்தெழுதல் என்ற மகத்தான நம்பிக்கையை அது உயர்த்திப் பிடிக்கிறது. ஆக, இந்தப் பழமொழி வழியாக உணர்த்தப்படும் பொருள் விளக்கங்கள் என்பன மூன்று வகையான பார்வைகள் மட்டுமே.

'எது என்னவாக இருப்பினும் பழமொழி வெறும் பழமொழி, அவ்வளவே. தேவை இல்லாமல் அதன் மீது இவ்வளவு அதீத கனம் நிறைந்த அர்த்தச் சுமைகளை ஏற்றுவானேன்!' என்பது முற்றிலும் வேறுபட்ட நான்காவது பார்வை. அது அங்கதத்தின் பார்வை. "வைத்தியனே உன்னை நீயே குணமாக்கிக் கொள்" என்று கூறும்போது அதன் பொருள் - விளக்கம் ஏளனத்துடன் கூடிய வெடிசிரிப்பைப் பதிலாக அளிக்கிறது. அதற்கு அர்த்தங்கள் உள்ளனவா என்றால் இல்லை என்றுதான் சொல்ல வேண்டும். அங்கதச் சுவை ஏற்படுத்தும் சிரிப்பு ஒன்றுதான் அதன் அர்த்தவிளக்கம். இந்தப் பழமொழியில் கிரேக்கர்களின் துன்பவியல் பார்வை வெறும் பண்பாட்டு அர்த்தமாக மட்டுமே வழங்கப்படுகிறது. அதற்கும் மருத்துவத்திற்கும் எந்தவித நேரடித் தொடர்பும் இருப்பதாகத் தெரியவில்லை. அதனையே 'அங்கதத்தின்' பார்வையில் பார்த்தால் வைத்தியத்திற்கும் அங்கதத்திற்கும் நெருங்கிய தொடர்பு இருப்பதாகப் படுகிறது.

ஆங்கிலத்தில் அங்கதச் சுவைக்கு 'humour' என்ற சொல் வழங்கப்படுகிறது. மருத்துவத்தில் 'humor' என்பதின் பொருள் 'தாதுநீர்' என்பதாகும். மேற்கத்திய பண்டைய மருத்துவம் உடலில் உள்ள மூன்று வகையான தாது நீர்களான வாதம், பித்தம், சிலேத்துமம் ஆகியவற்றோடு 'கருப்பு பித்தத்தையும்' சேர்த்து, humors நான்கு என வகைப் பிரிக்கிறது. நேரடியாக இந்நான்கினுக்கும் 'அங்கதம்' என்ற அர்த்தம் இல்லை என்றாலும் அவை ஒவ்வொன்றும் அங்கதச் சுவையோடு தொடர்புடையவைதாம். மேலும் இந்த நான்கு தாது நீர்களும் மனிதனின் நான்குவித குண இயல்புகளை முன்நிறுத்துகின்றன என்கிறார்கள். இவற்றை அடிப்படையாகக் கொண்டு ஐரோப்பிய இலக்கியங்களில் அங்கதம் என்ற இலக்கிய வகைமை நாவலிலும் நாடகங்களிலும் பரிசோதனை செய்யப்பட்டிருக்கிறது. மறுமலர்ச்சிக்

காலகட்டத்தைச் சார்ந்த ஃப்ரெஞ்ச் நாவலாசிரியரான பிரான்காய்ஸ் ரெபலாய் தன்னுடைய கார்கண்டுவா மற்றும் பெண்ட்டகுரல் நாவலில் அதிமிகு அங்கதச் சுவையுடன் கூடிய கதை ஒன்றை நிகழ்த்தியிருக்கிறார். பூதாகரமான மாபெரும் ஒழுங்கின்மையின் கோர (*grotesque*) உடலை முன்நிறுத்தி அங்கதச் சுவையுடன் நடத்தப்பட்ட அதிசய கதை அது. பெருந்தீனியைத் (*gluttony*) துய்த்து இன்பமடையக் கூடிய மாபெரும் உடல் பற்றின கொண்டாட்டப் பார்வையை ரெபலாய் தன் நாவலில் கட்டமைக்கிறார்.

அது எப்படி ஏழு பாவங்களில் (*seven deadly sins*) ஒன்றான பெருந்தீனியின் உடலை பொறுப்பு மிகுந்த எழுத்தாளர் ஒருவர் கொண்டாட்டப் பார்வையில் படைக்க முடியும் என்ற ஒழுக்கவாதக் கேள்வி இங்கு எழக் கூடும். இங்கு பெருந்தீனியின் உடல் என்பது அப்போது ஐரோப்பாவில் நிலவிய பஞ்சத்தில் அடிபட்ட பசி நோய் கொண்ட உடலுக்கான மாற்று உடலாக பாவிக்கலாம். பசிப் பிணியில் வாடும் மெலிந்த உடலுக்கு மாற்றான பூதாகரமான உடல் அந்த உடல். ரெபலாயும் ஒரு மருத்துவரே. இந்த எழுத்தாளர்களின் மைய இலக்கு என்பது கதைப் பிரதியில் அங்கதச் சுவையை எவ்வாறு கட்டமைப்பது என்பதுதான். அது அவ்வளவு எளிதில் அடைந்து விடமுடியாத கலை வடிவத்தின் சோதனை முயற்சி. அப்படி ஒருவேளை பிரதியில் அங்கதம் கைக் கூடிவிட்டால் அது நேரடியாக வாசகனின் அல்லது பார்வையாளனின் சிரிப்புணர்வைத் தூண்டி நான்கு முக்கிய உணர்வுகள் வழியே உடலில் உள்ள நான்கு தாது நீர்களைச் சம அளவில் காத்துக்கொள்ளும் என்று கருதினர்.

வள்ளுவர் கூறுவது போன்று தாது நீர்கள் நான்கும் "மிகினும் குறையினுமாக" இல்லாத சமநிலையே ஆரோக்கியமான உடல். அந்தச் சமநிலையைப் பராமரிக்க அங்கதச் சுவையே மருந்தாக அமைவதால்தான் என்னவோ அவையும் '*humors*' என்றே அழைக்கப்படுகின்றன. ஆங்கிலத்தில் பென் ஜான்சன் என்பவரின் பிரசித்தி பெற்ற நாடகம் ஒன்று உண்டு: 'ஒவ்வொரு மனிதனும் அவனவன் உணர்வுகளினால் அறியப்படுகிறான்' (*Every Man in His Humor*). ஆனால், ஓர் ஆளுமையாக அவருடைய காலகட்டத்தில் ஷேக்ஸ்பியர் போன்று அவர் கீர்த்தியடையவில்லை. இரண்டு நூற்றாண்டுகள் கழித்து இங்கிலாந்தின் மறுசீரமைப்புக் காலகட்டத்தில் அங்கத நாடகங்கள் எழுச்சி அடைந்தபோது அவரது நாடகங்கள் மீது தனிக் கவனம் குவிந்தது. பதினெட்டாம் நூற்றாண்டின் பெரும்பான்மை

நாடகங்கள் அங்கதச் சுவையை மருத்துவத்தோடு இணைத்து நிகழ்த்தப்பட்ட பரிசோதனை நாடகங்கள் ஆகும். அந்த நாடகப் பிரதிகள் மிகவும் காலம் கடந்து பதினைந்தாம் நூற்றாண்டைச் சார்ந்த அவரை மிகவும் முக்கியமானவராக அறியப்படும்படிச் செய்தன.

உடலில் உள்ள நான்கு தாது நீர்களுக்கும், உணர்வுகளுக்கும், ராஜ உறுப்புகளுக்கும் இடையே நெருங்கிய தொடர்பு இருக்கின்றன. தாது நீர்கள் நான்கும் எவ்வாறு நான்கு மனித உணர்வுகளுடனும் உடலின் உள்ளுறுப்புகளுடனும் பிணைக்கப்பட்டிருக்கின்றன என்பதைப் பின்வரும் வரைபடத்தின் வழியே விளங்கிக்கொள்ளலாம்.

வள்ளுவர் தாதுநீர்களை "நூலோர் எண்ணிய" மூன்று என்கிறார். நூலோர் எண்ணிய மூன்றில் மேற்கத்தியர்கள் கூறிய கருப்பு பித்தம் இல்லை. நம் உள்ளூர்ப் பண்பாட்டில் மூன்று தாது நீர்களே வைத்தியத்தில் நோயைக் கணிக்கப் போதுமானவையாக இருந்திருக்க வேண்டும்.

எனினும் இந்த மூன்றும் ஐந்து வகை நிலங்களோடு தொடர்புடைய ஐந்து வகை பிணிகளாக மாறுவதை அயோத்திதாசரின் ஆதிவேதத்தில் வரும் "பரத்துவாசருக்குப் பிணிக்குத்தக்க ஔடதிகள் போதித்த காதை" பகுதி விளக்குகிறது: "இம்மூவகை ஏதுவால் நிகழ்ச்சியாகும் சத்துவ விருத்தி, தமோ விருத்தி, இரசோ விருத்தியாகும் வாத, பித்த, சிலேத்தும வியாதிகளாகி,

1. நெய்தல் நில மக்களுக்கு வாதமே பீடமாகக் கொண்டும்,
2. குறிஞ்சிநில மக்களுக்குப் பித்தமே பீடமாகக் கொண்டும்,
3. முல்லை நில மக்களுக்குச் சிலேத்துமமே பீடமாகக் கொண்டும்,
4. மருத நில மக்களுக்கு வாதத்திற் பித்தமே மூலமாகக் கொண்டும்,
5. பாலை நில மக்களுக்குப் பித்தத்திற் சிலேத்துமமே மூலமாகக் கொண்டும்,

பற்பல வியாதிகள் தோன்றி மும்மெய் வினையின் பயன்களையும், இம்மெய் வினையின் பயன்களையும் அனுபவிக்கச் செய்கின்றது."

ஐரோப்பியர்களின் இடைக்கால கத்தோலிக்கக் குருமார்கள் வைத்தியத்தைக் கையில் எடுத்தபோது அவர்கள் இரத்தத்தில் அதிகம் கவனம் செலுத்தியிருக்கிறார்கள். பிணியாளி ஒருவனுக்கு எந்த நோய் தாக்கப்பட்டாலும், காய்ச்சல் அதிகரிக்கும்போது, அவர்கள் செய்த

முதன்மை சிகிச்சை என்பது கை மணிக்கட்டுப் பகுதிக்குக் கொஞ்சம் கீழே கத்தியைக் கொண்டு அறுத்து இரத்தத்தை வெளியேற்றும் சிகிச்சை முறையாகும். வலி மிகுந்ததும் ஆபத்தானதுமான இந்தச் சிகிச்சை முறையிலிருந்து பிற்காலத்தில் சற்று முன்னேறியிருக்கிறார்கள். இரத்தத்தை வெளியேற்றுவதில் வலியும் ஆபத்தும் இல்லாமல் இருக்க அட்டைப் பூச்சிகளைக் கடிக்கவிட்டு இரத்தத்தை வெளியேற்றியிருக்கிறார்கள். இதனால் நோயாளி குணமடைந்திருப்பாரா என்றால் சந்தேகம்தான். இடைக்கால வரலாற்றைப் பதிவு செய்த சில ஆங்கிலக் கேளிக்கை நாவலாசிரியர்கள் இவ்வைத்திய முறைகள் முற்றிலும் ஆபத்தான அணுகுமுறை என்கிறார்கள். எனினும் வள்ளுவர் கூறும் நூலோர் எண்ணிய மூன்றே நன்று எனக் கொள்க.

இந்த நூலோர் எண்ணிய மூன்று என்பது இறுதியில் உள்ளூர்ப் பண்பாட்டின் தொல் மருத்துவ முறையும் ஐரோப்பிய பண்டைய மருத்தவ முறையும் துல்லியமாக ஒன்றுக்கொன்று ஒப்புமைப்படுவதை வள்ளுவத்தின் வழியே பார்க்கும்போது மிகவும் திகைப்பாக இருக்கிறது. ஆனாலும் வள்ளுவத்தின் "மருந்து" காட்ட விழைவது மருத்துவத்தின் முதன்மைத்துவத்தையா அல்லது வைத்தியனின் முக்கியத்துவத்தையா என்றால் மருத்துவனையே முதன்மையானவனாகக் குறளின் "மருந்து" அதிகாரம் ஓவியப்படுத்துகிறது என்று சொல்லலாம். அது மருத்துவனே மருந்தாகும் வழிமுறையைக் காட்டுகிறது. வைத்தியனே மருந்தும் மருத்துவமும். நோய்யுற்றவன் கொண்ட பிணிக்கான தீர்வும் அவனே.

வள்ளுவம் சித்திரிக்கும் மருந்தாகும் வைத்தியனை மனதின் திரையில் ஓவியப்படுத்திப் பார்த்தால் அந்தப் பிம்பத்தின் நிஜ உருவம் பண்டிதர் அயோத்திதாசருடைய திருவுருவாகப் புலப்படுகிறது. உயர்வு நவிற்சிக்காக இப்படிச் சொல்லிக்கொள்ளலாம்: வள்ளுவர் தன் "மருந்து" அதிகாரத்தை ஓலைச்சுவடியில் பதிய எண்ணியபோது தன் கற்பனையில் உருவகித்த "வைத்தியன்" என்ற பேராளுமையின் பிரதி பிம்பம் ஒருவேளை - அயோத்திதாசர்தானோ!

மருத்துவன் இன்றி மருத்துவம் இல்லை. மருந்துகள், மருத்துவ முறைகள் எனப் பல இருக்கலாம், ஆனால் மருத்துவன் ஒருவனே. இன்றைய காலகட்டத்தில் மருத்துவம் என்ற ஒன்றைத் தனித்துப் பார்த்தால் கூட அவை ஒன்றாக இருப்பதில்லை. விரல்விட்டு எண்ணக்கூடிய மருத்துவ முறைகள் ஒவ்வொன்றும் ஒன்றுக்கு மற்றொன்று முரண்பட்டுக்

கிடக்கின்றன. முரண்பாடுகளின் மத்தியில்தான் மருத்துவ முறைகள் நோயைக் குணமாக்கப் போராடிக்கொண்டிருகின்றன. நோய் நீங்க அங்கு நோயாளியும் வைத்தியனும் உள்ளனரா என்றால் இல்லை என்ற பதிலுடன் அச்சத்தை ஏற்படுத்தும்படி அதன் செயல் முறைகள் இருக்கின்றன. இன்று ஒரே மருத்துவ முறையிலேயேகூட ஓர்மையின் சிகிச்சை முறையைக் காண்பது அரிது. எனினும் இந்த நவீன யுகத்தில் வள்ளுவம் காட்டும் தொல்மருத்துவ முறையும் பண்டைய ஐரோப்பிய அங்கதம் (humor) சார்ந்த மருத்துவ முறையும் ஒன்றுசேர அமைந்த மருத்துவனாகப் பண்டிதர் அயோத்திதாசரைக் காணலாம்.

பண்டிதர் தன்னை அணுகி வந்த நோயாளிகளின் பிணி தீர்க்கும் வைத்தியர் என்ற தனி மனிதர் மட்டும் அல்லர். வள்ளுவம் சொல்வது போன்று அவர் மருத்துவம் என்ற முழுமையின் கூட்டு அலகில் பிரதான தலைமகனாக விளங்கி அதனைத் தொழில் முறை நேர்த்தியுடன் நடத்தியிருக்கிறார். ஆக, "மருந்து" அதிகாரம் காட்டும் மருத்துவம் என்பது வெறும் நோயையோ நோயாளியைப் பற்றினதோ அன்று. அது மருத்துவனோடு சேர்ந்த மருத்துவம் என்ற கூட்டு அலகின் தொழில் முறையைக் காட்டுகிறது. அதன் உட்கூறுகளாவன:

நோய் செய்யும் நூலோர் (medical text) - குறள் 941

வைத்தியன் என்னும் "கற்றான்" - குறள் 949

பிணியாளியாகிய நோய் உற்றான் - குறள் 949

பிணியாளிக்கான நாற்கூற்று மருந்து (தொழில் முறை மருத்துவம்) - குறள் 950 என்று விரிகின்றன.

உற்றவன் - நோயாளி

தீர்ப்பான் - மருத்துவர்

மருந்து

மருந்துழைச் செல்லாவன் (apothecary) - மருந்து அளிக்கும் உதவியாளன்

எனினும் பிணியாளிக்கான முழுமையான சிகிச்சை முறை என்பது வெறும் வைத்தியன் என்ற தனிப்பட்டவன் சம்பந்தப்பட்டது மட்டும் அல்ல. பிணியாளி வைத்தியனிடம் வரும்போது அவன் மருத்துவம்

என்ற மொத்த அலகிற்குள் நுழைகிறான். மருத்துவம் என்ற முழுமையே நோயாளியைக் குணமாக்குகிறது. நோயாளியும் இந்த முழுமையின் அலகில் ஓர் அங்கமாக இருக்கிறான். சிதறுண்ட பகுதிகள் ஒருவேளை நோயாளி தான் கொண்ட நோயினை மேலும் தீவிரப்படுத்தக் கூடும். பகுதிகள் தங்கள் முரண்பாட்டில் சீரழிவை நிகழ்த்துகின்றன. பகுதிகளை ஓர் அலகாகக் கொண்ட முழுமையே குணமாக்குகிறது.

பண்டிதர் எப்படிப்பட்ட தொழில் முறை மருத்துவத்தை நடத்தினார் என்பதைத் திரு.வி.க. வின் வாழ்க்கைக் குறிப்பு வழியே அறிய முடியும். திரு.வி.க. தரும் பண்டிதர் பற்றின பின்வரும் தகவல் ஆங்கில மரபுத் தொடரான "*like the back of my hand*" போன்று நன்கு அறியப்பட்ட ஒன்றுதான். எனினும் வள்ளுவரின் "மருந்து" அதிகாரத்தோடு பொருத்திப் பார்க்கும்போது திரு.வி.க தரும் இந்தத் தகவல், பண்டிதரின் தொழில் முறை மருத்துவம் எவ்வளவு சிறப்பு வாய்ந்தது என்ற சுவாரசியக் கதையாக மாறுகிறது.

தகவல்கள் காலத்தால் பழைமையடைந்து காலாவதியாகக் கூடும். ஆனால், கதைகளோ எத்தனை முறை திரும்பத் திரும்பச் சொல்லப்பட்டாலும் புராதனத் தன்மை அடையும் அலாவுதீனின் அற்புத விளக்கைப் போன்றவை. வைத்தியர் அயோத்திதாசர் பற்றின திரு.வி.க.வின் தகவல் இன்றைய சூழலில் எந்தனை முறை சொல்லப்பட்டாலும், அதனைக் கேட்கும்போது தெரிந்ததுதானே என்ற அலட்சிய எண்ணம் மறைந்து, அதற்கான சுவாரசியத் தன்மை கூடிக்கொண்டே போகிறது. அத்தகவல் கதையாக மாறி வள்ளுவம் காட்டும் வைத்தியனுடைய அழிவின்மையின் உயிரோவியமான "The Picture of Dorian Gray"வாக மாறிவிடுகிறது. காலம் அதற்கு இளமையை அளவில்லாமல் அள்ளிக் கொடுத்துக்கொண்டே இருக்கிறது.

சிறுவயதில் முடக்குவாதத்தால் பாதிக்கப்பட்ட திரு.வி.க.விற்கு அவர் தந்தை மருத்துவர் ஒருவரை நாடியிருக்கிறார். அந்த மருத்துவரும் அவருக்கு ஏதோவொரு மருந்தை அளித்திருக்கிறார். அது வாதத்தைக் குணப்படுத்தாமல் மேலும் தீவிரமாக்கிப் பிணியை முற்றிப் போகச் செய்திருக்கிறது. பின்பு ராயப்பேட்டையில் வைத்தியசாலை வைத்திருந்த தன் குடும்ப மருத்துவரான பண்டிதரை அழைத்து வைத்தியம் பார்த்திருக்கின்றனர். தான் கொண்ட சிகிச்சையையும் பின்பு குணமடைந்து முடவன் என்ற பெயர் நீங்கி எழுந்து நிற்கத் தொடங்கிய கதையும் நாட்குறிப்பாக திரு.வி.க. எழுதுகிறார்.

நாட்குறிப்பு அழியாக் கதையாக மாறும் விந்தை பண்டிதருக்குத்தான் பொருந்தும் போலும். திரு.வி.க.வின் வைத்தியர் என்ற அயோத்திதாசரின் கதை பின்வருமாறு.

"முடக்குவாத நோயினால் அவதிப்பட்ட எனக்குப் போலி மருத்துவர் கொடுத்த மருந்தைத் தின்று நோய் முற்றிப்போனது. அப்போது ராயப்பேட்டையில் சிறந்த மருத்துவராக இருந்த அயோத்திதாச பண்டிதர் விதவிதமாகச் சிகிச்சை அளித்தார். முழங்காலுக்குத் தைலம் பூசி கொஞ்ச காலமானாலும் முடக்குவாதத்தைக் குணப்படுத்திவிடலாம் என நம்பிக்கையூட்டினார். மெழுகு, ரசாயனம், பஸ்பம், கிருதம், சூரணம் என வரிசையாக ஓராண்டுக்கு மருந்து கொடுத்தார். பலவித மருத்துவச் சோதனைகளுக்குப் பிறகு பண்டிதர், 'இதயம் நன்றாக இருக்கிறது. நாடியும் செம்மையாக ஓடுகிறது. புது மருந்து எடுப்பதற்கு முன் குடலுக்கு ஓய்வு தேவை' என ஒரு மாதம் கழித்துப் புது மருந்தைக் கொடுத்தார். அது என்ன முருக மருந்தோ தெரியவில்லை. அது செய்த அற்புதத்தால் குணமடைந்தேன். ஒரு மாதம் மீண்டும் தைலம் பூசிய பின் முடங்கிய கைகளும் கால்களும் நீண்டன. உடலும் தேறியது. முடவன் என்ற பெயர் நீங்கி எழுந்து நிற்கத் தொடங்கினேன்" (திரு.வி.க. வாழ்க்கைக் குறிப்புகள் 36, 37, 38).

ஏற்கெனவே நோய் நீக்கும் நூலோர் வழி நின்று மருத்துவம் பயின்றவர் வைத்தியர் என்பதும், அதனைத் தன் ஆசிரியரான கவிராஜ அயோத்திதாசரிடம் பயின்று பின்பு காத்தவராயன் என்ற தன் பெயரை மாற்றி ஆசிரியரின் பெயரையே சூட்டிக்கொண்டவர் என்ற தகவல்கள் திரும்பத் திரும்பச் சொல்லப்பட்டு அற்புதக் கதையாக மாறியது பண்டிதருடைய கதை. வள்ளுவர் கூற்றுப்படி, பண்டிதர் கற்ற "குறையினும் மிகினும் நோய் செய்யும்" நூல்களாவன: போகர் எழுநூறு, அகத்தியர் பரிபாஷை இருநூறு, பாலவாகடம், புலிப்பாணி வைத்தியம் ஐந்நூறு. ஆக மருந்து அளித்தல் என்பது மருத்துவத்தில் இடம்பெறும் கடைசி நிலைதான். அதில் முதன்மைப்படுவது என்னவோ மருத்துவன் மட்டுமே.

நோய் செய்யும் நூல்களைப் படிக்கும் வைத்தியன் பிணியாளியையும் படிக்க வேண்டியிருக்கிறது என்பதை திரு.வி.க.வின் பண்டிதர் பற்றின நாட்குறிப்பு வழியே அறிய முடிகிறது. திரு.வி.க.விற்கு வைத்தியம் அளித்தபோது 'போலி' மருத்துவர் அளித்தது போன்று பண்டிதர்

அவருக்கு உடனடியாக மருந்தை அளிக்கவில்லை. வள்ளுவர் சொல்வது போன்று அவர் முதலில் மேற்கொண்ட சிகிச்சை முறை, நோயை அவதானிக்கும் "நோய் நாடி, நோய் முதல் நாடும்" வழிமுறையாகும். நோயின் காரணத்தைக் கண்டறிந்த பின்பு அதன் "உற்றான் அளவும் பிணியளவும் காலமுமான", நோயாளியின் வயதோடு நோயின் காலத்தையும் கணித்தல் நிலை இடம்பெறுகிறது. இங்கே நோயாளிக்கு முதலில் தேவைப்பட்டது உடனடி மருந்து அல்ல. மாறாக, தன்னையும் தான் கொண்ட நோயினையும் அவதானிக்கும் மருத்துவன். பின்பு மருத்துவன் நோய்முதல் நாடி, நோயாளியின் வயதையும், நோயின் காலத்தையும் நாடிய பின்பு இறுதியில்தான் மருந்தை அளிக்கிறான். அவ்வாறு நோயாளியின் வயதையும் அவன் கொண்ட நோயின் காலத்தையும் கணித்துப் பின்பு வழங்கப்படும் மருந்து இறுதியில் நோயாளியைத் குணமாக்குதல் என்னும் அற்புத நிகழ்வை நடத்துகிறது.

சொன்னதையே சொல்லி இதனை மீண்டும் வலியுறுத்துவதில் தவறு ஒன்றும் இல்லை: வள்ளுவரின் "மருந்து" அதிகாரம் முதன்மைப்படுத்திப் பேசவருவது நோயினைப் பற்றி அல்ல. வள்ளுவம் சித்திரிக்கும் மருந்து, மருத்துவன். மேலும் நோய் என்பது அறுதியிட்டுச் சொல்லக்கூடிய உடலில் உள்ள பொருள் அல்ல. நோய் என்பது "மிகினும் குறையினுமாகிய" தாது நீர்கள் செய்யும் உடலின் இயல்பற்ற நிலையே ஆகும். தாது நீர்களின் சமநிலையற்ற தன்மையும்கூட உணவின் ஒழுங்கின்மையைத்தான் காட்டுகிறது. ஆக, உடலின் இயல்பற்ற நிலையான 'இல்லாத நோய்க்கு வள்ளுவம் கூறும் மருந்தானது, "மருந்தென வேண்டாவாம் யாக்கைக்கு அருந்தியது அற்றது போற்றி உணின்" (942). ஃப்ரெஞ்ச் எழுத்தாளர் பிரான்காய்ஸ் ரெபலாயை மீண்டும் ஒருமுறை இங்கு நினைவுப்படுத்திக்கொள்ள வேண்டியிருக்கிறது. அவரது பெருந்தீனியின் கோர உடல் பற்றின அங்கதம், பஞ்சத்தில் பசிப்பிணிக் கொண்டு வாடிய உடலின் மாற்று உடல். அதற்கு நேரிடையாக வள்ளுவர் கூறும் நோய் கொண்ட உடல், உணவின் மிகுதியினால் மாற்றமடையும் இயல்பற்ற உடல். பஞ்சத்தினால் உண்டாகும் உணவின்மையும் சரி, வளமையில் அபரிமிதமாகக் கிடைக்கும் உணவும் சரி இரண்டும் யாக்கைக்கு நோய்கள்தான். பெருந்தீனியினால் உண்டாகும் நோயும், உணவின்மையினால் அடையும் பசிப்பிணியும் உடல் பற்றி இலக்கியங்கள் காட்டும் இருவேறு யதார்த்த நிலைகளாகும்.

மருத்துவனையும், பிணியாளியையும், மருந்தையும் பற்றிப் பேசுவதற்கு "மருந்து" அதிகாரம் வெறும் மூன்று குறள்களை மட்டுமே கொண்டுள்ளது. இயல்புநிலைக்கு மீறின பிணிகொண்ட யாக்கைக்கு மருந்தாகச் சொல்லும் உணவுக் கட்டுப்பாட்டைப் பற்றிப் பேச ஏழு குறள்கள் அவசியப்படுகின்றன. ஆக, வள்ளுவத்தின்படி பார்க்கும்போது நோய் என்பது உடலில் இன்னதென்று கூறக்கூடிய ஒரு பொருள் அல்ல, நோய் என்பது யாக்கையின் இயல்பற்ற நிலையே ஆகும்.

பண்டிதர் பிணிகொண்ட யாக்கைக்குச் சிகிச்சை அளிக்கும் வைத்தியனாகச் செயல்பட்ட அதேவேளையில் தான் சார்ந்த சமூகம் என்னும் பேருடலுக்கும் உற்ற மருத்துவராகவும் விளங்கியிருக்கிறார். நோய் கொண்ட இந்தப் பேருடலில் பண்டிதர் அவதானித்த "நோய் முதல்" என்பது 'சாதி பேதம்' ஆகும். சாதி நோய் என்பது இந்தச் சமூகம் என்னும் பேருடலின் தீரா நோய். இங்கு முரண் நகை என்னவெனில் நோயைக் குணப்படுத்த அதன் காரணியுடன் (நோய் முதல்) இடைபடாமல், "தீண்டாமை ஒரு பாவச் செயல்" என்று கூறி அதன் வெளிப்பாடுகளான கட்டிகளுடனும் கொப்புளங்களுடனும் இடைபடுவதுதான். அது நோயினைத் தீர்க்க ஒருபோதும் வழிவகுக்காது. அதேநேரத்தில் கண்ணுக்குத் தெரியாத ஒன்றை அழித்தொழிக்க அதனை ஒரு பொருள் என்று கருதி அதன் மீது அறுவைச் சிகிச்சையையும் நடத்த முடியுமா என்று தெரியவும் இல்லை. அதன் வெளிப்பாடுகளை வேண்டுமானால் அழித்தொழிக்கலாம். ஆனாலும் அவற்றை வேருடன் பிடுங்கியெறிய (Annihilation) வேண்டும். வள்ளுவம் காட்டும் பண்டிதரின் வைத்திய முறைமை சாதியை ஒரு பொருளாகப் பார்ப்பதாகத் தெரியவில்லை. சாதி என்பது சமூகப் பேருடலின் இயல்பற்ற நிலைமையாகக் கருதிக்கொள்ளலாம்.

சமூகத்தின் இயல்பற்ற இந்தப் பிணிகொண்ட நிலை வைத்தியனின் சொந்தப் பிரச்சினையும்தான். இங்கே வைத்தியன் சமூகப் பிணியை நீக்குவது என்பது தன்னைத் தானே குணமாக்கிக்கொள்வதாகும். வைத்தியனே உன்னைத் தானே குணமாக்கிக் கொள் என்பது வைத்தியன், தான் சார்ந்த தன் சொந்த உடலான சமூகம் என்ற பேருடலின் மீது தான் நடத்தும் சிகிச்சை முறையாகும். அதற்காகச் சரியான வைத்திய முறை அங்கதம் என்னும் வைத்திய முறையாகும். மிகினும் குறையினுமான இந்த யாக்கைக்கு அங்கதம் என்ற சிகிச்சையைத் தவிர வேறெந்த வைத்திய முறையாவது குணமளிக்குமா என்பதும் சந்தேகமே. இங்கு

அங்கதம் என்பதனை பூரண விடுதலையின் உணர்வுநிலையாக அர்த்தம் கொள்ளலாம். திரு.வி.க என்ற பேராளுமையின் உடல் மீது தொடர்ந்து ஓராண்டு காலம் பண்டிதர் வைத்தியம் நடத்தியது போன்று அங்கதம் என்னும் மருத்துவ முறைமையைக் கண்டடைந்த வைத்தியன், பேருரு கொண்ட, தான் சார்ந்த சமூகம் என்ற உடலின் மீது நம்பிக்கையுடன் தொடர்ந்து தன் வைத்தியத்தை நடத்த வேண்டியிருக்கிறது. அப்போது வைத்தியனே உன்னைத் தானே குணமாக்கிக்கொள் என்பது துன்பியல் காட்டும் நம்பிக்கையின்மையின் பார்வையாக இருக்காது. மாறாக, அது அங்கதம் காட்டும் விடுதலையடைந்த நம்பிக்கையின் பார்வையிலான வைத்திய முறையாக இருக்கும்.

"மருந்து" அதிகாரத்தில் உள்ள நிழல் பிரதியான வைத்தியன் என்ற ஆளுமையை யூதர்களின் "வைத்தியனே உன்னை நீயே குணமாக்கிக்கொள்" என்ற பழமொழி வழியே ஓவியமாக விரித்தெடுக்கும்போது அது பண்டிதரைப் பிரதிபலிக்கும் பிம்பமாகக் காட்சியுறுகிறது. வள்ளுவன் தன் குறளில் எத்தனித்த அந்த வைத்தியன் என்ற நிழல் பிரதி என்னவோ காலம் கடந்து முன்னோக்கிப் பயணித்து வந்து பண்டிதரை மாதிரியாக வைத்துத் தன்னைத் தானே உயிரோவியமாக வரைந்துகொண்டது போன்றும் இருக்கிறது. அதே வைத்தியனின் பாட்டனார் பட்லர் கந்தப்பனிடம், தான் இயற்றிய திரிக்குறள் (மூன்று) காலத்தில் திருக்குறள் எனப் பெயர் திரிந்த பின்பும்கூட மூலப்பிரதியின் தலைப்பு மாறாமல் எஞ்சிய ஒரு படி பாதுகாக்கப்பட்டிருக்கும் என்றும் பின்பு அதனை மொழிபெயர்த்து புத்தகமாகப் பதிப்பிக்க எல்லீஸ் துரையவர்களிடம் கையளிப்பார் என்பதும் வள்ளுவருக்குத் தெரிந்திருக்கவா போகிறது? "மருந்து" அதிகாரத்தின் வழியே பண்டிதரை நவீன வைத்தியன் என்ற ஆளுமையாக விரித்துக் காட்சியுறும்போது வள்ளுவனுடன் பண்டிதர் எவ்வாறு உள்ளும் புறமுமாக எல்லாவகையிலும் பின்னிப் பிணைக்கப்பட்டிருக்கிறார் என்பதைக் கண்ணுறுவது மேலும் மேலும் ஆச்சரியத்தை ஏற்படுத்துகிறது.

சான்றாதாரங்கள்

1. புதிய ஏற்பாடு: தமிழ் மீட்டுத்திருப்புதல் மொழிபெயர்ப்பு. "லூக்கா எழுதின சுவிசேஷம்" லிவ்விங் ஸ்டீரீம் மினிஸ்ட்ரி: 2022. முதல் பதிப்பு.

2. வைத்தியர் அயோத்திதாசர், ஸ்டாலின் ராஜாங்கம், நீலம் வெளியீடு, சென்னை, 2021.

3. https://www.thirukkural.net/ta/kural/adhigaram-095.html. Accessed 6 Feb. 2024.
4. Rabelais, Francois. *Gargantua and Pantagruel*. Penguin UK, 2006.
5. "Intertextual.Bible | Biblical Intertextuality | Luke 4:23 | Genesis Rabbah 23:4."
6. Intertextual.Bible | Biblical Intertextuality.
7. https://intertextual.bible/text/luke-4.23-genesis-rabbah-23.4. Accessed 8 Feb. 2024.

வழிபாட்டில் உடைபடும் தேங்காய்

த.மணிமேகலை

இந்த உலகின் ஒவ்வோர் அம்சங்களும் அறிவியல் ரீதியாகப் புவியியலோடு தொடர்புடையவை என்கிறபோது மக்களின் வாழ்வியலோடும் கலாச்சாரத்தோடும் பின்னிப் பிணைந்திருக்கிற சடங்குகளும் நம்பிக்கைகளும் மட்டும் எப்படி விலகிவிட முடியும். ஆம், புவியியலுக்கும் மதங்களுக்கும் பெரும் தொடர்பு உண்டு. நாம் அனைவரும் ஏதேனும் ஒரு மதத்தால் பிணைக்கப்பட்டிருக்கிறோம். மதங்கள் மீது நம்பிக்கை இல்லை என்று சொல்பவர்களையும் பார்த்திருப்போம். ஆனால், அது நிறுவனமயமாக்கப்பட்ட சமயங்கள் மீதான எதிர்நிலைப்பாடே ஒழிய, மதத்திலிருந்து தொடர்பற்றிருப்பது என்று பொருளில்லை. அப்படி நிறுவனச் சமயங்கள் மீது எதிர்நிலை நோக்கு இருக்கும்போது அவர்கள் இயற்கையையும் சுற்றுச்சூழலையும் அடிப்படையாகக் கொண்ட பழங்குடி மரபையும் அது சார்ந்த சடங்குகளையும் நம்பிக்கைகளையும் பெரிதாக மறுப்பதோ புறக்கணிப்பதோ கிடையாது. வெளிப்படையாகச் சொல்வதானால் வைதீகச் சமயங்கள் மீதான வெறுப்போ, அதிருப்தியோ அல்லது நம்பிக்கையின்மையோதான் அவைதீகச் சமயங்களைத் தூக்கிப் பிடிக்கும் உந்துதலையும் மனநிலையையும் கொடுக்கிறது என்று சொல்லலாம். இப்படித்தான் உலகத்திலுள்ள உயிர்களையெல்லாம் அதனதன் நிலவியல் தன்மைகளுக்கேற்ப மதம் பிணைத்துவைத்திருக்கிறது. அந்த வகையில் மதம் என்பதைப் பண்பாட்டுப் புவியியலின் (cultural geography) மிக முக்கிய அங்கமாகப் பார்க்கிறேன்.

மனிதனே மதத்தின் உள்மெய்களையும் புறமெய்களையும் அதன் மீதான திரிபுகளான புரட்டுக்களையும் தான், தன் குடும்பம், சுற்றத்தார், ஊர், நாடு, அடுத்த தலைமுறை எனக் கடத்திக் கொண்டேயிருக்கிறான். அதனால்தான் அவற்றில் குறியீட்டுத் தன்மைகளும் குறிப்பான்களும் மிக அதிகம். குறிப்பிட்ட நிலவியற் பகுதிகளில் தோற்றம் பெறுகிற ஒரு மதம், அது சார்ந்த நம்பிக்கை, அந்த நிலப்பரப்பின் தன்மை மற்றும் புவியியல் அம்சங்களோடு தொடர்புடையதாகத்தான் பிணைக்கப் பட்டிருக்கும். உதாரணமாக வேம்பு, அரச மரம், ஆல மரம், வில்வம், பனை, துளசி, பசு, யானை, குரங்கு எனச் சில தாவரங்கள் மற்றும் விலங்குகளின் மீது புனித அம்சங்கள் ஏற்றப்பட்டிருக்கும். அதேபோல வாழைப்பழம், மஞ்சள், மாவிலை, தேங்காய், எள் போன்ற பொருள்கள் வழிபாடுகளில் முக்கியத்துவம் பெற்றிருக்கும். தெய்வங்கள் மீதான நம்பிக்கைகளில் மட்டுமல்ல, பேய்கள் குறித்த நம்பிக்கைகளிலும் அந்தந்தப் புவியியற் தன்மைகளின் கூறுகள் படிந்திருக்கும். அப்படித்தான் தென்னிந்தியப் பகுதிகளில் பேய் என்றால் வெள்ளை நிற ஆடையில் தலைமுடியை விரித்துப் போட்டபடி ஜல் ஜல் சத்தத்துடன் அர்த்த ஜாமத்திலும் பகல் உச்சிப் பொழுதிலும் உலவும் என்கிற கற்பிதமுண்டு. இதே பேய்கள் அருணாச்சலப் பிரதேசம் போன்ற பகுதிகளில் கருப்புப் பன்றிகளின் மேல் உலா வருவதாக நம்பப்படுகிறது. தெய்வங்களைப் போல பேய்க் கதைகள் பெரும்பான்மை ஒருமித்தத் தன்மையுடன் இருப்பதில்லை.

பேய்கள் எல்லை தாண்டாது. எத்தனை புளிய மரங்கள் தாவிச் சென்றாலும் தன் ஊர் எல்லையைத் தாண்டி அடுத்த ஊர் எல்லையிலிருக்கும் புளிய மரத்திற்குப் பேயால் தாவ முடியாது. இதுகுறித்து 'நாட்டுப்புற நிகழ்த்துக்கலைகள்' நூலில் 'பேய் முறைப்பாடு' என்னும் கட்டுரையில் கே.ஏ.குணசேகரன், 'அது ஏனோ தெரியவில்லை. என்னென்னவோ வித்தைகள் செய்யும் இந்தப் பேய்களுக்கு ஏனோ டவுன் பஸ் ஏறி பக்கத்து ஊர்களுக்கு மட்டும் போகவே தெரியவில்லை' என்று பகடியாகச் சொல்லியிருப்பார். அதேபோல மார்க்கோபோலோ தன்னுடைய பயணக் குறிப்புகளில் தென் தமிழகம் குறித்தும் கடவுள் x பேய் குறித்தான நம்பிக்கையைப் பற்றியும் கருத்துத் தெரிவித்திருப்பார். "கறுப்பு நிறத்தில் இருக்கும் மக்கள், வெள்ளை நிறத்தில் இருக்கும் பல இன மக்களைக் காட்டிலும் நாகரிகம் உடையவர்களாக இருக்கிறார்கள். இந்த மக்களின் தெய்வங்கள் கறுப்பு நிறத்திலும் பேய்கள் வெள்ளை நிறத்திலும் இருக்கின்றன. இது ஒரு

வித்தியாசமான முரண்பாடு" என்று குறிப்பிடுவார். இப்படி மக்களின் நம்பிக்கை சார்ந்த எல்லா விஷயங்களிலுமே அந்தந்தப் பகுதியின் புவியியற் கூறுகள் குறியீட்டுத் தன்மையுடன் உலவிக்கொண்டுதான் இருக்கும். அதனால்தான் தாங்கள் வழிபடும் இடத்தை பதி என்றும் அவ்விடத்தில் உறைந்திருப்பதகாகத் தான் நம்பும் ஒன்றை தெய்வம் (தேயம்) என்றும் அழைக்கிறார்கள்.

பொதுவாக, மனிதர்கள் யாரும் வெகு காலத்திற்குத் தனித்திருக்க விரும்புவதில்லை. அறிவியல் ரீதியாகவே அது ஒரு சார்பு உயிரி. அதனால் மனித சமூகங்கள் காலத்திற்குக் காலம் தேவைக்கேற்ப இடம்பெயர்ந்து சென்று பிற சமூகங்களுடன் தொடர்பை ஏற்படுத்திக் கொள்கின்றன. அப்படி இடம்பெயரும் சமூகக் குழுக்கள் தங்களுடன் தம்முடைய மதங்களையும் சுமந்து செல்கின்றன. இப்படி இடமாற்றமும் பரவலும் நிகழ்கிறபோது அவற்றின் சூழலியல் தொடர்புகளின் சிறப்புக் கூறுகள் மற்றும் விவரணைகளில் சில மாற்றங்கள் ஏற்படலாம். குறைந்தோ அல்லது சிறிது மாறுபாடு அடையவோ செய்யலாம். ஆனால், புதிய இடத்தில் தன்னை நிலைப்படுத்திக்கொள்ள நினைக்கும்போது அம்மதங்களினுடைய பெரிய அடையாளத் தொகுப்புகள் முக்கியத்துவம் மிகுந்ததாக மாறும். இதனால் ஏற்கெனவே இருந்த உள்ளூர் மதங்களும் வெளியூரிலிருந்து புலம்பெயர்ந்து புதிதாக வந்த மதங்களும் தங்களுக்குள் பல்வேறு வகையான மாற்றங்களைச் சந்திக்கின்றன. அந்த மாற்றங்களை அவர்கள் பின்பற்றும் வழிபாட்டுச் சடங்குகள் போன்றவற்றின் மூலம் அடுத்தகட்டத்துக்குக் கடத்திச் செல்கின்றன. ஆரம்ப காலத்தில் உள்ளூர் சூழலை மட்டும் உள்வாங்கிக்கொண்டு செய்யப்பட்டுவந்த சடங்குகளும் அதன் புவியியல் அம்சங்களும் அதன்பிறகு உலகின் தொலைதூரப் பகுதிகளில் மிகவும் வேறுபட்ட புவியியல் சூழலுக்குப் பரவுகிறது. இப்படிப் பரவும்போது அந்தச் சடங்குகளில் சில மாற்றங்களும் திரிபுகளும் ஏற்படுகின்றன. இதில் மாற்றங்கள் எங்கு நிகழும், திரிபுகள் எங்கு நிகழும் என்பதுதான் கவனிக்கப்பட வேண்டிய ஒன்று. ஒரு மதம் வெவ்வேறு சூழல்களில் தன்னை நிலை நிறுத்திக்கொள்ள முற்படும்போது, சூழலுக்கு ஏற்றபடியும் நிலவியல் தன்மைக்கு ஏற்றபடியும் சிறு சிறு மாற்றங்களைத் தன்னுள் செய்துகொள்வதற்கான இடம் கொடுக்கும். அந்த இடத்தில் நிகழ்வது மாற்றம். ஆனால், அதைத் தவிர்த்த புறசமயங்கள், ஏற்கெனவே நிலைபெற்றிருக்கும் சமயத்தில் சிதைவை ஏற்படுத்தி, அதன்மூலம் தம்மைத் தகவமைத்துக்கொள்ள

விழைகிறபோது, நிலைகொண்ட சமயங்களில் இருக்கிற நம்பிக்கைகள், சடங்குகள், குறியீடுகள், அதன் பின்னால் இருக்கும் கதையாடல்கள் ஆகியவற்றின் மீது வேறொன்றைத் திணிப்பதால் நிகழ்வது திரிபு. அந்தத் திரிபுகளைப் பல நேரங்களில் நம்மால் இனங்காண முடியாமலே கூடப் போகலாம். ஏனெனில், அவை சமீபத்திய கதையாடல்கள், நம்பிக்கைகள் மீது மட்டுமே செய்யப்படுவனவாக இருப்பதில்லை. நிலைகொண்ட சமயத்தின் நீண்டதொரு வரலாற்றின் தொடக்கப் புள்ளியிலிருந்தே நிகழ்த்தப்படுவது, அதனுடைய வரலாற்றின்மீது சில புனைவுகளை உற்பத்திச் செய்து, அந்தப் புறமெய்யையே உள்மெய்யாகச் சித்திரித்து விடுகிறது. அவை புரட்டுகள் என்பதை உணர்வதற்கே சில நூற்றாண்டு கால இடைவெளியும் நுணுக்கமான ஆய்வும் தேவையாகிறது. ஏனெனில், அவை மக்களின் இயல்பான வாழ்க்கை முறைக்குள்ளாகவும் பண்பாட்டுக் களத்தில் சடங்குகள், வழிபாட்டு முறைகளுக்குள்ளும் இயல்பாகக் கலந்து, தனித்த மாற்றுக் குறியீட்டுத் தன்மையைப் பெற்றுவிடுகின்றன.

இப்படித்தான் வட இந்தியப் பகுதிகளிலிருந்து தெற்கு நோக்கிப் பயணித்த சமணம், பௌத்தம், பிராமண மதம் என்று சொல்லப்படுகிற வைதீக மதங்கள் தங்களுக்குள் ஒன்றையொன்று வீழ்த்தித்தான் மேலெழ வேண்டும் என்று முயற்சித்தபோது, ஆரம்பத்தில் வைதீக மதம் பௌத்தத்தை வீழ்த்த முடியாமல் திணறியது. ஏனெனில், பௌத்தம் மக்களின் பண்பாட்டுப் புழக்கத்தில் சமூக எதார்த்தங்களோடு இயைந்த வாழ்நெறியைக் கொண்டதாக இருந்தது. அது வைதீகச் சமயங்கள் கட்டமைத்த புனைவுகளான கடவுள், ஆன்மா, மறுபிறப்பு உள்ளிட்ட மூட நம்பிக்கைகளை எதிர்த்ததோடு உயிர்களிடத்தில் இயல்பாய்த் தங்கியிருக்கும் அறம்சார் பண்புக்கூறுகளை நன்கு உணர்ந்த ஓர் அறிவுநெறியாக இருந்தது. அது மக்களின் வாழ்வோடு இயல்பாக இணைந்திருந்தது. அதுதான் பௌத்தம் இந்த மண்ணில் நிலைத்திருக்கக் காரணம் என்ற சுயநினைவை வைதீகச் சமயங்கள் எட்டிய பிறகுதான் அதில் குழப்பங்களையும் திரிபுகளையும் உண்டாக்கத் தொடங்கின. பௌத்தப் பண்பாட்டின் சில தடயங்களை அழித்தும் பலவற்றைத் தனதாக்கிக்கொள்ளவும் முயற்சித்தன. அப்படிப் பௌத்த மரபில் மிக முக்கியமான பண்பாட்டு அடையாளமாக இருந்த தேங்காயை வைதீகம் கைப்பற்றி அதைத் தன்னுடைய சமய வழிபாட்டின் முதன்மையானதாகவும் அடிப்படையானதாகவும் மாற்றிக்கொண்டது எனலாம்.

புராண, பழங்கால இலக்கிய மரபுகளில் தேங்காய்

வைதீக மரபின் சட்டகங்களாக - நெறிமுறைகளாகக் கருதப்படும் ரிக், யஜூர், சாம, அதர்வண வேதங்களில் தேங்காய் என்பது வழிபாட்டுக்கு உரியதாகவோ பிரசாதமாகவோ வழங்கப்படும் மரபு சுட்டப்பெறவில்லை என்பதை வேதம் கற்ற பல அறிஞர்களே ஒப்புக்கொள்கின்றனர். அதேபோல இயல்பான மக்கள் வாழ்வில் இருந்த பௌத்த அடையாளங்களைத் தனதாக்கிக்கொள்ள ஓர் இயக்கமே உருவாக்கப் பெற்று அதன்வழியே இலக்கிய ஆக்கங்கள் என்ற பெயரில் சமண, பௌத்த சமயங்கள் மீதான காழ்ப்புணர்ச்சியைத் தூண்டிவிட்டுப் பல்வேறு சமயப் பூசல்களையும் அதன்வழியான அரசியல் விளைவுகளையும் தமிழகத்தில் ஏற்படுத்திய பக்தி இயக்கத்தின் உற்பத்திகளான தேவார, திருவாசகம், உபநிடதங்கள் ஆகியவற்றில் கூட தேங்காய் வழிபாட்டில் படைக்கப்படும் பொருளாகவோ அல்லது வழிபடும் பொருளாகவோ இருந்ததற்கான குறிப்புகள் இல்லை. இராமாயணம், வில்லிபாரதம் உள்ளிட்டவற்றில் தேங்காய் பற்றிய குறிப்புகள் இருக்கின்றன. ஆனால் அவையும் உணவு, இடம் என்ற பொருளில் மட்டுமே வழங்கப்படுகிறது. அப்படி இருக்கும்போது மிகச் சமீபத்திய சில நூற்றாண்டுகளாகத் தேங்காய் என்பது இந்து சமய வழிபாட்டுச் சடங்குகளில் மிக அடிப்படையான ஒன்றாக எப்படிக் குறியீட்டுத் தன்மை அடைந்தது என்பதைச் சிந்திக்க வேண்டும்.

சமண, பௌத்த இலக்கண, இலக்கியங்களில் தேங்காய் பற்றிய ஏராளமான குறிப்புகளும் பண்பாட்டு அடையாளங்களும் நமக்குக் கிடைக்கின்றன. குறிப்பாக, ஔவையாரின் மூதுரையில் தேங்காயின் தன்மையும் அதன்வழி நாம் புரிந்துகொள்ள வேண்டிய அறக்கருத்துகள் குறித்தும் குறிப்புகள் கிடைக்கின்றன. அதேபோல நன்னூல், மணிமேகலை, புறநானூறு போன்ற இலக்கியங்களில் தேங்காயை உவமையாகக் கொண்ட பல வாழ்வியல் செய்திகளைப் பார்க்க முடிகிறது. சரி, இந்தத் தேங்காய் எங்கிருந்து வந்தது, இதன் பூர்வீகம் என்ன என்பதைத் தேடும்போது பல ஆச்சரியமான தகவல்கள் கிடைத்தன.

தேங்காயின் வருகை

Coco என்றழைக்கப்படும் தென்னை மர வகைகள் இந்தோனேசிய தீவுகள் உள்ளிட்ட தெற்காசிய நாடுகளிலிருந்து கடல்வழிப் பயணங்களின் ஊடாக இலங்கை, அதையொட்டிய இந்தியப் பகுதிகளான தமிழகம், கேரள

கடற்கரையை ஒட்டிய பகுதிகளுக்கு வந்து சேர்ந்திருக்கின்றன. கொக்கோ என்ற பெயர், தெற்குத் திசையிலிந்து இங்கு வந்ததால் தென் + காய் = தேங்காய், தெங்கின காய் என்று பெயர் பெற்றதாகக் கூறப்படுகிறது. அறிவியல் ரீதியாக இது பழ வகை. அதனால் தெங்கம்பழம் என்றும் அழைக்கப்படுகிறது.

பௌத்தப் பண்பாட்டின் புழங்கு பொருளாக தேங்காய்

பௌத்த மதத்தின் முக்கியச் சடங்குகளிலும் வாழ்க்கை முறையிலும் தேங்காய்க்கு முக்கியத்துவம் கொடுக்கப்பட்டிருக்கிறது. பொதுவாக வைதீக, அவைதீகச் சமயங்கள் இரண்டிலுமே தேங்காய் என்பது தூய்மையின் குறியீடாகப் பார்க்கப்படுகிறது. வைதீகச் சமயங்களில் ஆரம்பத்தில் அதைத் தாண்டிய விரிந்த பொருள் அதற்கு இருந்ததாகத் தெரியவில்லை. ஆனால், பௌத்த சமய மரபுகளிலும் வாழ்விலும் பொருளாதாரத்திலும் தேங்காய்க்குத் தவிர்க்க முடியாத இடம் இருந்திருக்கிறது.

வாணிகத்தை முதன்மையாகக் கொண்டிருந்த பௌத்த இல்லறத்தாரும் நாடு கடந்து பௌத்தத்தைப் பரப்புவதற்காகக் கடல்வழிப் பயணம் மேற்கொண்ட பிக்குகளும் நெடுநாட்கள் கடலிலேயே பயணம் செய்ய வேண்டிய தேவை இருந்தது. அவ்வளவு நாட்களுக்குக் கெட்டுப் போகாமல் உணவையும் தண்ணீரையும் சேமித்து வைப்பது கடினம். அதற்கு மாற்றாக அவர்கள் தேங்காயைப் பயன்படுத்தியிருக்கிறார்கள். தேங்காயை உணவாகவும் அதில் இருக்கும் நீரைத் தண்ணீராகவும் ஒரே சமயத்தில் பயன்படுத்திக்கொள்ள முடியும். அதோடு நீண்ட நேரம் பசியைக் கட்டுப்படுத்தும் தன்மையும் தேள் போன்றவற்றின் கொடிய விஷத்தை முறிக்கும் ஆற்றலும் தேங்காய்ப்பாலுக்கு உண்டு. தேங்காயின் மேல் மட்டை உரிக்கப்படாமலேயே பல மாதங்கள் வைத்திருக்கும்போது தண்ணீர் வற்றி, முற்றி எண்ணெய் பிரிந்து வருமேயொழிய கெட்டுப்போகாது. அதனாலேயே கடல்வழி பயணத்தின்போது தேங்காய் முக்கிய உணவாகக் கொண்டுவரப்பட்டு அப்படியே தமிழகம், கேரளா, இலங்கை பகுதிகளில் அதிக அளவில் பரவியிருந்தது. சென்னையில் உள்ள தேனாம்பேட்டை என்பதே தென்னை மரங்களால் நிரம்பிய தென்னம்பேட்டை என்பதன் திரிந்த வடிவம்தான் என்று சொல்லப்படுகிறது.

பௌத்தப் பண்பாட்டுச் சடங்குகளில் தேங்காய்

உணவு, மருந்து என்ற நிலையைக் கடந்து பௌத்தப் பண்பாட்டுச் சடங்குகளில் மிக முக்கிய இடம் தேங்காய்க்கு இருக்கிறது. மலை உச்சியில் தீபமேற்றுவது பௌத்த அடிப்படையிலானது. அது இன்றைக்கும் வெவ்வேறு வடிவங்களில் பண்பாட்டு மரபாகத் தொடர்கிறது என்பது குறித்தும் அதை எப்படி அயோத்திதாசர் மாற்றுக் கதை உருவாக்க முறையியலாக மாற்றுகிறார் என்பது குறித்தும் ஆய்வாளர் ஸ்டாலின் ராஜாங்கம் தன்னுடைய கார்த்திகை தீபம் குறித்தான கட்டுரையில் விரிவாக விளக்கியிருப்பார். அந்த முறையியலோடு கேரளாவில் உள்ள சபரிமலை மகர ஜோதியை நம்மால் ஒப்பிட்டுப் பார்க்க முடியும். சாஸ்தா என்பதே புத்தரைக் குறிப்பதுதான் என்று சொல்லப்படுவதை அறிவோம். இந்த சாஸ்தா வீற்றிருக்கும் சபரிமலையில் ஏற்றப்படும் தீபத்திற்கும் தேங்காய்க்கும் கூட மிக நெருங்கிய தொடர்பு உண்டு. சபரிமலைக்குச் செல்லும் பக்தர்களின் முக்கியமான அடையாளமே அவர்கள் தலையில் சுமந்து செல்லும் இருமுடிதான். ஒருமுனையில் மலையில் ஏறும்போது அவர்களுக்குத் தேவையான உணவு உள்ளிட்டவற்றையும் மறுமுனையில் நெய் தேங்காய் ஒன்றையும் எடுத்துச் செல்வார்கள். தேங்காயை நார்கள் எதுவுமில்லாமல் மழுமழுவென்று உரசி, அதில் துளையிட்டுத் தண்ணீரை வெளியேற்றிவிட்டு நெய் நிரப்பி எடுத்துச் செல்வார்கள். மலை ஏறியதும் அந்தத் தேங்காயில் உள்ள நெய்யை சாஸ்தாவுக்கு அபிஷேகம் செய்யக் கொடுப்பார்கள். அது இன்றைய வடிவம். ஆனால், நெடுங்காலத்திற்கு முன்பு இதன் வடிவம் வேறு. மலையில் தீபமேற்றச் செல்லும் பௌத்த அறவாணர்களும் பழங்குடி மக்களும் காட்டின் நீண்ட நெடும்பாதையில் நாள் கணக்கில் நடந்து சென்றுதான் மலை உச்சியை அடைவார்கள். தீபமேற்றுவதற்காகக் கொண்டு செல்லும் நெய் சிதறாமல் இருக்கவும் கெட்டுப் போகாமல் இருக்கவும் தேங்காய்க்குள் வைத்து எடுத்துச் சென்றிருக்க வாய்ப்புண்டு. அதன் திரிந்த வடிவமாகத்தான் இன்றைக்கு எடுத்துச் செல்கின்ற நெய் தேங்காய் இருக்கிறது. மிகச் சமீப காலங்களில்தான் தேங்காயில் இருக்கும் நெய் ஐயப்பனுக்கு அபிஷேகம் செய்ய கொடுக்கப்படுகிறது. ஆனால், ஆரம்பத்தில் அது மலையுச்சியில் தீபமேற்றுவதற்காகக் கொண்டு செல்லப்பட்டதாகவே இருந்திருக்கிறது. இன்றைக்கும் கேரளாவில் உள்ள இந்த மரபு தெரிந்தவர்கள், தாங்கள் கொண்டு செல்லும் தேங்காய் நெய்யை அபிஷேகத்துக்குக் கொடுக்காமல் மலையில் தீபமேற்ற நெய் சேகரிக்கப்படும் கொப்பரையில்தான் ஊற்றுகிறார்கள்.

தொகுப்பு : ஸ்டாலின் ராஜாங்கம்

இறப்புச் சடங்குகளில்...

இறப்புச் சடங்குகள் சமண, பௌத்த மரபில் முக்கியத்துவம் வாய்ந்த ஒன்றாகக் கருதப்படுகிறது. இந்த இறப்புச் சடங்கிலும் தேங்காய் முக்கிய இடம் வகிக்கிறது. ஒருவர் இறந்து போனால் அந்த வீட்டில் ஒப்பாரி வைக்க மாட்டார்கள். இறந்தவரின் நெருங்கிய உறவுகளில் பங்காளி முறையில் உள்ள ஒருவர் வந்து தேங்காய் உடைத்து இறந்தவரின் தலைமாட்டில் வைத்து, அருகில் ஒரு விளக்கை ஏற்றி வைத்த பிறகுதான் ஒப்பாரி வைப்பது உள்ளிட்ட பிற இறப்புச் சடங்குகளே நடக்கும். இந்நடைமுறை தமிழ்நாட்டின் பல கிராமங்களில் இன்றைக்கும் இருக்கிறது. தேங்காய் மட்டுமின்றித் தென்னை மட்டைக்கும் இறப்புச் சடங்கில் முக்கியமான இடமுண்டு. இறந்தவர்களை இடுகாட்டிற்கு எடுத்துச் செல்வதற்குப் பாடை கட்டும் மரபு இருக்கிறது. அதற்குப் பயன்படுத்தப்படுவது பச்சை மூங்கிலும் தென்னை மட்டையும்தான்.

வீட்டில் கயிற்றுக்கட்டில் ஏதேனும் இருந்தால் அதில் இறந்தவரின் உடலை வைத்து எடுத்து வந்து, தெருமுனையில் கட்டி வைத்திருக்கும் பாடையில் உடலைக் கிடத்தி இடுகாட்டிற்கு எடுத்துச் செல்வார்கள். இதையும் கூட நாம் பௌத்தத்தோடு இணைத்துப் பார்க்க முடியும். பௌத்த பிக்குகள் காடு, மலைகளின் வழியே நீண்ட பயணங்கள் மேற்கொள்ளும்போது, இடையில் உடல்நலக் குறைவாலோ வயது முதிர்வாலோ இறந்து போனால் என்ன செய்யவார்கள். அவர்களை எப்படி மரியாதையுடன் அடக்கம் செய்வார்கள் என்று யோசித்தபோது, காட்டு வழியில் செல்லும்போது இறந்து போனால் காட்டில் கிடைக்கும் மூங்கிலை வெட்டி அதன்மேல் தென்னை மட்டைகளைப் படுக்கைபோல விரித்து உடன் சென்ற மற்ற அறவாணர்கள் சுமந்து சென்று ஏதேனும் ஒரு பகுதியில் புதைத்துவிட்டு அடையாளத்திற்காக அங்கே ஒரு கல்லை நட்டுச் சென்றிருப்பதற்கான வாய்ப்பு இருப்பதாக என்னால் புரிந்துகொள்ள முடிந்தது. அந்த மரபிலிருந்து கூட பாடை கட்டும் முறை தோன்றியிருக்கலாம். ஏனெனில், சங்க மரபுகள் போன்றவற்றில் இறந்தவர்களைத் தேரில் வைத்து எடுத்துச் செல்லும் குறிப்புகள்தான் பெரிதும் கிடைக்கின்றன.

தென்னை மரத்திலுள்ள மட்டை ஒருவரின் தலைமீது விழுந்தால் கூட அது இறப்பின் குறியீடாகப் பார்க்கும் தன்மை கிராமப் பகுதிகளில் உண்டு. ஒருவர் மீது தென்னை மட்டை விழுந்துவிட்டால், உறவினர்களுக்கு இறப்புச்

செய்தி சொல்லியனுப்புவது போலவே மட்டை விழுந்துவிட்டது என்றும் சொல்லி அனுப்புவார்கள். உறவினர்களும் செய்தியைக் கேட்டவுடன் இறப்புக்குக் கிளம்பி வருவது போல கூட்டம் கூட்டமாகத் துக்கம் விசாரிக்கத் தலையில் முக்காடு போட்டுக்கொண்டு செல்லும் மரபு இருக்கிறது.

தேங்காய் சுடும் திருவிழா - ஒரு பௌத்த விழா

சாஸ்தா கோயிலில் உடைக்கப்படும் தேங்காய்க்கு எவ்வளவு முக்கியத்துவம் கொடுக்கப்படுகிறதோ அதேபோன்று தமிழகத்தில் தேங்காயை முதன்மையாக வைத்து ஒரு பண்டிகை கொண்டாடப்படுகிறது. தேங்காய் சுடும் பண்டிகை என்று அதற்குப் பெயர். இந்தப் பண்டிகையின்போது நல்ல பதமாக இருக்கும் தேங்காயை வாங்கிவந்து, நெய் தேங்காயைப் போலவே அதன் நார்களை உரசி மொழுமொழுவென்று ஆக்கிவிடுவார்கள். அதன்பின் தேங்காயின் குடுமியை நீக்கிவிட்டு அதன் உச்சியில் ஒரு துளையிட்டுத் தண்ணீரை வெளியே எடுத்துவிட்டு, எள், பொட்டுக்கடலை, அவல், வெல்லம் ஆகிய நான்கும் கலந்த கலவையை அந்தத் தேங்காய்க்குள் முக்கால் பாகம் நிறப்பி மீதி உள்ள கால் பாகத்தில் எடுத்து வைத்த தேங்காய் தண்ணீரை நிரப்புவார்கள். பின் அந்தத் துளையில் 4 அடி அளவுக்கு உயரம் கொண்ட அழிஞ்சில் மரத்தின் குச்சியைத் தோல் சீவிவிட்டுச் செருகி, அந்தக் குச்சிக்கும் தேங்காய்க்கும் மஞ்சள் பூசப்படும். பின் காய்ந்த சருகுகளைக் குவித்துத் தீமூட்டி சிறுவர்களும் இளைஞர்களும் சுற்றிலும் நின்று தங்களுடைய தேங்காயை நெருப்பில் சுடுவார்கள். உள்ளிருக்கும் தேங்காய் வெந்ததும் வெளியே இருக்கும் ஓடு வெடிக்க ஆரம்பிக்கும். இந்த வெந்த தேங்காயைக் குச்சியுடன் அப்படியே எடுத்துச் சென்று விநாயகர் கோயிலில் உடைத்து வழிபாடுவார்கள்.

ஆடி மாதத்தின் முதல் நாளன்று தமிழகத்தின் சில மாவட்டங்களில் மட்டும் நடக்கும் இந்தப் பண்டிகைக்குப் பின்னாலும் வைதீகம் ஒரு கதையைச் சொல்லி வைத்திருக்கிறது. ஆடி முதல் நாள்தான் மகாபாரத குருஷேத்ர போர் தொடங்கியது என்றும் அந்தப் போரில் பாண்டவர்கள் வெற்றி பெற வேண்டும் என்பதற்காக அப்போது எல்லோரும் தங்களுடைய குலதெய்வங்களை வேண்டிக்கொள்வதே இந்தத் தேங்காய் சுடும் பண்டிகை என்றொரு கதை சொல்லப்படுகிறது. ஆனால், குல தெய்வங்கள் என்று சொல்லப்படுகிற எந்தச் சிறு தெய்வங்களின் கோயில்களிலும் இந்தப் பூஜை செய்யப்படுவதில்லை. ஆனால், இதே தேங்காய் சுடும் பண்டிகையைப்

பௌத்த மரபின் வரலாற்றுடன் நம்மால் பொருத்திப் பார்க்க முடியும். ஆம், இந்தச் சடங்கு முறையை அடிப்படையாக வைத்து ஒரு பௌத்தக் கதையாடலை நம்மால் உருவாக்க முடியும்.

குருச்சேத்திரப் போர் எப்படி 18 நாட்கள் நடந்ததாகச் சொல்லப்படுகிறதோ அதேபோல அசோகர் வென்ற கலிங்கப் போரும் 18 நாட்கள் நடந்ததாகச் சில வாய்மொழி வழக்காறுகள் உள்ளன. போரில் வென்ற அசோகர் அதில் நடந்த உயிர் பலிகளைப் பார்த்து மனம் திருந்தி பௌத்தம் தழுவினார் என்பது வரலாறு. இதே வடிவ ஒற்றுமையை இந்தத் தேங்காய் சுடும் பண்டிகையிலும் பார்க்க முடியும். போரில் வெற்றி பெற தேங்காய் சுட்டு குல தெய்வத்தை வழிபடுவது போரின் தொடக்க நாள். தேங்காயை உடைத்த பின் அதில் சொருகி வைத்திருந்த அழிஞ்சில் குச்சியை வைத்து அடுத்த சில நாட்களுக்குச் சிறுவர்கள் விளையாடுவார்கள். அது அப்படியே போரின் வடிவை ஒத்திருக்கும். அந்தக் குச்சியை வைத்துச் சண்டையிடுவது ஒருவரை மற்றவர் தாக்க முயல்வது, தடுப்பது தற்காப்பது, நாட்டைக் கைப்பற்றுவது என்ற அந்த விளையாட்டின் தன்மை இருக்கும். இதில் இருக்கும் சுவாரஸ்யமான நிகழ்வே ஆடிப்பெருக்கு என்று சொல்லப்படும் 18 ஆம் நாள்தான் போரின் இறுதி நாள். அசோகர் எப்படி மனம் வருந்தி போரைக் கைவிட்டாரோ அதேபோல குல தெய்வ (அய்யனார்) கோயில்களில் கத்தி கழுவும் நிகழ்வு நடக்கும். போர், உயிர்பலி கூடாது என்று கத்திகளில் உள்ள இரத்த கரைகளைக் காவிரி ஆற்றிலிருந்து நீர் கொண்டுவந்து கழுவி அதற்குப் பூஜை செய்வார்கள். காவிரி ஆற்றில் தலை முழுகுவது ஆகியவை நடக்கும். இதில் முதல் நாளும் 18ஆம் நாளும் வெகு சிறப்பாகக் கொண்டாடப்படும். ஆனால், இந்த விழா பற்றி வைதீக மரபில் சொல்லப்படும் கதையில் இந்த முழுமையும் வரலாற்றுத் தொடர்ச்சியும் கிடையாது. இந்த நிகழ்வுகள் யாவும் தமிழகத்தில் கரூர், சேலம், நாமக்கல், ஈரோடு, திருப்பூர், தர்மபுரி ஆகிய காவிரி கரையோர மாவட்டங்களில் மட்டும் நடக்கும். இப்பகுதிகளில் மட்டும் இந்தத் தனித்துவமான நிகழ்வுகள் நடப்பதற்கும் ஏதோ ஒருவித வரலாற்றுத் தொடர்ச்சி இருந்திக்க வேண்டும் என்று கருதுகிறேன். ஏனெனில், பேரரசர் அசோகரின் மகன் பௌத்த சமயத்தைப் பரப்புவதற்காகக் கடல் வழிப் பயணமாகத் தமிழக, இலங்கை பயணத்தில் அவர் வந்தடைந்தது காவிரிப்பூம்பட்டினம் துறைமுகத்துக்கு. அதுதான் தமிழகத்தில் காவிரி கடலில் சேரும் இடம். அந்தச் சமயத்தில் மாமன்னர் அசோகரின் கலிங்கப் போர் குறித்தும் அவர் பௌத்தம்

ஏற்றது குறித்தும் மக்களிடம் பரப்புரை செய்யப்பட்டும் கொண்டாடியும் இருக்கலாம். அதன் தொடர்ச்சியாக இன்றைக்கும் அந்தப் பகுதிகளில் அவை கொண்டாட்டங்களாக இருந்துவருவதாகக் கருதுகிறேன்.

தேங்காயின் வகைகள்

இன்றைக்குத் தேங்காய் பூஜைக்குரிய பொருளாகவும் உணவாகவும் இருக்கிறது. ஆனால், பூர்வ பௌத்தர்களுக்கு உணவாகவும் மருந்தாகவும் மட்டுமின்றி அவர்களுடைய பண்பாட்டுக் கூறுகளில் மிக முக்கிய அசைவுகளை ஏற்படுத்திய குறியீடாகவும் இருந்திருக்கிறது. தெற்காசிய நாடுகள் மட்டுமின்றி உலகின் வெவ்வேறு நாடுகளில் பரவியிருந்த பௌத்தர்களுக்கும் இது முக்கியமான பண்பாட்டு அடையாளமாக இருந்திருக்கிறது என்று சொல்லலாம். தேங்காய் தூய்மையின் அடையாளமாகவும் மனிதர்களின் தலையைக் குறிக்கும் குறியீடாகவும் பார்க்கப்படுகிறது. அதனால்தான் மற்ற எல்லா மர வகைகளுடைய இளமைப் பெயர்களும் கன்று என அழைக்கப்படும்போது, தென்னை மட்டும் பிள்ளை என்று அழைக்கப்படுகிறது. அதேபோல் எல்லா வகை பழங்கள், விதைகளின் வெளிப்பகுதி தோல் என்றும் ஓடு என்றும் அழைக்கப்பட்டது. ஆனால் தேங்காயின் ஓட்டுக்கு மட்டும்தான் சிரட்டை என்று பொருள். சிரம் + அட்டை = சிரட்டை என்று பொருள் கொள்ளப்படுகிறது. ஆகையால்தான் வைதீக சமயங்களும் அவைதீக சமயங்களும் தேங்காயை மனிதத் தலையின் குறியீடாகப் பார்க்கிறார்கள்.

அதேபோல தென்திசையில் இருந்து வந்ததால்தான் அது தேங்காய். கொக்கோ Coco என்பதுதான் அதன் பெயர். உள்ளே இருக்கும் அதன் பழம் விதையைப் போல இருப்பதால் Coconut ஆனது. Coco என்றால் ஸ்பானிய மொழியில் மூடிய முகம் என்று பொருள். இதுவே ஒருவகையில் புத்தரை நம் நினைவுக்குக் கொண்டுவருவதாக இருக்கிறது. தேங்காய் என்றாலே நமக்குத் தெரிந்தது ஒருவகைதான். ஆனால், இந்தியாவில் மட்டும் மூன்று வகையான தேங்காய் இருக்கின்றன. அதில் ஒரு வகைக்கு மகாகனி என்றும் இன்னொரு வகைக்கு buddha coconut என்றும் பெயர். அளவுகளிலும் வடிவத்திலும் சிறு சிறு மாற்றங்களுடன் உலகம் முழுமைக்கும் கிட்டத்தட்ட 32 வகையான தேங்காய்கள் இருக்கின்றன. உலகம் முழுவதும் பல்வேறு நாடுகளில் உள்ள பௌத்த பிக்குகள் கையில் வைத்திருக்கும் பிச்சைக் கலம் அந்தந்த நாடுகளில் கிடைக்கும் தேங்காய் வகைகளில் இருந்து செய்யப்பட்டதாகவே இருக்கிறது.

தொகுப்பு : ஸ்டாலின் ராஜாங்கம்

தேங்காய் மதம் உருவான கதை

இவை எல்லாவற்றையும்விட ஆச்சர்யமான விஷயம் என்னெவென்றால், தேங்காய் மதம் என்ற தனி மதமே தோற்றுவிக்கப்பட்டிருக்கிறது. 1963ஆம் ஆண்டு வியட்நாமைச் சேர்ந்த தாங்க் நியம் என்கிற வரலாற்று ஆய்வாளர் வியட்நாமில் தேங்காய் மதம் என்ற தனி மதம் 1909 - 1990 வரை இருந்ததாகவும் அந்த மதத்தைப் பின்பற்றுபவர்கள் தேங்காய் பால், தேங்காய் சார்ந்த பொருள்களையே பிரதான உணவாக எடுத்துக்கொண்டு தனித் தீவில் வாழ்ந்துவந்ததாகவும், அந்தத் தீவுக்குச் சென்று தான் மூன்று வருடங்கள் ஆய்வு செய்ததாகவும் தன்னுடைய ஆய்வில் குறிப்பிடுகிறார்.

தெற்கு வியட்நாம் பகுதியில் வாழ்ந்த புத்த பிக்கு ஒருவர், பௌத்த மதம் அழிவை நோக்கிச் செல்கிறது என்பதை உணர்ந்து அதை உயிர்ப்புடன் வைத்திருக்க வேண்டுமென்பதற்காகப் பௌத்த மதத்தைப் பின்பற்றும் 4,000 பேருடனும் அந்தப் பகுதியில் சிறுபான்மையினராக வாழ்ந்துவந்த கிறிஸ்தவர்களையும் இணைத்துக் கொண்டு ஒரு தனித் தீவிற்கு இடம்பெயர்ந்திருக்கிறார். இவர் உருவாக்கிய இந்த இணைப்புக்குப் பெயர்தான் தேங்காய் மதம். அதனால் அந்தப் பிக்குவும் Coconut Monk என்றே அழைக்கப்பட்டிருக்கிறார்.

வைதீக நரபலி மரபும் தேங்காயும்

பொதுவாகப் புது வீடு கட்டினாலோ, புதிதாக வாகனங்கள் வாங்கினாலோ, ஒரு புதிய விஷயத்தைச் செய்தாலோ தேங்காய் உடைக்கும் பழக்கம் இருக்கிறது. ஆனால், பௌத்த மரபில் இருக்கும் தேங்காய் சார்ந்த சடங்குகளின் நோக்கும் புழக்கத்தில் இருக்கிற வைதீக மரபின் தேங்காய் சார்ந்த சடங்குகளின் நோக்கும் வேறு வேறாக இருக்கிறது. அடிப்படையிலேயே இரண்டும் எதிரெதிர் திசைகளில் பயணிக்கும் தன்மை கொண்டதாக அமைந்திருக்கிறது.

பௌத்த மரபின் எச்சங்களாக இன்றைக்கும் பின்பற்றப்படுகிற தேங்காய் சார்ந்த சடங்குகள் மக்களின் வாழ்வியலோடு நெருங்கிய தொடர்பைக் கொண்டிருப்பதாகவும் வாழ்க்கையின் நேர்ச் சமன்பாடுகளுக்குள் அடங்குவதாகவும் அறம் போற்றுதலை வலியுறுத்துவதாகவும் இருக்கிறது. ஆனால், வைதீக மரபிலுள்ள தேங்காய் தொடர்புடைய சடங்குகளும் வழிபாட்டு முறைகளும் அறத்தை உடைத்தெறிவதில் உள்ளார்ந்த

இன்பம் காண்பதாகவும் தனக்கு எதிராக இருப்பவர்களைச் சிதைக்கும் மனப்பாங்கையும் குறியீடாகக் கொண்டு செயல்படுவதாக இருக்கிறது. குறிப்பாக வைதீகத்தை எதிர்க்கும் மதங்கள் யாவும் அறத்தை விரும்புபவை; உலக உயிர்களைச் சமமாக நினைக்கக் கற்றுத் தருபவை; பிறர் துன்பம் கண்டு கழிவிறக்கம் கொள்வதை வலியுறுத்தும் மதங்களாக இருக்கின்றன. வைதீகமோ அடிப்படையில் உயிர் பலி எடுக்கும் வன்மங்களின் யாகத் தீயில் புளகாங்கிதம் கொள்ளும். ஆனால், சமண, பௌத்த சமயங்களைவிட தன்னை உயர்வானதாகவும் தூய்மையானதாகவும் மக்களிடம் காட்டிக்கொள்ள, தன்னை நிலைநிறுத்திக்கொள்ள அற மரபுகள், புலால் உண்ணாமை போன்றவற்றைத் தனதாக்கிக்கொண்டது.

ஆனால், வைதீக மதங்களுக்குச் சுய நினைவிழப்பு மிக அதிகம். தங்களுடைய அடிப்படைகளை முழுதாக மறைக்கத் தெரியாமல் அவ்வப்போது மாட்டிக்கொள்ளும். பின் ஏதேனும் ஒருவகையில் சமாளிக்கவும் செய்யும். அப்படித்தான் இந்த உயிர் பலி கொள்வதும். பௌத்தத்தின் மீதான காழ்ப்புணர்ச்சி அப்படிப்பட்டதுதான். இதற்கு மிகச்சிறந்த உதாரணமாக இன்றைக்கு இந்து மதக் கோயில்களில் தேங்காய் உடைத்து வழிபடுவதைப் பார்க்க முடியும்.

சைவ மரபில் வந்த மிக முக்கியமான படைப்பாகக் கருதப்படும் பெரிய புராணம், சைவ அடியார் சேக்கிழாரால் எழுதப்பட்டது. இது 64 நாயன்மார்களின் வாழ்க்கையைப் பற்றிய வரலாற்று நூல் என்று சொல்லப்பட்டாலும் அதன் நெடுவழி முழுக்கப் பௌத்த மதத்தை வேரறுப்பதையே வலியுறுத்தப் பட்டிருக்கும். ஒவ்வொரு பதிகத்தின் கடைசி பாடல்களில் சமண, பௌத்த மதங்களின் மீதான காழ்ப்புணர்ச்சியே வெளிப்பட்டிருக்கும். அதில் சில இடங்களில் பௌத்த நெறியை அழிக்க வேண்டுமென்றால் புத்த சிலைகளையும் பௌத்தத்தை உயர்த்திப் பிடிக்க நினைப்பவர்களின் தலை, கை, கால்களையும் வெட்டி வீசுங்கள் என்று சேக்கிழார் வெளிப்படையாகவே கட்டளையிடுவார். அதன் தொடர்ச்சியைத் தமிழகம் முழுவதும் நமக்குக் கிடைக்கும் தலையில்லா புத்தர் சிலைகளோடு தொடர்புபடுத்திப் பார்க்க முடியும்.

வைதீக மரபுகளில் எந்த விஷயத்தைத் தொடங்குவதாக இருந்தாலும் உயிர் பலி (நரபலி கொடுப்பதும் புராணங்களில் உண்டு) கொடுக்கும் வழக்கம் இருந்தது. தன்னைத் தூய்மையான மதமாக வெளிப்படுத்திக்கொள்ள

ஆரம்பித்த பிறகு, அந்த நரபலியும் இப்போது தேங்காய் உடைப்பதாகக் குறியீட்டுத் தன்மை பெற்றுவிட்டது.

உலகம் முழுமைக்கும் தேங்காய் பௌத்தப் பண்பாட்டுடன் தொடர்பு உடையதாக இருந்ததையும் குறியீட்டுப் பொருண்மை அடிப்படையில் அது மனிதத் தலையுடன் ஒப்பீடு செய்யப்பட்டதையும் அது ஓர் அறக்குறியீடாகச் செயல்பட்டதையும் அறிவோம். அதனாலேயே வைதீக மரபு பௌத்தத் தலைகளுக்குப் பதிலாக தேங்காய்களின் தலைகளைத் தங்களுடைய கடவுள்களுக்குப் பலியாகக் கொடுக்க வேண்டும் என்பதை வலியுறுத்த ஆரம்பித்தது. இதை உயிர் பலிக்கு மாற்று என்ற வகையில் கேரளாவில் சங்கராச்சாரியார் மிகத் தீவிரமாக வலியுறுத்திய வரலாறும் நமக்குத் தெரியும். அதன் எச்சமாகத் தாழப்பொலி என்னும் சடங்கு முறை சமீபத்திய சில ஆண்டுகளுக்கு முன்பு வரையிலும் கேரளாவின் சில பகுதிகளில் இருந்துவந்தது.

சில நூற்றாண்டுகளுக்கு முன்புவரை வைதீக சமயப் பெரியோர்கள் (சைவ, வைணவ அடியார்கள்) வரும்போது அவர்களை மகிழ்விப்பதற்காகப் பௌத்த பிக்குகளின் தலைகள் வெட்டப்பட்டு அதை ஒரு தாம்பூலத் தட்டில் வைத்து அவர்களுக்குக் காணிக்கையாகப் படைக்கும் வழக்கம் இருந்திருக்கிறது. அதன் எச்சமாகப் பௌத்த பிக்குகளின் தலைகளுக்குப் பதிலாகத் தேங்காயை உடைத்து அதன் உள் பகுதியில் இரத்தம் போல குங்குமத்தைக் கொட்டி, அதை வைதீக அடியார்களுக்குக் காணியாக்கும் சடங்குகள் புழக்கத்தில் இருந்திருக்கின்றன. இதுகுறித்து ஓணம் குறித்த தன்னுடைய நூலில் சிறிய குறிப்பு ஒன்றை அருள் முத்துக்குமரன் தந்திருப்பார்.

இதே சடங்கு சிறு மாறுபாட்டுடன் கேரளாவில் இன்னும் நிகழ்த்தப் படுகிறது. கோயில் திருவிழாக்களில் சாமி ஊர்வலங்கள் நடைபெறும்போது பெண்கள் தங்களுடைய வீட்டின் முன்பு நின்று தாம்பூலத்தில் தேங்காய் உடைத்து வைத்து அதில் தீபமேற்றி வரவேற்பது ஒரு முறை. மற்றொன்று, தங்களுடைய ஊருக்கு அதிகாரிகள், சிறப்பு விருந்தினர்கள் வரும்போது அவர்களை மகிழ்விக்க இதே தாழப்பொலியைப் பயன்படுத்தி ஆரத்தி எடுப்பது ஆகியவை இன்றைக்கும் புழக்கத்தில் இருக்கின்றன.

- நீலம், ஜனவரி, 2023

பௌத்தப் பண்பாட்டில் வேர் கொண்டிருக்கும் தேரோட்டம் – சில தொடக்கநிலைக் குறிப்புகள்

மு.கார்த்திக்

தமிழகத்தில் கோயில் திருவிழாக்களுடன் தொடர்புடையதாக இருப்பவை தேர்கள். தேர்த் திருவிழா அனைத்து மக்களையும் ஒன்றிணைக்கும் விழாவாகத் தற்போது அறியப்படுகிறது. தேரினை தேர், ரதம், ஊர்தி போன்ற பெயர்களில் அழைக்கின்றனர். தேரோட்டத்தின் தொடக்கத்தைத் துல்லியமாகக் குறிப்பிட முடியாவிட்டாலும், சங்க இலக்கியங்களில் தேர் என்ற சொல் பற்றிய விளக்கங்கள் காணக்கிடைக்கின்றன. சிலப்பதிகாரம், மணிமேகலை போன்ற பௌத்த, சமண இலக்கியங்களிலும் அரசர்களின் தேர் பற்றிய விளக்கங்கள் விரிவாகக் குறிப்பிடப்பட்டுள்ளன. போர்க்களங்களிலும் விழாக்களிலும் தேரோட்டம் முக்கியப் பங்கு வகித்திருக்கிறது. தற்போதைய சமூகத்திலும் தேரோட்டம் மறைந்துவிடவில்லை.

தமிழ் இலக்கியங்களில் தேர் என்ற சொல்லின் பயன்பாடு:

சங்க இலக்கியங்களில் தேர் என்ற சொல் இரண்டு பொருள்களில் கையாளப்பட்டுள்ளன. ஒன்று ஆராய்தல் / தேடுதல் / நாடுதல் என்ற பொருளில். நன்மை எது, தீமை எது என்று ஆராய்தல் / தேடுதல் என்று இதற்குப் பொருளாகும். இரண்டு தேர் என்ற வாகனம். இதன்படிப் பார்த்தால் "இரை தேர் மணி சிரல் இரை செத்து எறிந்து என" என்ற பெரும்பாணாற்றுப்படை (313) வரிகளில் வரும் தேர்

என்பதற்குத் தேடுகின்ற என்பது பொருளாகும். "முன்பகல் தலைக்கூடி நன்பகல் அவள் நீத்துப் பின்பகல் பிறர்த் தேரும் நெஞ்சமும் ஏமுற்றாய்" என்ற கலித்தொகை *(74 / 10,11)* வரிகளில் வரும் தேர் என்பதற்கு நாடிச் செல்லுதல் என்பது பொருளாகிறது. "தேருங்கால் நும் மகள் நுமக்கும் ஆங்கு அனையளே" என்ற கலித்தொகை *(9 / 15 - 17)* வரிகளில் வரும் தேருங்கால் என்பதற்கு ஆராய்ந்து பார்த்தால் என்பது பொருளாகும். "தேருநர் தேருங்கால் தேர்தற்கு அரிது காண்" என்ற பரிபாடல் *(22 / 31 - 34)* வரிகளில் தொடர்ந்து சொற்களுக்குத் தெளிந்தறிய முயல்வோர் எண்ணிப் பார்த்தால் தெளிந்து கொள்வதற்கு அரிதாகும் என்று பொருள். மூன்று இடத்திலும் தேர் என்பதற்குத் தேடல் / நாடுதல் என்று பொருள் கொள்ளப்பட்டுள்ளது. "வண் பரி நெடும் தேர் கடவுமதி விரைந்தே" என்ற ஐங்குறுநூறு வரிக்கு *(489 / 5)* வளமையான குதிரைகள் பூட்டிய நெடிய தேர் என்பது பொருளாகும். "ஊரா நல் தேர் உருட்டிய புதல்வர்" என்ற வரிகளில் (பெரும்பாணாற்றுப்படை *249)* உள்ள சொல்லுக்கும் தேர் என்றே பொருள். சிலப்பதிகாரம் வழக்குரை காதையில் கண்ணகி பாண்டிய மன்னனை நோக்கி "தேரா மன்னா" என்று விளிக்கிறார். எது சரி, எது தவறு என்று ஆராயாத மன்னனே என்பது அதற்கான பொருளாகும்.

கடலோடா கால்வல் நெடுந்தேர் கடலோடும்

நாவாயும் ஓடா நிலத்து. (குறள் - *496)*

என்கிற குறளில் தேர்வாகனம் என்ற பொருளிலேயே இச்சொல் வந்துள்ளது. ஓடுகிற தேரினை நெடுந்தேர், பொற்றேர், கொடித்தேர், கொடிஞ்சித் தேர் என்று பலப் பெயர்கள் கொண்டு அழைப்பர். போர்களில் தேர் இன்றியமையாத பங்கு வகிக்கிறது. போரில் வெற்றி பெற்ற பின்னர் தேரின் முன்னும் பின்னும் ஆடிவருவதை முன்தேர்க்குரவை, பின்தேர்க் குரவை என்று தமிழ் இலக்கணம் வழியே அறிய முடிகிறது. தேரில் கல் தேர், மரத் தேர், தங்கத் தேர், வெற்றித் தேர் என நான்கு வகைகள் உள்ளன.

தேரோட்டத்திற்கான வேர் பௌத்த சமயம் கொண்டிருந்த பண்பாட்டு நடைமுறைகளிலிருந்து உருவானதாகத் தெரிகிறது. தேரோட்டம் என்ற இச்சொல் தேர், தேரர் போன்ற சொற்களோடு தொடர்புடையது. தேர் என்பது வழக்கமான வாகனமல்ல. மனிதர்கள் ஏறிச்செல்வதோ, சரக்குகள் ஏற்றிச் செல்வதோ அல்ல. மதிக்கத்தக்கவர், தலைமை பூண்டவர் ஏறிச்செல்லும் தனித்த வாகனம் அது. தலைமை பூண்டவர் என்பவர் யார்?

ஆராய்ந்து அறிந்ததனால் மக்களால் தலைமையானவராக மதிக்கப்பட்டவர். பௌத்தத்தில் தேரவாத மரபு இருப்பதை அறிவோம். பிக்குகள் தேரர்கள், பிக்குணிகள் தேரிகள் என்றழைக்கப்பட்டார்கள்.

நம்பிக்கைகளை விடவும் அறிவின் துணை கொண்டு ஆராய்தலை அடிப்படையாகக் கொண்டது தேரவாதம். ஆராய்தலோடும் அறிவோடும் தொடர்பு கொண்டதே தேரவாதம் / தேரர் போன்ற சொற்கள் என்பதை இதன் மூலம் அறிகிறோம். தேரின் தொடக்கம் எது? ஆராய்தலால் தலைமை பூண்ட துறவிகள் இறந்தபோது ஜோடிக்கப்பட்ட வாகனங்களில் மக்களிடையே ஊர்வலமாகக் கொண்டு செல்லப்பட்டு அடக்கம் செய்யப்பட்டனர். இவ்வாறு தேரர்களைக் கொண்டு சென்ற வாகனம் என்பதால் தேர் ஆயிற்று. இப்போதும் கிராமங்களில் இறந்தோருக்காக அலங்கரிக்கப்படும் தூக்கியைத் தேர் என்றும், தேரை அலங்கரித்தல் என்றும் சொல்வதைப் பார்க்கலாம். அலங்கரிக்கப்படாத தூக்கியை வெறுமனே பாடை என்று சொல்கிறார்கள். இவ்வாறு வழிகாட்டி இறந்தோரையே வழிபடவும் செய்தனர். வணங்கத்தக்கத் துறவிகளைத் தேரில் ஊர்வலமாகக் கொண்டு சென்றதன் தொடர்ச்சியே சாமியைத் தேரில் அலங்கரித்து ஊர்வலமாக எடுத்துச் செல்லும் தேரோட்டமாகப் பார்க்கிறோம்.

பௌத்தப் பண்பாட்டில் தேரோட்டம்:

சிலப்பதிகாரத்தில் புத்த சமயக் கடவுளான அருகனுக்குத் தேர் இருந்ததாகக் குறிப்பிடப்படுகிறது. எனவே, கோயில் தேர் என்பது பௌத்த / சமண சமயங்களுக்கு உரியதாக இருந்தது. பௌத்தத்தில் இருந்து அனைத்துப் பண்பாட்டு நிகழ்வுகளையும் பின்பற்றத் தொடங்கி வைதீக சமயத்திலும் தொடர்கின்றனர். தேரோட்டமானது பௌத்தத்தின் வேர் நீட்சியே ஆகும்.

'தேரர்கள் - தேரவாத பௌத்தத்தைப் பின்பற்றுபவர்கள்' புத்தரை ரதத்தில் வைத்து வழிபட மக்கள் மத்தியில் கொண்டு செல்ல பயன்படுத்திய ஊர்தி, தேரர்கள் இழுத்து வந்ததால் தேர் என்று ஆயிற்று. சீன பௌத்தத் துறவிகளான பாகியான், யுவான் சுவாங் போன்றோர் இந்தியாவைப் பற்றி எழுதிய குறிப்புகளில் முக்கியமானது, 'பல பௌத்தக் விஹார்களில் புத்தரை ரதத்தில் (ரதம் - தேர்) வைத்துக் கொண்டுவருவர்" என்பதாகும். இதன்படி தேரோட்டம் தொடக்கக் காலத்தில் பௌத்தத்தின் பண்பாட்டுக் கூறாக இருந்ததை அறிகிறோம்.

தொகுப்பு : ஸ்டாலின் ராஜாங்கம்

கோயில் ஆய்வின் முக்கியத்துவம்:

கோயில்களையும் அங்கிருக்கும் பிற விசயங்களையும் ஆராய்வதால் பலவிதமான வரலாற்றை அறிந்துகொள்கிறோம். "பண்பாட்டு ஆய்வின் அத்தியாவசியம் கோயில்களைப் பற்றிய ஆய்வுகள் நாட்டு வரலாற்றாய்வாக மட்டுமின்றிச் சமூக, பண்பாட்டாய்வுகளாகவும் விளங்கும் திறனுடையன. தமிழ்நாட்டில் கோயில்களில் காணப்பெறும் கல்வெட்டுகள் தரும் செய்திகளும், கோயில்களின் கட்டடக்கலைகளும் சிற்பக்கலைகளுமே பெரிதும் ஆராயப்படுகின்றன" என்கிறார் ஆய்வாளர் தொ.பரமசிவன். முன்னோர்களின் வாழ்வும், வளர்ச்சியும், கனவும் முதிர்ச்சியும், வீழ்ச்சியும், சாதனைகளும் இன்றளவும் கோயில்களிலேயே இருக்கின்றன. கோயிலை / விகார்களைப் புறக்கணித்துவிட்டுச் சமூகம் கடந்துவந்த பாதையை, உண்மையான வரலாறை அறிய இயலாது. சமண / பௌத்த சமயங்கள் பழங்கால சிறுதெய்வங்களோடு நெருங்கிய தொடர்பு கொண்டவையாக இருந்திருக்கின்றன என்கிற வரலாற்றையும் கவனத்தில் கொண்டு இவற்றை ஆராய வேண்டியிருக்கிறது. பண்பாடானது, தனக்குள் சில இயலாமையோடும், போதாமையோடும் இயங்கும். புதிய பண்பாட்டு எழுச்சி என்பது மக்களின் தேவையைப் பொறுத்து நடக்கும். அதேவேளையில் புதிதாக எழும் பண்பாட்டை உன்னிப்பாகக் கவனித்தால் பலவகையான பண்பாட்டுத் திரிபுகளையும், புதிய வடிவங்களையும் காண முடியும்.

இத்தகைய சூழலில் பண்பாட்டை ஒருபுறமும், கட்டடக்கலையை மறுபுறமும் வைத்துப் பொருத்திப் பார்த்து ஆய்வு நிகழ்த்த வேண்டிய தேவை உள்ளது. குறிப்பாக, சைவ வைணவ சமயங்கள் பௌத்த விகார்களைக் கைப்பற்றியவுடன் விஹார்களில் உள்ள மூலவரின் (புத்தர் / போதிசத்துவர்) தன்மையை மாற்றுவதற்கு மேல்தளம் அமைத்து, கீழே இருக்கும் மூலவரை மறைக்கும் முயற்சியில் ஈடுபட்டனர். விகார்களில் உள்ள கருவறைகள் தாமரை வடிவில் இருக்கும் (தாமரை பௌத்த குறியீடு). அதனை மாற்ற முடியாத சூழலில் கீழே இருக்கும் மூலவரை மறைத்திட கீழ்த்தளத்தை முற்றிலும் மூடிவிட்டு கோயிலின் மேற்பகுதியில் மூலவரைப் புதிதாக அமைத்திடுவர். இவ்வாறு பல விகார்களின் கட்டடக்கலையையும் சிலை அமைப்புகளையும் மாற்றியுள்ளனர். இதன் தொடர்ச்சியாக 'சிலைகளுக்குச் சக்தி உண்டு' என்று வைதீகச் சமயத்தார் பரப்பினர். அவை குறிப்பிட்ட ஆண்டு வரைக்கும் மட்டுமே இருக்கும். அந்தக் காலத்திற்குப் பிறகு சிலைகளைப் புதுப்பிக்க வேண்டும் என்றனர். இந்தக் கதையாடல் மூலம்

பழைய சிலைகளைப் புதிய சிலைகள் நிறுவும் இடத்திற்குக் கீழேயே மண்ணுக்குள் புதைத்துவிடுவர். இவ்வாறு பல பௌத்த விகார்களில் இருந்த புத்தர் சிலைகள் மறைக்கப்பட்டுள்ளன என்பதைப் பல ஆய்வாளர்கள் குறிப்பிடுகின்றனர்.

பௌத்த / சமண சமயங்கள் தன் பூர்வீகத்தை இழந்த பின்னர், அச்சமயத்தார் சைவ வைணவ வழிபாட்டைப் பின்பற்ற நிர்பந்திக்கப்பட்டனர். ஆனால், பௌத்தர்கள் தங்கள் வழிபாட்டு முறைகளையே தொடர்ந்து மேற்கொண்டு வந்ததன் மூலம் சைவ வைணவ வழிபாடு முறைகளுள் அவை கலந்தன. இந்நிலையில் பௌத்த / சமணத்தின் எச்சங்களைத் தன்னுள் அடக்கி மக்களிடையே பரவும் நிலை உருவாகியது. ஆய்வாளர் தே.லூர்து இது குறித்து குறிப்பிடுகையில், "மக்களால் நிர்வகிக்கப்படும் நாட்டார் தெய்வங்கள், ஐயனார் கோயில்கள் ஆகியவற்றில் வைதீகத் தலையீடு அதிகமாக இருப்பின், கோயில் பிரதிஷ்டை தொடங்கி அனைத்து பூஜைகள், திருவிழாக்கள், மந்திரங்கள் யாவும் புதுவிதமான கதையாடல் மூலம் இணைக்கப்பட்டு, சைவ வைணவ வழிபாட்டு முறைகள் மக்கள் மத்தியில் பிரபலமடைந்து தம்மைத் தொன்மையானதாக உருவமைக்க முயற்சிக்கும்." என்கிறார். இயல்பாகவே மக்கள் தங்களுடைய பூர்விகம் பழங்காலத்தவை என்று காட்டுவதற்காக தாங்கள் வழிபடும் தெய்வம் முன்னோர்கள் தொட்டே வழிபடப்படுகின்றன என்று கௌரவமாக வெளிப்படுத்துகின்றனர். இதன் மூலம் உளவியல் ரீதியாக உயர்வான நிலைகொண்டோர் என்று திருப்திகொள்ள விரும்புகின்றனர்.

இந்நிலையில் புராணக் கதைகளை (சிறுதெய்வ / நாட்டார் / குலதெய்வங்கள்) தாங்கள் புனைந்துகொண்ட பெருந்தெய்வ கதைகளோடு ஒன்றிணைத்துக்கொண்டு உண்மை வரலாற்றை மறுக்கும் நிலை அடைகின்றனர். தமிழ்ப் பண்பாட்டுச் சூழலில் 'உள்ளூர்ப் பண்பாடு' எவ்வாறு திரிபடைந்து புராண / இதிகாச கதைகளுடன் இணைக்கப்பட்டு உலவுகிறது என்பதை அயோத்திதாசர் விளக்கியுள்ளார். இந்த வகையில், திரிபடைந்துள்ள பண்பாட்டின் எச்சங்களுள் நெல்லையப்பர் கோயிலில் ஆனித் தேரோட்டம் இருக்கிறது.

வேணுவனம் :

திருநெல்வேலியின் பழைய பெயர் வேணுவனம். வேணு - மூங்கில்; வனம் - காடு. வேணுவனத்தில் தியானம் செய்ததால் வேணு புத்தா என்று

புத்தரை அழைத்தனர். புத்த விகார்களுக்கு வேணுவனம் என்று பெயர் உண்டு. புத்த பிக்குகள் வேணு என்ற பெயரைத் தங்கள் பெயரோடு சேர்த்து வைக்கின்ற மரபு இருக்கிறது என்று மயிலை சீனி.வேங்கடசாமி குறிப்பிட்டுள்ளார். நெல்லையப்பர் கோயிலை வேணுவனம் என்றும் வேணுவனநாதர் என்றும் அழைக்கும் வழக்கம் உள்ளது. புராணங்களில் திருநெல்வேலிக்கு வேணுவனம் என்ற பெயர் இருந்துள்ளதை மயிலை சீனி.வேங்கடசாமி (1940), ஜெயமோகன் (2016), ஜெயபிரகாஷ் (2019), அருள் முத்துக்குமரன் (2021) ஆகியோர் குறிப்பிட்டுள்ளனர். மயிலையார் குறிப்பிடும்போது திருநெல்வேலிக்குப் புராண காலங்களில் வேணுவனம் என்ற பெயர் இருந்தது என்று குறிப்பிட்டுள்ளார்.

நெல்லையப்பருக்குப் படையல் செய்திட வேண்டி நெல்லவித்துக் காயப்போட்டிருக்கையில் கருமேக மழையிடமிருந்து அவர் காத்ததால் நெல்லை வேலி அமைத்துக் காத்தவர் என்று சைவக் கதையாடல் கூறுகிறது. இதனால்தான் திருநெல்வேலி என்ற பெயர் வந்ததாகக் கருதுகின்றனர். அதிக அளவில் நெல் விளையும் திருநெல்வேலியில் ஏன் காயப்போட்டிருந்த நெல்லுக்காக இறைவனை வேண்டிக்கொள்ள வேண்டும் என்ற கேள்வி இங்கே எழுகிறது?

வேணுவனம் என்ற மூங்கில் காட்டில் வளர்ந்த மூங்கில் அரிசி 12 ஆண்டுகளுக்கு ஒருமுறை விளையும். மூங்கில் அரிசி மிகவும் மதிப்புமிக்கது. மூங்கில் பூத்தால் மழை பெய்யாது என்று அக்காலத்தில் கணிக்கப்பட்டது. மழை பொழிவையறிந்தே மரங்கள் அடுத்த சந்ததியை உருவாக்கும் தன்மை கொண்டது. மூங்கில் தன் விதைகளை உருவாக்கிட பூத்துக் குலுங்கியுள்ளது. இதனால் பௌத்தர்கள் மூங்கில் அரிசியைச் சேமித்து வைத்துள்ளனர். மழைப் பொழிவு இருக்காது என்ற சமயத்தில் திடீரென மழை பொழிந்ததும் அதனைப் பாதுகாத்தாக வேண்டுமே என்ற நிலையில் அருகில் இருந்த விகாரில் பாதுகாத்துள்ளனர். மீதமிருந்த பௌத்த பிக்குகள் மலை வழியே மூங்கில் நெல்லை எடுத்துச் சென்று அங்கு மூங்கில் பயிர் வைத்து வளர்த்துவருகின்றனர்.

7 - 8ஆம் நூற்றாண்டிற்குப் பிறகே இத்தலம் சைவத் தலமாக மாற்றம் பெற்றுள்ளது என்பதை திருஞானசம்பந்தர் பாடிய “திருநெல்வேலி யுறை செல்வர் தாமே”, “திக்கெல்லாம் புகழுறும் திருநெல்வேலி” பாடல் மூலம் அறிய முடிகிறது. ‘பள்ளி கொண்டார் என்ற பெயரில் விஷ்ணு’

'அனந்தசயன' கோலத்தில் காட்சித் தருவதாக வைணவப் பாடல்கள் கூறியுள்ளன. இங்கு பள்ளி - சமண படுக்கை; சமண / பௌத்த விகார் என்று கூறுவர். 'புத்தர் நோன்பியர் பள்ளியுள்ளுறை' என்று கந்தபுராணம், *(223)* கூறுகிறது. வைணவர் எடுத்துக்கொண்ட பௌத்த விகார்கள் கதைகள் மூலம் இணைக்கப்பட்டன. வைணவமும் சைவமும் எவ்வாறு தங்களைக் கதையாடல் மூலம் ஒன்றிணைத்துக்கொள்கின்றன என்பதற்குச் சான்றாக மதுரையில் நடைபெறும் சித்திரைத் திருவிழாவைக் கூறலாம். வரலாற்றுத் தரவுகளின் அடிப்படையில் மதுரை மீனாட்சி திருக்கல்யாணத்திற்குப் பிறகு இரண்டு நாள் கழித்து அழகர் மதுரைக்கு வரும்படி திருமலை நாயக்கரின் ஆட்சிக் காலமான கி.பி. *1623* முதல் *1659*க்குள் உண்டாக்கப்பட்டது. ஆண்டின் இருவேறு மாதங்களில் நடந்த மீனாட்சி திருக்கல்யாணமும் கள்ளழர் ஊர்வலமும் மதுரை சித்திரைத் திருவிழா என்ற பெயரில் ஒரே விழாவாக இவ்வாறுதான் இணைக்கப்பட்டன. ஆனால், மதுரை மீனாட்சி கோயிலும் அழகர் கோயிலும் பௌத்த விகார்கள் என்று ஆய்வாளர்கள் பறைசாற்றுகின்றனர்.

இதேபோன்று நெல்லையப்பர் கோயிலிலும் திருமால் பார்வதியைத் தாரை வார்த்துத் தர இறைவன் மணந்துகொள்ளும் நிகழ்ச்சி நடைபெறுகிறது. திருமாலின் மார்பில் சிவலிங்க அடையாளம் உள்ளது. இன்றும் ஐப்பசியில் நடைபெறும் திருக்கல்யாண விழாவில் ஒருநாள் வைணவர் வந்து தாரை வார்த்துத் தர, சிவாசாரியார் பெற்றுக்கொள்ளும் ஐதீகம் நடைபெறுகிறது. இதனை மதுரை சித்திரைத் திருவிழாவோடு ஒப்பிட்டுப் பார்க்கலாம். ஆய்வாளர் அன்பு வேந்தன் திருநெல்வேலியில் உள்ள வைணவர்கள் மதுரைக்குச் சென்றதாகக் குறிப்பிடுகிறார். இந்நிகழ்வு மன்னர் திருமலையின் ஆட்சிக் காலத்தில் நடந்துள்ளது. இதன் பிறகே நெல்லையப்பர் கோயில் சைவர்களின் வசம் வந்திருக்கக் கூடும். வைணவர்கள் தாரை வார்த்தனர் என்பதை விட அவர்களுக்குள் பரிமாறிக்கொண்டனர் என்பது சரியாக இருக்கும்.

பெயர்களைப் 'போலச் செய்தல்':

வைணவம் பௌத்த விகார்களைப் 'போலச் செய்ய' முடிவெடுத்தபோது, அவர்களுக்குப் பௌத்தத்தின் பண்பாட்டு நிகழ்வுகளே சவாலாக இருந்திருக்கின்றன. இதனை முறியடிக்க மூலவர், உற்சவர் என்ற இரட்டை நிலையை உருவாக்கினர். மூலவருக்கு இரண்டுக்கும் மேற்பட்ட பெயர்களை வைத்து, அதற்கான புராணக்கதையையும் உருவாக்கி, உண்மையான

(பௌத்த) அடையாளங்களை வலுவிழக்கச் செய்தனர். இதற்கான துவக்கப் புள்ளியை 'பெயர் அரசியலில்' இருந்து தொடங்குகிறார்கள் என்கிறார் ஆய்வாளர் அருள் முத்துக்குமரன். வைஷ்ரவணன் என்ற பெயர் விஷ்ரவண என்ற வடமொழிச் சொல்லிலிருந்து பிறந்தது. விஷ்ரவண என்றால் பெரும் புகழுடைய என்று பொருள். பௌத்தர்களை வைஷ்ரவணன் / சிராவகர் அல்லது சிரமணர் (*Sravaka*), பௌத்த, சமண சமய சாத்திரங்களில், சமய தரும உபதேசங்களைக் கேட்பவர்களையும், சமயத்தைப் பின்பற்றுபவர்களையும் குறிப்பதாகும். சில சமயங்களில் பௌத்தத்தில் குறிப்பிடத்தக்க பிக்குகளையும், பிக்குணிகளையும், உபாசகர்களையும் 'சிராவகர்கள்' என்று அழைப்பர். வைஷ்ரவணன் என்ற பெயரையே சனாதன இந்து சமய பிரிவான வைணவர்கள் ஆக்கிரமித்துள்ளனர். தற்போது சமஸ்கிருத கலப்பினால் ஸ்ரீவைஷ்ணவம் என்று அழைக்கப்படுகிறது.

பாளி சூத்திரங்களில் குபேரன் வேஸ்ஸவணன் என அழைக்கப் படுகிறார். இவர் நான்கு திசைகளையும் காக்கும் சதுர் மகாராஜாக்களில் ஒருவர். இவருடைய உலகம் 'உத்தரகுரு' என அழைக்கப்படுகிறது. உத்திரம் என்பதற்குக் காப்பது என்று பொருள். அவருடைய உலகத்தில் ஆலகமந்தம் என்ற செல்வத்தின் நகரம் உள்ளது. மேலும் வேஸ்ஸவணன் யக்ஷர்களின் அரசர் ஆவார். வேஸ்ஸவணனின் மனைவியின் பெயர் புஞ்சதி. இவர்களுக்கு லதா, சஜ்ஜா, பவரா, அச்சிமதி, சுதா என்ற ஐந்து மகள்கள் உள்ளனர். இவருடைய சகோதரி (உடன்பிறந்தாள்) மகன் நாக கன்னிகையான இரந்தாதியின் கணவன் புண்ணகன். இவருக்கு 'நாரிவாகனம் என்னும் தேர்' உண்டு. இவருடைய ஆயுதம் கதாயுதம். எனினும் இந்த ஆயுதத்தைப் புத்தரைப் பின்பற்றுவதற்கு முன்பு வரை மட்டுமே பயன்படுத்தினார். கௌதம புத்தர் பிறந்தவுடன் குபேரன் அவருடைய ஆதரவாளர் ஆகிவிட்டார். மேலும் புத்தரிடத்தும் அவரின் சீடர்களிடத்தும் மற்ற தேவர்களிடமிருந்தும் மனிதர்களிடமிருந்தும் செய்திகளைக் கொண்டுவரும் செயலைப் புரிந்தார். இவர் புத்தர் மற்றும் அவரைப் பின் தொடர்பவர்களின் பாதுகாவலராகவும் செயல்பட்டார். இவர் புத்தரிடம் 'ஆடனாடா' என்ற செய்யுளை அளித்தார். இதை உச்சாடனம் செய்தால் காட்டில் உள்ள புத்தரை நம்பாத தீய யக்ஷர்களிடமிருந்தும் மற்ற தீய மாய உயிர்களிடமிருந்தும் காக்கப்படுவதாக நம்பப்படுகிறது.

பௌத்தப் புராணங்களின்படி, மகத அரசன் பிம்பிசாரன் இறப்புக்குப் பின்னர் குபேரனின் உலகில் ஜனவாசபன் என்ற யக்ஷனாக மறுபிறவி

எய்தினார். பௌத்தத்தின் ஆரம்ப காலத்தில் மரங்களையே கோயில்களாகக் கொண்டு மக்கள் குபேரனை வணங்கினர். சிலர் மக்கட்பேறு வேண்டியும் இவரை வழிபட்டனர். நெல்லையப்பர் கோயிலில் சயன கோலத்தில் இருக்கும் பள்ளிக்கொண்டார் விஷ்ணு சிலைக்கு வடக்குப் புறத்தில் குபேரன் சிலை இருக்கிறது. அவை தற்போது வழிபாட்டில் இருக்கிறது. வடக்குத்திசை புத்த கடவுளான குபேரனுக்கு (வைசிரவணன்) உரியது. தற்போது குபேரன் அட்சய திருதியை அன்று மட்டுமே சைவக் கோயில்களில் வழிபடப்படுகிறார்.

'Thervadins - Dravidin - Dravidian' என்று மருவி தற்போது திராவிடர் என்று அழைக்கப்படுகிறது. Thervadins என்பவர்கள் கௌதம புத்தர் கற்பித்த நெறிமுறைகளை இந்தியாவின் பழைமையான மொழியான பாலியில் தொகுத்து வைத்தனர். தேராவதத்தின் தொடர்ச்சியே திராவிடம் என்று அயோத்திதாசர் குறிப்பிடுகிறார். முன்பு வேணுவனம் என்று அழைக்கப்பட்ட தற்போதைய திருநெல்வேலியின் ஒரு பகுதியான நாங்குநேரியானது 'நாகணைச்சேரி' என்று அழைக்கப்பட்டுள்ளது. இந்தப் பகுதி தற்போது வைணவம் செல்வாக்கு பெற்ற பகுதியாகவும், 108 வைணவத் தலங்களுள் ஒன்றாகவும் அழைக்கப்படுகிறது. நாகர்கள், தேரர்கள் (பௌத்தர்கள்) வாழ்ந்த பகுதியே நாகணைச்சேரி என்றானது. தேரர்கள் வாழ்ந்த பகுதி தேரி என்றும் அதுவே பின்னாளில் சேரி என்றும் ஆனது. தேரிக்காடு என்ற இடத்திற்கு அழைக்கப்படும் பெயர்களோடு இதனைப் பொருத்திப் பார்க்கவும். சாத்தான்குளம், புத்தன் தருவை, மெய்ஞானபுரம், தேரியூர், செட்டிப்பத்து போன்ற ஊர்களின் பெயர்கள் திருநெல்வேலியைச் சுற்றி எஞ்சியிருக்கும் ஊர்ப்பெயர்களும் பௌத்த எச்சங்கள் ஆகும்.

மரக்கப்பல் பீமன் என்னும் புனைவு

நெல்லையப்பர் கோயிலில் ஆண்டுதோறும் ஆனித் தேரோட்டத்தின்போது மரக்கப்பலில் பீமன், அலங்கரிக்கப்பட்ட காந்திமதி யானை, சிவனடியார்களின் பஞ்சவாத்தியம் ஆகியவை செல்வது வழக்கம். மரக்கப்பலில் அலங்கார பொம்மைகளும் இடம்பெற்றிருக்கும். இந்நிலையில் கடந்த 25 ஆண்டுகளுக்கும் மேலாக மரக்கப்பல் சேதமாகி பயன்படுத்தாமல் கிடந்தது. இந்நிலையில் இந்த ஆண்டு தேரோட்டத்துக்கு முன்பு பீமனின் மரக் கப்பலைச் சீரமைக்க நடவடிக்கை எடுக்கப்பட்டு ரூபாய் 2.5 லட்சம் மதிப்பில் மரக்கப்பல் தயாரிக்கப்பட்டுவருகிறது (தினமணி, 17 ஜூன் 2023).

கள ஆய்வின்போது இருபத்தைந்து ஆண்டுகளுக்கு முன்புவரையில் மரக்கப்பல் பீமன் என்ற பெயரிலான இந்த வழக்கம் இல்லை என்பதை அறிய முடிந்தது. இது புதிதாகக் கொண்டுவரப்படுகிற வழக்கம் என்கின்றனர். புராண இதிகாசங்கள் பழைமையானவை என்று எப்படிக் கட்டமைத்தார்களோ அதுபோன்றுதான் இதையும் கட்டமைப்பதாகத் தெரிகிறது. திருநெல்வேலியின் கிழக்குப் பகுதியில் மட்டுமே நெய்தல் நிலம் இருக்கிறது. எனில் திருநெல்வேலி டவுனில் மரக்கப்பல் எவ்வாறு வர முடியும்? மேற்சொன்ன மரக்கப்பல் பீமன், அவற்றுள் பொம்மைகளும் இருக்கும் என்கிறார்கள். சிவனடியார்கள் பஞ்சவாத்தியம் வாசித்து தேர் முன் வருவார்கள். இது சமகாலத்துப் பண்பாட்டு திரிபு ஆகும். (மரக்கப்பல், பொம்மை, சிவனடியார் வாத்தியம்) இதனைக் கொண்டு இனிவரும் காலங்களில் பல கதைகளை உருவாக்குவர்.

மகாபாரதத்தின் குருசேத்திரப் போரில் அதிக பலம் வாய்ந்தவனாகக் கருதப்படுபவர் பீமன். குந்திக்கும் வாயுதேவனுக்கும் பிறந்த இவர் பஞ்சபாண்டவர்களுள் ஒருவர். பாண்டவர்களுக்கு ஏதாவது ஒரு பிரச்சினை வந்தால் சகோதரர்கள் நால்வரையும் பின்னுக்கு நிறுத்திவிட்டு முன் நின்று தனியாளாகச் சண்டைப் போடும் பலசாலி. அத்தகைய பீமனைத் தற்போது நெல்லையப்பர் கோயிலின் ஆனித் தேரோட்டத்தில் தேருக்கு முன்னால் கப்பலில் செல்வது போன்று அமைத்திட வேண்டி மரக்கப்பலில் பீமர் மற்றும் பொம்மைகள் என்று புதிய நடைமுறையைப் புகுத்த முயற்சி செய்வதாகத் தெரிகிறது.

மேற்கண்ட பீமர் பற்றிய வாழ்விலிருந்து இவர்கள் எடுத்துக்கொண்ட வாசகமானது, ‘பீமனை அசைத்தால்தான் பாண்டவர்களை நம்மால் நெருங்க முடியும்’, அதுபோல, ‘பீமன் இருக்கின்ற மரக்கப்பலை நாம் அசைத்துவிட்டால் நெல்லையப்பர் அமர்ந்துள்ள தேர் தானாக நகரும்’ என்ற கருத்தாக்கத்தைப் பரப்பிட முயற்சிக்கிறார்கள்.

பீமன் முன்னிறுத்தப்படுவது ஏனென்றால் பலம் பொருந்திய பீமனை அசைத்ததால் தேர் நகர்ந்துவிட்டது என்று கூறி முழு உடல் உழைப்பைச் செலுத்தித் தேரை நகர்த்தும் தேவேந்திர குல வேளாளர் மக்களின் உழைப்பைவிட பீமன் அமர்ந்த மரக்கப்பலை அசைத்ததால்தான் எளிதாகக் கோயிலை வலம் வந்தது என்ற கருத்தைப் பரப்பிடவே (நான்கு சக்கரம் பொருத்தியுள்ள மரக்கப்பல் எளிதாக நகர்ந்துவிடும்). நெல்லையப்பர் தேர் தமிழகத்தின் 3ஆவது பெரிய தேராகும். இதன் எடை 450 டன், அகலம்

28 அடி, நீளம் 28 அடி, அலங்கார தட்டுகளைச் சேர்த்து உயரம் 85 அடி. மிகக் கடுமையான உழைப்பைச் செலுத்தினால் மட்டுமே தேர் நகரும்.

இந்நிகழ்வுகள் அனைத்தும் 25 ஆண்டுகளுக்கு முன் நடைமுறையில் இருந்தது என்று கூறுவதன் மூலம் பீமன் பற்றிய இன்றைய வடிவத்தைப் பழைமையானதாக்கி மக்களை ஏற்க வைக்கும் முயற்சியே ஆகும். இவ்வாறு பழைமையானதாக்கிக் காட்டுவதன் அபாயத்தை அயோத்திதாசர் குறிப்பிட்டுள்ளார்.

தற்கால நிலை

தேவேந்திர குல வேளாளர், பறையர் ஆகிய சமுதாயத்தினரின் பண்பாட்டு நடைமுறைகளில் பௌத்தக் கூறுகள் இருப்பதைப் பார்க்கலாம். இவர்கள் ஒருகாலத்தில் பௌத்த மரபைப் பின்பற்றியவர்களாக இருந்திருக்கின்றனர் என்று கூறலாம். அவர்கள் இன்றைக்குத் தேரிழுப்பது தங்களுடைய முந்தைய புத்தரான வேணுவனநாதருக்கே. ஆனால் இப்போது தேர் இழுக்கும்போது தேவேந்திரர்கள் சாதிய அடையாளத்தோடு இழுக்கிறார்கள் என்று ஆதிக்க சாதி இந்துக்கள் கண்டனம் தெரிவிக்கின்றனர். "அனைத்து மக்களும் ஒன்றுகூடி தேர் இழுப்பதில் இப்படிச் செய்யலாமா?" என்று கூறுகின்றனர். ஆனால், இந்த "ஒன்றுகூடி" என்பது தேரை இழுப்பதில் இருந்ததில்லை. மாறாக தேரிழுப்போர், சுற்றி நின்று வேடிக்கை பார்ப்போர் என்பதையே இவ்வாறு குறிப்பிடுகின்றனர். பள்ளன் / தேவேந்திரன் கொடியெல்லாம் நெல்லையப்பர் தேருக்கு மேலே பறப்பதைக் காண்பதற்கு முடியாமல் சாதிய மனநிலையால் வெடித்துக் கிளம்புவதே இக்குற்றசாட்டு.

முழு உடல் உழைப்பைச் செலுத்துகிறவன் தன்னுடைய உடல் வலியைக் கொண்டாட்டத்தின் வழியேதான் கடத்துவான் என்பதைப் புரியாதவர்கள்தான் குற்றம் சுமத்துவார்கள். யார் இழுத்தாலும் தேர் ஓடும். ஆனால், இதையெல்லாம் விட்டுவிட்டு, பள்ளர் என்றழைக்கப்பட்டுவந்த இம்மக்களை நோக்கி 'பள்ளரோட பார்வைப் பட்டால், பறந்து போகும் தேர்' என்று கூறியும், தேவேந்திர குல வேளாளர் என்ற அரசாணை வந்த பிறகு வஞ்ச புகழ்ச்சியாக 'தேவேந்திரன் கை வைத்தால்தான் தேர் நகரும் (ஓடும்)' என்று சொல்லித் தேரை இழுக்க வைக்க வேண்டிய முழு பொறுப்பையும் அச்சமூகத்தின் தலையில் கட்டிவிடுவது தற்கால பார்ப்பனிய சூழ்ச்சிகளுள் ஒன்றாகவே தெரிகிறது. இது இம்மக்களுக்கு அளிக்கப்பட்ட கடமை என்று கூறி தேரின் மீதேறி உட்கார்ந்துகொள்கிறார்கள்.

சமகாலத்தில் சனாதனம் நால்வர்ண பகுப்பில் உள்ள மக்களிடையே உள்ள சாதியத்தைப் பயன்படுத்தி இறுக்கத்தையும் பெருமிதத்தையும் புகுத்துகிறது. அதன்மூலம் மக்கள் சமூகமாகக் கூடும் நிகழ்வுகளில் ஒவ்வொரு சமூகத்துக்கும் ஒவ்வொரு அந்தஸ்தை வழங்கி இந்துப் பண்பாட்டை நிலைநிறுத்த முயலுகின்றனர்.

துணை நூற்பட்டியல்:

1. தொ.பரமசிவன், அழகர் கோயில், மதுரை காமராஜர் பல்கலைக்கழகம் வெளியீடு. 1989.
2. தொ.பரமசிவன், அழகின் அசைவு, காலச்சுவடு வெளியீடு, 2022 பிப்ரவரி.
3. பலன்தரும் பரிகாரத் தலம்: தோல்நோய் போக்கும் எண்ணெய்க் காப்பு, தினமணி
4. அருள் முத்துக்குமரன், ஓணம் பண்டிகை பௌத்தப் பண்பாட்டு வரலாறு, நீலம் வெளியீடு, பிப்ரவரி 2021.
5. பூர்ணா, வரலாற்றில் திருநெல்வேலி (தொகுப்பு), நியூ செஞ்சுரி புக் ஹவுஸ் வெளியீடு, பிப்ரவரி 2023.
6. இ.ஜெயபிரகாஷ், திருநெல்வேலியின் பழைய பெயர் எது?, மானுடம் காலாண்டிதழ், 2019 (மே - ஜூலை).
7. டாக்டர் அம்பை மணிவண்ணன் எழுதிய 'கோயில் ஆய்வும் நெறிமுறைகளும்' நூல், பக்கம்: 178
8. தேர்ச் சிற்பங்கள், முனைவர் லோ.மணிவண்ணன், பார்த்த நாள்: நவம்பர் 26, 2012.
9. *P.K.Acharya (Ed & Tr), Architecture of Manasara, ch. 43, 111 - 15.*
10. டாக்டர் அம்பை மணிவண்ணன் எழுதிய 'கோயில் ஆய்வும் நெறிமுறைகளும்' நூல், பக்கம்: 179.
11. தே.லூர்து, நாட்டார் வழக்காற்றியல்: சில அடிப்படைகள், நாட்டார் வழக்காற்றியல் ஆய்வு மையம், தூய சவேரியார் கல்லூரி வெளியீடு, 1997.

பிள்ளையாரும் புத்தரும் :
இந்திய மத வரலாற்றைத்
தமிழ் நவீனத்திற்குள் கற்பனை செய்தல்

ஆதவன் பழனி

"பௌத்தம் பற்றியான கதையாடல்கள் 1850களில் துவங்குவது... பிரதிகளைக் கொண்டு பௌத்தத்தை ஆராய்வதே முக்கிய அறிவுச் செயல்பாடாகக் கருதப்பட்டது. இப்பிரதிகளைப் பொருள் ரீதியாகக் கைக்கொண்டிருப்பதன் மூலம் மேற்குலகம், பௌத்தத்தைத் தன்வசப்படுத்திக்கொண்டது. இவ்வுரிமையைக் காட்டிக் கருத்தியல் ரீதியாகப் பௌத்தத்தைக் கட்டுப்படுத்தியது."

- பிலிப் அல்மண்ட்.

"பிரிட்டிஷ் ராஜாங்கத்தார் வந்து தோன்றி அவரவர்கள் சமயாசார நூற்களை ஆராய்ச்சி செய்ய ஆரம்பித்தார்கள். அக்காலத்தில் வேஷப் பிராமணர்களால் புத்த தன்மம் சீர்குலைந்து வேஷப் பிராமணர்கள் செல்வாக்கு மிகுந்திருந்தபடியால் அவர்களுக்குப் பின்பு தோன்றிய மகமதிய ராஜாங்கத்தாரிடமும் அதன்பின் தோன்றிய பிரிட்டிஷ் ராஜாங்கத்தாரிடமும் தங்கள் வாக்கை ஏற்றுக்கொள்ளத்தக்க நிலையில் வைத்துக்கொண்டார்கள்."

- பண்டிதர் அயோத்திதாசர்.

இந்தியாவில் நவீனம் என்பது இருபதாம் நூற்றாண்டின் தொடக்கத்திலிருந்து உருப்பெற்றது என்று அறிகிறோம். இதனைக் காலனிய காலத்திலிருந்து உருவான நவீனமாகக் (colonial modernity) கொள்ளலாம். புதிதாக உருவான 'பொது' என்கிற வெளி, அச்சுப் பண்பாடு இவற்றினூடாக உருவான தேசிய - தேச கருத்தாக்கங்களும் இணைந்து நவீனம் என்பது வரையறுக்கப்படுகிறது.

இதையொட்டியே இலக்கிய நவீனமும் பிறந்தது. அச்சுப் பண்பாட்டின் தொடர்ச்சியில் ஏடுகள் அச்சுக்கு ஏறுதல் / மாறுதல், இதழ்கள், நவீனக் கல்வி, மொழிபெயர்ப்புகள், நவீன இலக்கிய வடிவங்கள் போன்றவை உருப்பெற்றன. தன்னளவிலேயே பல உட்கூறுகளை அடக்கிய நவீன பண்புகள் தமிழ்ப் பகுதி இலக்கியத்தை ஆட்கொண்டன. இத்தகைய வடிவங்களில் ஒன்றே சிறுகதை. சிற்றிதழ், சிறுகதை எனும் வரிசையில் வந்து நவீன இலக்கிய வடிவத்தைச் செழுமைப்படுத்தியவர்தான் தன்னை புதுமைப்பித்தனாக அறிமுகப்படுத்திக்கொண்ட சோ.விருத்தாச்சலம் (1906 - 1948).

ஆற்றங்கரைப் பிள்ளையார்

புதுமைப்பித்தன் 'மணிக்கொடி' இதழில் எழுதிய முதல் கதையாக அறியப்படுவது 'ஆற்றங்கரை பிள்ளையார் (22.04.1934, 29.04.1934). அந்தக் கதையை இங்கு தொகுத்துக்கொள்வோம்:

நாகரிகம் என்னும் நதிக்கரை ஓரத்திலிருக்கிறது பிள்ளையார். கரைபுரண்டு ஓடும் வெள்ளத்தில் அடித்துவரும் கற்பாறைகளும் மணற்குன்றுகளும் மூடி அவரை அடிக்கடி துன்பப்படுத்துகின்றன. அங்கு வரும் ஒரு கிழவர் பிள்ளையார் படும் துன்பங்களைக் கண்டு வருந்தி, அவர் இளைப்பாற 'சமூகம்' என்னும் மேடையை அமைத்து, 'சமய தர்மம்' என்னும் அரச மரத்தையும், 'ராஜ தர்மம்' என்னும் வேப்பமரத்தையும் நட்டுவைக்கிறார். தனக்கு உதவிய கிழவரின் நினைவாக பிள்ளையார் தனக்கு 'மனிதன்' என்னும் பெயரை வைத்துக்கொள்கிறார்.

நாளடைவில் இரு மரங்களும் செழித்து வளர்கின்றன. பிள்ளையார் மீது சூரிய வெளிச்சமே பட முடியாதபடி இரண்டும் மூடிக்கொள்கின்றன. பறவைகள் எப்போதும் சுற்றிக்கொண்டிருக்கின்றன. கிளைகளில் கூடு கட்டிக்கொண்டு அவை பிள்ளையாரை அசுத்தம் செய்கின்றன. அதனால்

பிள்ளையாரின் உருவம் பயங்கரமானதாக மாறிவிடுகிறது. அப்போது அங்கு இரு கிழவர்கள் வருகிறார்கள். ஒருவர் 'புத்தன்', மற்றொருவர் 'ஜீனன்'. இருவரும் பிள்ளையாரைச் சுத்தம் செய்ய முயல்கிறார்கள். ஜீனன் தண்ணீர் எடுத்துவர, புத்தன் மரத்தில் ஏறி கிளைகளை வெட்டுகிறார். ஆனால், இத்தனை நாட்கள் வெயில்படாதிருந்த பிள்ளையாருக்கோ இந்த வெய்யிலைத் தாங்க முடியவில்லை. எனவே புத்தர் மேல் அவருக்குக் கோபம் வருகிறது. தாம் எதற்காக இதைச் செய்கிறேன் என்று சொல்லிக்கொண்டிருக்கும்போதே தன் தும்பிக்கையால் புத்தரை தூக்கி வீசுகிறார். அவர் மேடையின் வட கிழக்குப் புறத்தில் போய் விழுகிறார். தண்ணீர் எடுத்துவரச் சென்ற ஜீனன் "உனக்குப் புதிதாக மேடை அமைத்திருக்கிறேன், நகர்ந்து அதில் அமர்ந்துகொள்ளலாம்" என்று சொல்ல, புதிய இடத்தின் வெய்யிலைத் தாங்க முடியாத பிள்ளையார் மீண்டும் பழைய இடத்திற்கே சென்று அமர்ந்துவிடுகிறார். "சிவனே என்றிருந்தேன், உனக்கு ஏன் இந்த வேலை" என்று கூறும் பிள்ளையார் "போதும் உமது உதவி" என்று அவரை நிராகரிக்கிறார். ஏமாற்றமடைந்த அவர் அந்த மேடையிலே உட்கார்ந்து உயிரை விட்டுவிடுகிறார். பிறகு, வெட்டப்பட்ட கிளைகள் மேலும் செழித்து, பிள்ளையாரை மீண்டும் மூடிவிடுகின்றன. எனவே அவர் நரக வேதனை அனுபவிக்கிறார்.

இதற்குப் பின் பல காலம் சென்ற பிறகு, வடமேற்குக் கணவாய்களில் ஏற்பட்ட பெருமழையால் நதியில் வெள்ளம் கரைபுரண்டு வருகிறது. கணவாயில் ரோஜாத் தோட்டம் போட்டு வசித்துவந்த கைலி கட்டிய தாடிக் கிழவன் ஒருவனையும் வெள்ளம் அடித்து வருகிறது. வெள்ளத்தின் வேகத்தால் பிள்ளையார் அமர்ந்திருந்த அரச மரம் சாய்கிறது. வேர் மட்டும் ஒட்டியிருந்த கரையோர வேப்ப மரமும் தண்ணீரில் மிதந்து ஆடிக்கொண்டிருந்தது. இதனால் பிள்ளையாருக்குப் பயம் ஏற்படுகிறது. அவரால் எங்கும் ஓடவும் முடிவதில்லை. எல்லையற்ற துன்பத்தை அடைகிறார். அதைப் போக்க வழியில்லாமல் தவிக்கிறார். இந்த நேரத்தில் ஆற்றில் அடித்துவரும் கிழவனும் அம்மரத்தைப் பிடித்துக்கொண்டு கரையேறுகிறான். வேப்ப மர நிழலுக்கு ஆசைப்பட்டு அதைத் தூக்கி நிறுத்துகிறான். பிறகு, வெள்ளத்தில் ஒதுங்கிய ஒரு செத்த பசு மாட்டின் தோலை உரித்து அதன் மாமிசத்தை உரமாக இடுகிறான். தன்னுடனே வெள்ளத்தில் ஒதுங்கிய ஒரு ரோஜாச் செடியை வேப்ப மரத்திற்கும் அரச மரத்திற்கும் இடையில் மாமிச எருவை இட்டு நடுகிறான். தன்

உடைவாளை வேப்பமரத்தில் மாட்டிவைத்தும், குடிசைப் போட்டும் வாழ்கிறான். உரத்தின் மகிமையால் ரோஜாச்செடி நன்றாகச் செழித்து வளர்கிறது. இவையெல்லாம் நடந்தும் பிள்ளையாரின் கஷ்டம் தீரவில்லை. பிறகு சங்கரன், ராமானுஜன், மத்வன் என்னும் பெயர்கள் கொண்ட மூவர் ஒருவர் பின் ஒருவராய் வருகிறார்கள். ஒருவர் பிள்ளையாரின் தலையை விடுவிக்க முயல்கிறார். மற்றவர்கள் அரச மரத்தையும், வேப்ப மரத்தையும் ஒருவாறு நிற்க வைத்துவிட்டுச் செல்கிறார்கள். பிள்ளையார் அங்கிருக்கும் ரோஜாச் செடியின் வாசத்தை அனுபவித்தாலும் முள் குத்தி சீழ் வடிக்கிறார். அக்கிழவனோ பொழுதுபோகாத நேரத்தில் தன் உடைவாளைப் பிள்ளையாரின் ஒற்றைக் கொம்பில் தீட்டுகிறான்.

சில காலம் சென்ற பிறகு, மேற்குச் சமுத்திரத்தில் ஏற்படும் பூகம்பத்தால் கடல்நீர் நதிக்குள் எதிர்த்துப் பாய்கிறது. இம்முறை அடித்தக் காற்றால் அரச மரம் பிள்ளையாரின் முதுகின்மேல் சாய்கிறது. வேப்ப மரமும் முன்பு போலவே தண்ணீரில் ஆடிக்கொண்டிருக்கிறது. கைலிகட்டிய கிழவனும் தண்ணீரில் அடித்துப்போய்விடுகிறான். அவன் வைத்த ரோஜாச்செடி மட்டும் அவன் நினைவாக நிற்கிறது. இந்நிலையில், ஒருவனை வெள்ளம் படகில் கொணர்ந்து சேர்க்கிறது. பிள்ளையாரின் காலைப் பிடித்து ஏறும் அவன், படகையும் கரை சேர்க்கிறான். அவன் உடம்பு மிகுந்த வெண்மையாகவும் தலைமயிர் உருக்கி வார்த்த தங்கக் கம்பிகள் மாதிரி பொன்னிறமாகவும் பிரகாசித்தன. அவன் நீண்ட அங்கியும் கணுக்கால் வரையிலான தோல் பாதரட்சையும் அணிந்திருந்தான். கையில் கருப்புத்தோல் அட்டை போட்ட ஒரு பெரிய புத்தகமும் நீண்ட சிலுவையும் வைத்திருந்தான். அவனுக்கு வேப்ப மரத்தின் மகிமை தெரிந்ததால் அதைத் தூக்கி நிறுத்துகிறான். அவன் படகை இழுத்துப்போட்டு அதனடியில் படுத்து உறங்குகிறான்.

தனக்கு உணவாக வைத்திருந்த ரொட்டித் துண்டுகளைப் பிள்ளையார் முன் வைத்துவிட்டு உறங்க, அவரோ பசி தாங்காது அதைச் சாப்பிட்டு உறங்கிவிடுகிறார். புத்தகத்தையும் சிலுவையையும் தன் அங்கியில் கட்டி வேப்ப மரத்தின் கிளைகளில் தொங்கவிட்டுவிட்டுப் படுத்தும், உடைவாளைச் சுற்றியும் காலம் கழிக்கிறான். பிறகு, அங்குப் பல கிழவர்கள் வருகிறார்கள். தொடர்ந்து பிள்ளையாரின் நிலைகண்டு பீதியடித்துப்போய் சிலர் அரச மரத்தைத் தூக்கி நிறுத்தவும், பிள்ளையாரின் கழுத்தை விடுவிக்கவும், மேடையைச் சீர் படுத்தவும் முயல்கிறார்கள். இதில் சிக்கல் எழ மரத்திற்குப் பிள்ளையாரா, பிள்ளையாருக்கு மரமா என்ற விவாத நிலை உருவாகிறது.

அந்த நேரத்தில் உறங்கும் பிள்ளையார் கனவு காண்கிறார். கனவிற்கேற்ப பிள்ளையார் முகத்தில் சிரிப்பு மலர, தும்பிக்கை அசைய, அவருக்குத் தான் பெரிதாக வளர்வதாகத் தோன்றுகிறது. இதுதான் புதுமைப்பித்தன் எழுதிய 'ஆற்றங்கரை பிள்ளையார்' கதை. பிள்ளையார் கனவு நனவாகுமா, பிள்ளையார் விடுவிக்கப்படுவாரா என்ற கேள்விகளுடன் முடிகிறது கதை.

புதுமைப்பித்தன் நவீனக் கல்வி பயின்றவர். பல்மொழி இலக்கியங்களையும், வரலாறு, தத்துவம் போன்றவற்றையும் தேடித்தேடிப் படித்த படிப்பாளி. அப்பின்னணியில் அவர் எழுதிய கதையின் மத வரலாற்றுக் கதையாடல் முக்கியமானதாகிறது. மனிதன் ஏற்கெனவே இங்கிருந்தான். அவன் வாழ இடமும், அதற்கு ஏதுவாக சமய தர்மமும், ராஜ தர்மமும் ஏற்படுத்தப்பட்டன. தொடர்ந்து நாகரிகம் வளர்கிறது. ஜைனமும் புத்தமும் வருகிறது. பிறகு இஸ்லாம் வருகிறது. இந்து சீர்திருத்தக்காரர்கள் வருகிறார்கள். ஆங்கிலேயன் வருகிறான். கடைசியாக சுதந்திரப் போராளிகள் வந்திருக்கிற நிலையில், மனிதன் என்னாவான், அவ்விடம் என்னவாகும் என்பதாகக் கதை முடிகிறது.

புதுமைப்பித்தனின் வழக்கமான நக்கலும் குறும்பும் கொண்ட இக்கதையின் பாத்திரங்கள் எதனெதன் உருவகங்கள் என்பதைச் சொல்லித் தெரிய வேண்டியதில்லை. அதேவேளையில் இது படைப்பிலக்கியமே தவிர, அரசியல் கட்டுரையோ ஆராய்ச்சியோ அல்ல. எனினும் இக்கதைக்கு - இக்கதையில் அரசியல் இல்லையா, இக்கதையின் உள்ளடக்கம் அரசியலற்றதா என்னும் கேள்விகள் முக்கியமானதாகும்.

இந்தக் கதையாடலைச் சொல்ல சிறுகதை என்ற வடிவம் மிகவும் தோதாகவே அமைந்திருக்கிறது. கதைசொல்லியின் மொழியும் தொனியும் படைப்பாளியின் நையாண்டியை எளிதில் வாசகருக்குக் கடத்துகிறது. நாடக வடிவத்தில் உரையாடல் என்பது வாசகரின் கவனத்தைக் குவிக்கவல்லது. அதில் ஒவ்வொரு பாத்திரத்திற்குமென்று பேச்சு ஒதுக்கப்பட்டிருக்கும். பாத்திரத்தின் சொல்லை ஆசிரியன் இயக்க வேண்டியிருக்கும். ஆனால், சிறுகதை போன்று உரைநடையில் அமையும் படைப்பில் உரையாடல் சொல்லிச் செல்வதாக அமையலாம். அந்த வகையிலேயே இக்கதையில் விவரிக்கப்படும் வரலாற்றுச் சித்திரமானது எளிதாக வாசகருக்குச் சென்று சேர்கிறது. கதையாடலின்மீது எந்தச் சலனமுமில்லாத வாசகர் அதை ரசிக்கவும் முடிகிறது.

புதுமைப்பித்தனின் இக்கதை ஒரு 'வரலாறை' சொல்கிறது, ஒரு வரிசையைக் கட்டுகிறது. சிலவற்றைச் சுருக்கியும் சிலவற்றை விரித்தும் பேசுகிறது. பூர்வத்தில் ராஜ தர்மமும் சமய தர்மமும் கூடிய சிற்சில தொந்தரவுகளோடு மட்டும் மனிதன் 'சிவனே' என்றிருக்க, வெளியிலிருந்து வந்த பௌத்தமும் ஜைனமும் மனிதனின் தேவையைச் சரியாகக் கணிக்காமலும், தான் முயன்றதை விளக்க முடியாமலும் தோற்க, ஒன்று மறைந்தும், மற்றொன்று வடகிழக்கிற்கும் சென்றது. பிறகு வடமேற்கிலிருந்து வந்த இஸ்லாம் கொடுமைகளை நிகழ்த்தியது. சமய தர்மம் வீழ்கிறது. ராஜ தர்மம் பசு மாமிசத்தால் உரமிடப்பட்டும், 'வேல் வீச்சால்' காக்கப்பட்டும் வருகிறது. அவ்வப்போது வந்த இந்துச் சீர்திருத்தவாதிகள் முயன்றாலும் மனிதன் கேட்பாரற்றுக் கிடக்கிறான், 'நரக வேதனை' அடைகிறான். இந்நிலையில்தான் கடல் மார்க்கமாக ஆங்கிலேயன் வருகிறான். அங்கி அணிந்து வரும் அவன், பைபிளையும் சிலுவையையும் உடனெடுத்து வருகிறான். ரொட்டித் துண்டுகள் கொடுத்து கிறிஸ்தவத்துக்கு மாற்றுகிறான். பிறகு பல்முனைகள் கொண்ட போராட்டம் துவங்குகிறது. பெருங்கனவு உருப்பெறுகிறது.

இவ்வாறு கதையை வாசிக்கும்போது புதுமைப்பித்தன் வரையும் 'வரலாற்றுச் சித்திரம்' யாரைச் சாதகமாகப் பார்க்கிறது, யாரை மற்றமையாக்குகிறது என்பது புரியும். புதுமைப்பித்தனை விமர்சிக்கும் ராஜ் கௌதமன், "புதுமைப்பித்தனின் சிறுகதைகளில் கிறிஸ்தவ மதம், கிறிஸ்தவ மதமாற்றம், இஸ்லாமியப் படையெடுப்பு, துறவைப் போற்றிய ஜைன - பௌத்த மதங்கள் பற்றிய மென்மையான, மிதமான கிண்டல் கேலிகள் பதிவாகியுள்ளன", என்கிறார். மேலும் அவர் "புதுமைப்பித்தன் அவர் காலத்தில் காங்கிரஸ் இயக்கத்திலும், இந்துத்துவ பாசிச இயக்கங்களிலும், பார்ப்பன உயர்சாதி இந்துத்துவ சக்திகள் முன்மொழிந்த சிந்தனையின் தாக்கம் பெற்றவர் என்று கூறுவதால், அவரது படைப்பாற்றலைக் குறைத்துக் கூறுவதாகப் பொருள் கொள்ளக்கூடாது... பல வேளைகளில் படைப்பின் பிரதேசத்தில் அவர் இன்று இந்துத்துவ பெருமையையும் கடவுள் வெளியீடுகளையும் நக்கல் பண்ணாமல் விடவில்லை" என்றும் மதிப்பிட்டிருப்பது குறிப்பிடத்தக்கது.

"இந்திய வரலாற்றியலின் மூன்று கட்டங்களில் முதல் இரண்டு கட்டங்கள் இந்தவகையான கதையாடல்களைக் கொண்டு கட்டமைக்கப்பட்டது" என்கிறார் ரோமிலா தாப்பர். இந்திய வரலாற்றைப் பற்றிய ஆய்வு

பதினெட்டாம் நூற்றாண்டின் இறுதியில் துவங்குகிறது. இதை இந்தியவியல் ஆய்வாளர்களும் கீழைத்தேயவியலாளர்களும் முன்னெடுத்தார்கள். இவர்களின் முதன்மை அக்கறையாக மொழிகள் பற்றிய ஆய்வுகள் அமைந்தன. ஆங்கிலேய ஆட்சியில் நிர்வாகிகளாக இருந்த இவர்கள், தங்கள் மொழி ஆய்வில் சமஸ்கிருதத்தோடு நெருங்கியதால் 'இந்தோ - ஐரோப்பியன் மொழிக் குடும்பம்' என்னும் கட்டமைப்பு முகிழ்ந்தது. இதற்காக வில்லியம் ஜோன்ஸ், கோல்ப்ரூக், வில்சன், சார்லஸ் வில்கின்ஸ் போன்றோரால் **1764**ஆம் ஆண்டு ஆசியவியல் கழகம் *(Asiatic society)* தொடங்கப்பட்டது. இதன்படி மொழிகளை ஒப்பிட எடுத்தாளப்பட்ட நூல்கள் இந்தியாவின் வரலாற்றை எழுதும் மூலங்களாகவும் மாறின. எனவேதான் சமஸ்கிருதத்தோடும் வேதங்களோடும் தொடர்புபடுத்தியே இந்தியாவின் வரலாற்றைக் கட்டமைத்தனர். இதன் தொடர்ச்சியில் எழுதப்பட்ட வரலாறானது இந்துக்கள் காலம், முஸ்லிம்கள் காலம், பிரிட்டிஷார் காலம் எனப் பகுக்கப்பட்டது. இவ்வாறாமைந்த முதல் நூல் ஜேம்ஸ் மில் **1817**ஆம் ஆண்டு எழுதிய 'பிரிட்டிஷ் இந்தியாவின் வரலாறு' *(History of British India)* என்பதாகும்.

இத்தகைய முயற்சிகளே இந்திய வரலாற்றியலின் முதல் கட்டம். சமஸ்கிருத மேலாண்மையும் வேத கலாச்சாரமும்தான் இந்தியக் கலாச்சாரம் என நிலைபெறுவதற்கும், காலனிய அறிஞர்கள் உணர்ந்த ஆரிய - ஐரோப்பிய உறவும் (மொழியும், இனமும்) இங்கு முக்கியப் பங்கு வகித்தன. இதைத் தொடர்ந்து வந்த தேசியவாத வரலாற்றுக் கட்டம் இந்துக்களை மையமாக வைத்து இந்திய வரலாற்றைக் கட்டமைத்தது. சமூகத் தளத்தில் வெளிப்பட்ட ஆரிய சமாஜம் போன்ற சீர்திருத்த இயக்கங்களிலும் இப்பார்வையே பயின்றது. அரசியல் இயக்கமாக வலுப்பெற்றுவந்த காங்கிரஸிலும் இதன் நீட்சியே அதிகரித்தது. இதனை எஸ்.வி.ராஜதுரை, "**1930**களில் இந்திய இணைப்பு மொழியாக உருது பேசும் இஸ்லாமியரும் இந்துப் பெரும்பான்மை மக்களும் பேசிய இந்துஸ்தானியை ஒதுக்கிவிட்டு, சமஸ்கிருத கலப்படமான இந்தி மொழியைக் காங்கிரஸ் கட்சி முன்மொழிந்ததும் சரி, ஓர் 'ஆராய்ச்சி' மூலம் அதைத் தொடர்ந்து இந்து சனாதன மேலாதிக்கம் பெருமிதமடைந்து பத்தொன்பதாம் நூற்றாண்டில் பிரபலமடைந்த மொழிக் குடும்பத்தினரும் செய்துள்ளதாக மேற்படி இனவாதம் கருதியது," என்று குறிப்பிடுகிறார்.

இக்கால மையநீரோட்ட அல்லது மேலாண்மை பெற்றுவந்த சொல்லாடலுக்குப் புதுமைப்பித்தனும் உடன்பட்டிருந்தார் என்பதே இங்கு கவனிக்க வேண்டிய விஷயம். இந்திய தேசிய காங்கிரஸூக்கு அவரது ஆதரவு இருந்ததும், ராஜ் கௌதமன் சுட்டும் சில மறுப்புப் பார்வைகளும் இப்பிரச்சினையின் ஆழத்தைக் காட்டிச் செல்கிறது. புதுமைப்பித்தன் ஓரிடத்தில் "பிறகு வெளியிலிருந்து வந்த சமண, புத்த மதங்களோடு அளவளாவி..." என்கிறார். இவ்விடத்தில் அவர் 'நமது தர்மம்' என்று வைதீக தர்மத்தைச் சொந்தம் பாராட்டியதையும், சமஸ்கிருதத்தைப் பொது மொழியாகக் கருதியதையும் இணைத்துப் பார்ப்பதைத் தவறென்று பார்க்க வேண்டியதில்லை. இவையெல்லாம் இருந்தாலும் நம் அக்கறை இக்கதையின் சொல்லாடல் பற்றியதேயன்றி புதுமைப்பித்தன் பற்றி அல்ல. இந்தக் கதை 'பிள்ளையாரை'யும் கேலிசெய்கிற இலக்கியப் படைப்பு. அதை உணரும் நமக்கு அக்கதையாடல் மீது எந்த மறுப்பும் இல்லை. இன்னும் சொல்லப்போனால், அந்தக் கேலியே நம் ஏற்பின் மீது நின்றுதான் அமைகிறது. ஆகவேதான் நம் கவனம் இதை எழுதியவர் மீதல்லாமல் அச்சொல்லாடல் மீது, வாசகர்களான நம்மீது என்கிறோம்.

இந்த ஏற்பு எப்போதும் இருந்ததா என்று எண்ணும்போதுதான் நமக்கு இன்னோர் ஆளுமை நினைவுக்கு வருகிறார். மேற்கண்ட 'உள்ளே - வெளியே' என்னும் சட்டகத்தை மாற்றி விளக்கியவர் என்று கூறலாம். யார் காலம் ராஜ தர்மத்துடன் விளங்கியது, மக்கள் எப்போது சுகம்பெற்று வாழ்ந்தனர் என்பதோடு, புறமெய்கள், உண்மைகள் என்று நம்பப்படுவனவற்றுள் உள்மெய்யைக் கண்ட பண்டிதர் அயோத்திதாசர்தான் (1845 - 1914) அவர்.

இந்திரர் தேச சரித்திரம்

பண்டிதர் அயோத்திதாசர் 'தமிழன்' இதழில் 'இந்திரர் தேச சரித்திரம்' என்ற கட்டுரைத் தொடர் ஒன்றை எழுதினார். (இத்தொடர் கட்டுரை, புத்தகம் 4, இலக்கம் 12இல் தொடங்கி புத்தகம் 5, இலக்கம் 23இல் நிறைவு பெறுகிறது). அதில் அவர் பல்வேறு இலக்கியத் தரவுகள் மூலம், தமிழ் என்னும் வெளியைக் கடந்து பாலி, சமஸ்கிருதம் போன்ற மொழிகளின் பௌத்தத் தொடர்பைக் காட்டியும், வழக்கங்களைக் கொண்டும் இந்திய வரலாற்றை விளக்கினார்.

இந்திரம் எனும் மொழி ஐந்திரம் என்பதன் திரிபு. மகத நாட்டுச் சக்கரவர்த்தியாகிய சித்தார்த்தி, கல்லாலடியில் வீற்று ஐம்பொறிகளை

வென்றதால் ஐந்திரர் எனப்பட்டார். இதில் 'ஐ' என்பது 'இ' ஆகத் திரிந்து இந்திரர் ஆனது. அவரது சங்கத்தோடு நிலைத்த இடம் இந்திர வியாரம் எனப்பட்டது. அவரது கொண்டாட்டங்கள் இந்திர விழா நாள், இந்திர விழாக்கோலம் என்றானது. இவ்விழாவிற்கு முன்வரும் மழையின்போது வரும் மின்னல் இந்திரதனுசு எனப்பட்டது. இவ்விடத்தை இந்தியம், இந்திரம் என்றும் இங்கு வாழும் மக்கள் இந்தியர் என்றும் வழங்கத் தலைப்பட்டனர். பூர்வத்தில் இது பரதகண்டம் என்றழைக்கப்பட்டது. சித்தார்த்தியை வரதர் / பரதர் என்றழைக்கும் வழக்கத்தை ஆதிநூலில் இடம்பெறும் "வரதன் பயந்த வறநூலென்றும்" எனும் வரிகளின்மூலம் அறிகிறோம். இதை வடபரதம் - தென்பரதம் என்றழைத்தனர்.

புத்தர் இயற்றிய சீலங்களான மெய்யறத்தையும், திரிபேத வாக்கியங்களான திரிபீட வாக்கியங்களையும், வைத்திய நூல்களையும், சோதிட நூல்களையும் பரப்ப மகத நாட்டிலிருந்து முறையே வடக்கில் ஜனகரும், மேற்கில் திருமூலரும், கிழக்கில் சட்டமுனிவரும் தெற்கில் அகஸ்தியரும் சென்று சேர்கின்றனர். மக்கள் வெவ்வேறு நிலங்களிலும் அதற்குண்டான பொருள்களுடனும் தொழில்களுடனும் வாழ்கின்றனர். தொடர்ந்து அயோத்திதாசர் தமிழ் பாஷையிலும், வடபாஷையிலுமுள்ள நான்குவகைத் தொழில்களை விவரிக்கிறார்.

இப்பூமிகளின் விளைபேதத்திற்கும் பொருள் பேதத்திற்கும் தக்கப் பெயர்களையும், மனுக்களின் குண பேதங்களுக்கும் தொழில் பேதங்களுக்கும் தக்கப்பெயர்களை(யும்) கொடுத்துத் தன்மத்தில் நிலைத்து ஒற்றுமையுற்ற சுக வாழ்க்கையில் பௌத்த சங்கத்தார் நிலைக்கச் செய்திருந்தார்கள். இவ்வாறு வட இந்தியமென்னும் ஆசியா மத்திய கண்டமுதல், தென்னிந்திய கடைகோடிவரை எங்கும் புத்த சங்கங்களையே நாட்டி சத்திய தன்மைத்தைப் புத்த அரசர்கள் பரவச் செய்கிறார்கள். சகலபாஷை மக்களும் வித்தியா விருத்தி, விவசாய விருத்தி, அறிவு விருத்தி என சுகவாழ்க்கை மேற்கொண்டனர் என்று அயோத்திதாசர் விவரிக்கிறார்.

இந்நிலையில்தான் சிந்தூரல் நதிக்கரையில் மண்ணைக் குடைந்து வாழ்ந்த மிலேச்சர் வருகை நிகழ்கிறது. தங்களை 'அக்கரையோர்' (அக்கரையோர் - அக்கரத்தோர் - அக்கரகாரத்தோர்) என்று கூறிக்கொண்டு கல்வியற்றக் குடிகளிடம் பிச்சைப்பெற்று இரந்துண்டு, பின்னர் நிலைபெறத் துவங்குகின்றனர். அக்கினியை வணங்கும் அவர்கள் ஆடு, மாடு,

குதிரைகளைத் தீயிலிட்டுப் புசிக்கின்றனர். பௌத்தச் சங்கத்தோரைப் பார்த்து, தங்களைத் தாங்களே பிராமணர் என்று சொல்லிக்கொண்ட அவர்கள், பிறகு பௌத்தச் சங்க யதார்த்த பிராமணர்கள் செயல்களின் ஞான அந்தரார்த்தங்கள் விளங்காததால், தங்களுக்குத் தோன்றியவாறு மாற்றிக்கொள்கின்றனர். சமணத்தில் உபநயணம், பெற்றோர் முப்பூரி பூநூலைத் தரித்து உலகத்தை நோக்கும் ஊனக்கண் பார்வையை அகற்றி, உள்விழிப் பார்வையாம் ஞானக்கண் பார்வையில் நிலைக்கச் செய்வார்கள். பஞ்ச சீலம் காத்து, விரதமிருந்து, அகிம்சை என்னும் புலால் உண்ணாமையை மேற்கொள்வார்கள். ஆனால், வேஷப் பிராமணர்களான இவர்கள், யாகத்தில் ஆடு, மாடு, குதிரைகளையிட்டுப் புசித்தும், அவுல் பிரசாதம் கேட்டால் தேவர்களுக்கு மட்டும் என்றும் கல்வி அறிவற்றக் குடிகளையும், காமியமுற்ற சிற்றரசர்களையும் மயக்குகின்றனர். கோயிலென்பது (கோ + இல்) அரசன் வாழும் மனையின் பெயராகும். இதனை அறியாது, ஞானப்பீடங்களாக விளங்கிய பௌத்த விகாரங்களையும் ஆயிர நாமங்களையும் தமதாக்கிக்கொள்கின்றனர். சோம்பேறிச் சீவனம் பெருகியமை, வேஷப் பிராமணர்களின் வார்த்தைகளை நம்பியமை, பெண் விவாகம் புரிவது நிற்றல், பகைமை பெருகல் போன்றவை அதற்குக் காரணங்களாக அமைந்தன. இவ்வாறு சொல்லிச் செல்லும்போது பௌத்தத்தின் தத்துவங்களை இடையிடையே விவரிக்கும் அயோத்திதாசர், வேஷப் பிராமணர்கள் எவ்வாறு பௌத்த மன்னர்களைக் கயமையால் வீழ்த்தினார்கள் என்றும் விவரிக்கிறார். நமக்கெல்லாம் தில்லை நோக்கியவனாக மட்டும் தெரிந்த நந்தனை அவர் மன்னன் என்கிறார். அவன் எப்படிச் சிதம்பிக்கப்பட்டான், அதற்கு ஏதுவாக எவ்வாறு கதை பின்னப்பட்டது என்பதை விவரிக்கிறார். இரண்யகாசிபுக்கு நடந்ததைச் சொல்கிறார். கர்ணராஜன் சரித்திரமொன்று பௌத்தர்களிடம் இருந்தது என்கிறார்.

"புத்தபிரான் பரிநிருவாணமடைந்து அவரது தேகத்தைத் தகனம் செய்த பின்னர், அச்சாம்பலைப் புத்த சங்கத்தோர்களும் பௌத்த அரசர்களும், பௌத்த உபாசகர்களும் எடுத்து வைத்துக்கொண்டு அவற்றுக்கு 'மகாபோதி' என்னும் பெயரை அளித்து, அதிகாலை எழுந்து குருவைச் சிந்தித்து நீதிவழுவாமல் நடப்பதற்காகத் தங்கள் நெற்றிகளில் புத்த, தன்ம, சங்கம் என மூன்று கோடுகள் இழுத்துவந்தனர். சித்தார்த்தரைத் தகனம் செய்த பின்னர் சாம்பல் முடிந்துவிட்டபோது சிலர் அவ்வழக்கம் மாறாது

நெற்றியில் இடுவதற்கு எங்கும் கிடைக்கக்கூடிய சாணச்சாம்பலை விபூதி என இட்டனர். இன்னும் சிலர் மகாபோதி என்னும் சாம்பல் தீர்ந்தவுடன் நெற்றியில் ஒன்றும் பூசாமல் நிறுத்திவிட்டார்கள். இவற்றைக் கண்ட பிராமணருள் ஒருவரான நீலகண்ட சிவாச்சாரியார் என்பவர், சிவனென்னும் ஓர் தெய்வம் உண்டு என்றும் அவருக்கு மடியிலோர் மனைவியும், சிரசில் ஓர் மனைவியும் உண்டு என்றும் துடைமீதிருக்கப்பட்ட மனைவிக்கு யானைமுகப் பிள்ளை ஒன்றும், ஆறுமுகப் பிள்ளை ஒன்றும் தனது வியர்வையினால் உண்டுசெய்த வீரபத்திரன் என்னும் பிள்ளை உண்டென்றும் கதைகளை வகுத்துக்கொண்டார். காலத்தைக் குறிப்பதற்குச் சமயங்கள் என்று தொகுத்துள்ள மொழியையும், தன்னையறிந்து அடங்குவதற்கு சைவம் என்று வகுத்த மொழியையும் எடுத்துக்கொண்டு சிவனை வழிபடும் யாவரும் சைவ சமயத்தோர் என வகுத்து, நூதன சமயம் ஒன்றை உண்டுசெய்து அதன் ஆதரவால் சில சோம்பேறிகளைச் செய்துகொண்டார்கள்," என்று இன்றைய வழக்கங்கள் எல்லாம் பௌத்தத்திடமிருந்து திரித்து உள்வாங்கப்பட்டன என்றார் அயோத்திதாசர்.

இவ்வாறு புதிய கதைகளைப் பின்ன ஆரம்பித்த வேஷப் பிராமணர்கள், எங்கே யதார்த்தப் பிராமணர்களான பௌத்தர்கள் தங்களைப் பற்றிய உண்மையை வெளிப்படுத்தி (பறைந்து) விடுவார்களோ என்று அஞ்சி, அவர்களைக் கண்டதும் ஓட ஆரம்பித்தார்கள். "ஏன் ஓடுகிறீர்கள்," என்று கேட்டால் "அவர்கள் பறையர்கள், நாங்கள் பார்க்கக்கூடாது" என்றனர். இவ்வாறுதான் இன்றைய கீழான நிலைக்குப் பௌத்தர்கள் தள்ளப்பட்டார்கள் என்று விரிகிறது இச்சரித்திரம்.

"ஆரிய மிலேச்சர்களோ கொண்டிருப்பது பிராமண வேஷம், போர்த்திருப்பது பொறாமைப் போர்வை, உள்ளத்துறைந்திருப்பதோ வஞ்சினக்கூற்று, நாவுரையோ நஞ்சுண்ட வாள், குடிகெடுப்பே குணசிந்தனை..." என்று கூறும் அயோத்திதாசர், பௌத்த சிகாமணிகளின் நீதிபோதனைகளை மாற்றி பொய்க் கட்டுப்பாடுகளான சாதி, பொய்மத பேதங்களுக்கு உட்படாத யாவரையும் தாழ்த்த சாதிகளென வகுத்துப் பறையர் என்னும் பெயரையும், சண்டாளன் என்னும் பெயரையும் தீயரென்றும் பரவச் செய்துவிட்டார்கள் என்கிறார். தங்களுக்குப் பூர்வத்தில் இடம் தேடிக்கொள்ளும் பொருட்டு, பூர்வத்திலிருந்தே இவர்கள் இழிவாக இருந்தனர் என்று கதைகளை உண்டுபண்ணி பரப்பினார்கள் என்பதை

விளக்குகிறார். முதலில் முகமதியர்களிடமும், பின்னர் ஆங்கிலேயரிடமும் இக்கட்டுக்கதைகளைக் காட்டி தங்களின் நிலையை உறுதிபெறச் செய்தனர் என்று கூறும் அயோத்திதாசர், "வித்தை, புத்தி, ஈகை, சன்மார்க்கம் நிறைந்த மேன்மக்கள் கீழ்மக்களாகத் தாழ்ந்த குறைவே, இந்திரர் தேசத்தின் சிறப்புங் குன்றி சீர்கெடுவதற்கு ஏதுவாகிவிட்டது. யதார்த்தத்தில் தேசத்தையும் தேசமக்களையும் சீர்திருத்த முயலுங் கருணைதங்கிய பெரியோர்கள் இச்சரிதத்தையும் ஆய்ந்து சீர்திருத்தும்படி வேண்டுகிறோம்" என்று முடிக்கிறார்.

இக்கதையாடலின் கூறுகளில் இரண்டை மட்டும் இங்கு எடுத்துக்கொள்வோம். ஒன்று, மதம் தொடர்பான கதைகள். இது கதைகளால் தக்கவைக்கப்பட்டுள்ளது. நமக்கு மீண்டும் சொல்லப்பட்டுவருவதால் கதை என்பதையே மறந்து உண்மை என்ற நிலையை அடைகிறோம். நம்பிக்கை என்றால் உண்மையே என்ற நிலைக்கும் பழகிவிடுகிறோம். இவ்வாறு பழகியதற்கு முற்றிலும் வேறான ஒரு 'கதை'யை / 'நம்பிக்கை'யை முன்வைத்தால் அது பொய் என்று கருதி மூர்க்கமாக எதிர்க்கிறோம்.

புத்தரின் ஆயிரம் பெயர்களில் விநாயகர் என்பதும் உண்டு. அதனை அயோத்திதாசர், "சங்கங்களுக்குச் சபாநாயகராகவும், கணநாயகராகவும் இருக்கும்வரையில் அவரை சபாநாயகரென்றும், கணநாயகர் என்றும் வழங்கிவந்தார்கள். சத்தியச் சங்கங்களை உலகெங்கும் நாட்டி அவரே நாயகராக விளங்கிய புத்தபிரானை "விநாயகர்", என்றழைத்தனர் என்கிறார். ஆனால், இதனை அறியாத வேஷப் பிராமணர்களிடம் கல்வியற்றக் குடிகள் காரணம் கேட்கும்போது தமக்கு வந்தார்போல கதைகளைப் பின்னிக்கொண்டனர். அவை: "...காட்டில் ஆண் யானையும் பெண் யானையும் மறுவுங்கால் சிவனும் உமையவளும் கண்டு தாங்களும் மறுவ, யானை முகக் குழந்தையொன்று பிறந்து சகல மக்களுக்கும் அட்சரவித்தைப் பயிற்றுவித்தபடியால் அவரைதான் வித்தைக்கு முதலாகச் சிந்திக்க வேண்டுமென்று, அவர்கள் தொடுக்கும் காரியாதிகளுக்கெல்லாம் அவுல், கடலை, தட்சணை, தாம்பூலங் கொண்டுவரும் ஏதுவைத் தேடிக்கொண்டார்கள்" - இது ஆரிய வேஷப் பிராமணர்கள் சொல்வது.

ஆந்திர வேஷப் பிராமணர்கள் "...தங்களுடைய சிவனென்னுங் கடவுள் தக்கனென்னும் அசுரனின் யாகத்தையழிப்பதற்குத் தனது முதற்பிள்ளையை

அனுப்பியதாகவும், அப்பிள்ளையின் சிரம் யுத்தத்தில் வெட்டுண்டு காணாதுபோனதாகவும், அவருக்குப் பின் சென்ற இரண்டாவது பிள்ளை சுப்பிரமணியர் சென்று இறந்துகிடந்த ஓர் யானையின் சிரசை வைத்து உயிர்ப்பித்ததாகவும்..." என்கிறார்கள்.

திராவிட வேஷப் பிராமணர்களான தமிழர்களோ, "பார்வதி கருப்பந்தரித்திருக்குங்கால் சிவனுக்கு விரோதியான ஓர் அரசன் கருப்பையில் காற்றுவடிவாக நுழைந்து குழந்தையின் சிரசைக் கொய்துவிட்டதாகவும் அதற்கு மாறுபட ஓர் யானையின் தலையை வைத்து உயிர்ப்பித்ததாகவுங்..." என்பர். கன்னட வேஷப் பிராமணர்கள் நமக்குத் தெரிந்த சிவனே தலையைக் கொய்த கதையைச் சொல்கின்றனர்.

பண்டிதரைப் பொறுத்தவரை இவை யாவும் உண்மையைச் சிதைக்கும்போது நடந்த மாற்றங்கள். இவற்றை அவர் புராணமாகவோ, படைப்பிலக்கியமாகவோ சொல்லவில்லை. சரித்திரம் என்றே சொல்கிறார். நாம் மத வரலாறு என்றுகூட வைத்துக்கொள்வோம். இது ஏன், எவ்வாறு வரலாறாகிறது? அந்நூற்றாண்டிலும் அதற்கு முன்பு வரையிலும் வழக்கில் இருந்த வரலாற்று முறைமைகள், வடிவங்கள் எவை? அவற்றின் வரலாற்று ஓர்மை என்ன; அவற்றில் அயோத்திதாசரின் கூற்றுகள் எம்மாதிரியான நிலைத்தன்மையைப் (consistency) பெற்றிருக்கின்றன; உள்ளூர் முறையியலின் / புரிதலின் கடைசி ஆளுமையான அயோத்திதாசரின் புரிதலை வேறு யாரேனும் கைக்கொண்டனரா என்பதைப் பற்றியெல்லாம் தனியே விரிவாகப் பேசலாம்.

அடுத்ததாகப் பிரதிகள் வழியான நவீன வரலாறு உருவானதைப் பற்றியும் அவரே சொல்கிறார். அங்கங்கு கிடைத்த "பாதி வேதங்களையும், பௌத்தத் தருமச் சரித்திரங்களில் சிலதையும், நீதி நெறி ஒழுக்கங்கள் சிலதையும் வேஷப் பிராமணாள் கிரகித்து கர்னல் போலியர், ராபர்ட் சேம்பர்ஸ், ஜெனரல் மார்ட்டீன், வில்லியம் ஜோன்ஸ், கோல்புரூக் ஆகியோரிடத்தில் சிலர் கொண்டுபோய் தர, அவற்றை மொழிபெயர்த்து அச்சிட்டுப் பெரும் புத்தகமாக்கி இந்துக்கள் வேதமென்று சொல்லும்படியான ஓர் உருவமாக்கிவிட்டார்கள்" என்கிறார். இதை 'பௌத்தத்தைப் பிரிட்டிஷார் கண்டுபிடித்த வழி'யில் பிலிப் அல்மண்ட் என்பவரும் உறுதிபடுத்துகிறார். லெஸ்லி சி.ஓர் தமிழ் சமணத்தைப் பற்றி எழுதியுள்ள கட்டுரையில்

“இந்திய மதங்களின் தன்மை பற்றிய ஐரோப்பியப் புரிதல்கள், அவற்றின் வரலாற்றுக் கட்டுமானங்கள் காலனித்துவ, மிஷனரிகளின் துவக்க காலத்திலேயே ஆரம்பித்துவிட்டது... பதினேழாம், பதினெட்டாம் நூற்றாண்டில் இந்தியாவுக்கு வந்த ஐரோப்பியர்கள் மதவுலக வரலாற்றைப் பைபிளிலிருந்து பெற்று, இந்தியாவுக்கு வரும்போது கிறிஸ்தவ நோக்கிலான மதப் புரிதலை மட்டும் கொண்டு வராமல் இந்திய வரலாற்றைப் பற்றிய கருத்துகளோடும் வந்தனர்,” என்று குறிப்பிடுகிறார்.

மெட்ராஸ் ஓரியண்டலிஸ்டுகளுக்கும் கல்கத்தா ஓரியண்டலிஸ்டுகளுக்கும் இடையேயான வேறுபாடுகளையும் அவர் சுட்டுகிறார். கல்கத்தா அறிஞர்கள் நூல்களையே பிரதானமாகக் கொண்டனர். இதற்கு மாறாகச் சென்னையிலோ எழுத்து ஆதாரங்களோடு வாய்மொழிக்கும் பங்கிருந்தது. மேலும் தமிழ், தெலுங்கு, கன்னடம் போன்ற மொழிகளிலிருந்தும் சான்றுகளை எடுத்தாண்டனர். ஆனால், கல்கத்தா கீழைத்தேயவியல் சமஸ்கிருதத்தை மட்டும் அடிப்படையாகக் கொண்டிருந்தது. மேலும், சென்னையில் உள்ளூர் ஆட்களையும் அணுகினர். உதாரணமாக, சமணத்திற்காக எண்ணிக்கையில் குறைந்த அளவிலிருந்த ஜைனர்களைத் தேடியுள்ளனர். இந்தக் கோணம் கல்கத்தாவில் சுத்தமாக இல்லை.

மேலும், சென்னையில் இயங்கிய அறிஞர்களின் அணுகுமுறைக்கு மிஷனரிகளான நொபிலி, பெஸ்கி தொடங்கி எல்லீஸ் வரையிலான தமிழ் ஈடுபாடும் முக்கியக் காரணி என்று அவர் அவதானிக்கிறார். இந்திய வரலாற்று உருவாக்கத்தில் கல்கத்தா குழாமிற்குப் பதிலாகச் சென்னை குழாம் மேலாண்மை பெற்றிருந்தால் எப்படி இருந்திருக்கும் எனக் கேட்கும் லெஸ்லி, இந்தியவியல் அறிஞர்கள் என்போர் வரலாற்றை எழுத ஆதாரமாகக் கொண்டு / கொள்ளும் ‘பிரதிகள்’ வேறுபட்டிருந்திருக்கும் என்கிறார். அதாவது, இந்தியாவின் வரலாற்றையும், பண்பாட்டையும் புரிந்துகொள்ள சமஸ்கிருத மத, இலக்கிய நூல்களைத் தாண்டி கல்வெட்டுகளும் நினைவுச்சின்னங்களும் நூல்களுக்கு இணையாகப் பயன்படுத்தப்பட்டிருக்கும். (கல்கத்தாவில் இது பத்தொன்பதாம் நூற்றாண்டின் இறுதியில்தான் நடக்கிறது. ஆனால், அதற்குள் இந்திய வரலாற்றின் அடித்தளங்கள் நிறுவப்பட்டு, அரசியல் தளத்தில் கடந்தகாலத்தைப் பற்றியான கதையாடல்கள் கட்டியெழுப்பப்பட்டுவிட்டன).

இதை அப்படியே பௌத்தத்திற்கும் பொருத்திப் பார்க்க முடியும். அதாவது உள்ளூர் அளவிலான பௌத்தக் கதையாடல்களைத் தொடக்க கால காலனிய அறிஞர்கள் எவ்வாறு கையாண்டனர், புரிந்துகொண்டனர் என்பதையும் இவ்விடத்தில் ஆழமாகப் பரிசீலனை செய்து விவாதிக்க வேண்டும். பிலிப் அல்மண்ட் காட்டும் 'விக்டோரிய பௌத்த' புரிதலை ஒட்டியும் கடந்தும் கீழைத்தேயர்கள் மத்தியிலேயே இதுபற்றி வெவ்வேறு பார்வைகள் / நம்பிக்கைகள் இருந்ததை அறிய முடிகிறது. ஐரோப்பிய அறிஞர்களின் எழுத்துகளை ஆராயும் பிலிப் அல்மண்ட், "பௌத்தம் ஒரு பிரதி பொருளாகப் பகுக்கப்பட்டும், பிரிக்கப்பட்டும் புரிந்துகொள்ளப்பட்டது. இந்த ஆதாரங்கள் பௌத்தமல்லாத பிரதிகளைக் கொண்டும் அமைந்தது" என்கிறார். அயோத்திதாசரே சிலரை விமர்சித்தும் சிலரை நேர்மறையாகவும் குறிப்பிடுகிறார். அதன் வழியே யோசிப்பது புதிய திறப்புகளை நோக்கி இட்டுச்செல்கிறது. உதாரணமாக கர்னல் சைக்ஸ் (William Henry Sykes, 1790 - 1872) என்பவர், பிராமண மதத்திற்கு முன்பிருந்தே பௌத்தம் இருந்தது என்பதை ஒரு தருணத்தில் குறிப்பிடுகிறார். சீனப் பயணக் குறிப்புகளின் காலத்தையும் உள்ளடக்கத்தையும் கொண்டு, பௌத்தம் பிராமணத்திற்கு முன்பேயிருந்தது என்று வாதிடுகிறார். அயோத்திதாசரும் இதே பார்வையைக் கொண்டிருந்தார் என்பதை மேலே பார்த்தோம். புதுமைப்பித்தன் கதையாடலில் கொண்ட வரலாற்றிலிருந்து அது எந்த அளவிற்கு வேறுபட்டிருக்கிறது என்பதையும் பார்க்கலாம்.

அடையாள மாற்றப் போராட்டங்கள் இங்கு மட்டுமே நடக்கவில்லை. எனினும் அயோத்திதாசரின் பௌத்தச் செயல்பாடுகளைப் பேசும்போது அதற்கு எதிரிடையாக அல்லது இணையாக வைக்கப்படுவது சைவ சித்தாந்த முயற்சிகளைத்தான். ஜே.எம்.நல்லசாமி பிள்ளையின் செயல்பாடுகள் சைவத்தைத் தன்னளவிலேயே உலக மதமாக நிறுவுவதாகவும், மறைமலை அடிகளின் முயற்சி சைவ மேலாண்மையைப் புராணங்களில் தேடுவதாகவும், ஆறுமுக நாவலரின் முயற்சிகள் யாழ்ப்பாண வேளாளர்களை மதமாற்றத்திலிருந்து காப்பதற்காகவும் இருந்தன என்பதை நினைவில் கொள்ள வேண்டும். பத்தொன்பதாம் நூற்றாண்டு தொடங்கி பல்வேறு சமூகப் பிரிவுகள் தங்கள்மீது இடப்பட்ட அடையாளங்களிலிருந்தும், கட்டப்பட்ட வரலாறுகளிலிருந்தும் தப்ப முயன்றனர். கேரளாவின் ஈழவா, ஒரியாவில் பௌரிச் சமூகத்தின் மஹிமா / அலேக தர்மா கோரிக்கை,

வங்காளத்தில் சண்டாளர்கள், அசாமில் மவோமரியார்களின் வைணவப் போராட்டம், மங்கூ ராமின் ஆதி தர்மிகள் போராட்டமென பல்முனைகள் கொண்டு விளங்கியதற்கு மத்தியில், அயோத்திதாசரின் பௌத்தச் செயல்பாடுகள் முக்கியமானவை, பண்பாடு சார்ந்தவை. அதேவேளையில் வரலாற்றுத் தொடர்ச்சியையும் தொட்டவை. ஆனால் தாங்களாகவே தம்மை உயர்நிலைப்படுத்திக்கொள்ள முயன்ற சமூகக் குழுக்கள் / இயக்கங்கள் தேசியவாத எழுச்சியின் ஒற்றைத் தன்மையால் அமுங்கிவிட்டன. அது நவீன முகத்தைப் பெற்றுக்கொண்டதோடு, அதற்குத் தோதானவொரு வரலாற்றுக் கதையாடலையும் கட்டமைத்துக்கொண்டுவிட்டது.

இந்நிலையில்தான் நாம் புதுமைப்பித்தன் கதையையும் அயோத்திதாசரின் இந்திரர் தேச வரலாற்றையும் எடுத்துக்கொண்டோம். பிள்ளையாரை வைத்துப் புனைவை எழுதுவதன் மூலம் ஒரு வரலாற்றுக் கதையாடலைப் புதுமைப்பித்தன் வைக்கிறார். அது புனைவே என்றாலும் வரலாறாகவே ஆகிறது. சிறுகதையையும் வரலாற்று வரைவையும் ஒப்பிடுவது சரியாக இருக்குமா என்ற கேள்வி நியாயமானது. ஆனால், அக்கேள்விதான் அதற்கான விடையும். ஒருபக்கம் தேசியவாதம், நேரடியான இந்துச் சார்பு இல்லை என்றாலும் பெரும்பான்மைச் சார்ந்த அழுத்தமும் தாக்கமும் ஒரு வரலாற்றுச் சித்திரத்தை வழங்குகிறது. அதனை எவ்விதச் சலனமுமின்றி ஏற்கிறோம். மற்றொரு பக்கம் கற்பிக்கப்பட்ட மத வரலாற்றை, இலக்கிய அழுத்தங்களைத் தாண்டி, பிரதிகளை மறுவாசித்தல், மாற்றுக்கோணத்தின் மூலம் மாற்று வரலாற்றுச் சரித்திரம் என்பவற்றை வெளிக்கொணரும்போது சந்தேகிக்கிறோம். உண்மை என்று கூறி எழுதப்பட்டதைப் புனைவு என்று கூற முற்படுகிறோம். இதற்கு நாம் ஏற்றிருக்கும் கருத்தியல் சார்பு மட்டுமல்ல, அறிந்தோ அறியாமலோ உள்ளுக்குள் நிலவும் முறையியலும் காரணம். ஆனால் மூலம் ஒரேவிதமாக இருந்தாலும், ஆதாரங்களைக் காட்டி நாம் ஒன்றை ஏற்றும் மற்றொன்றை நெருடலாகவும் / கதையென்றும் பார்க்கிறோம். இவ்விடத்தில் இந்தச் சிக்கல் பற்றி "விதேசிகளான அந்த அறிஞர்களின் சுதேசப் புரிதல் பற்றி கேள்வி எழவில்லை' என்றும் "பண்பாடு எனும்போது உள்ளூர்த் தன்மையைக் கண்டடைந்த 'சுதேசி' யாக விளங்கினார் (தாசர்)" என்றும் ஸ்டாலின் ராஜாங்கம் குறிப்பிடுவதை நினைவுகூறலாம். ஆய்வுப் புலத்தில், பின் காலனிய எல்லைகளுக்குள் சிக்குண்ட நம்மை (முன்) காலனிய காலத்தின் மீதான மறுவாசிப்பே விடுவித்துவிட முடியும் என்று தோன்றுகிறது.

உதவிய நூல்கள்:

1. Almond, Philip. *The British Discovery of Buddhism*. Cambridge University Press, 1988.
2. Aloysius, G. *Iyothee Thassar & Tamil Buddhist Movement: Religion as an Emancipatory Identity*. Critical Quest, 2015.
3. *Nationalism without a Nation in India*. Oxford University Press, 1998.
4. Jha, D. N. *'The Myth of the Holy Cow'*. Navayana, 2016.
5. Orr, Leslie. C. "Orientalists, Missionaries, and Naina: The South Indian Story" in *The Madras School of Orientalism: Producing knowledge in Colonial South India*. Thomas R.Trautmann edt. Oxford, 2009.
6. Sastri, Neelakanta. *Development of Religion in South India*. Munshiram Manoharlal Publishers, 1992.
7. Thapar, Romila. *'Conversations with India's Ancient Pat- Romila Thapar'*. Karwaan, 14.08.2020. https://youtu.be/Wsu1Jc3y_sM.
8. *'Ideology and the Interpretation of Early Indian History'*. http://www.jstor.org/stable/40240911. Accessed: 13-12-2015.
9. *Interpretations of Ancient Indian History*. http://www.jstor.org/stable/2504471.
10. Accessed: 21/06/2014.
11. அயோத்திதாசர் சிந்தனைகள், 1 & 2. தொகுப்பு: ஞான.அலோசியஸ். நாட்டார் வழக்காற்றியல் ஆய்வு மையம், 1999.
12. ராஜ் கௌதமன். *தலித்திய விமர்சனக் கட்டுரைகள்*. காலச்சுவடு, 2005.
13. *புதுமைப்பித்தன் கதைகள்*, தொகுப்பு: ஆ.இரா.வேங்கடாசலபதி. காலச்சுவடு, 2018. *புதுமைப்பித்தன் கட்டுரைகள்*, தொகுப்பு: ஆ.இரா.வேங்கடாசலபதி. காலச்சுவடு, 2020.
14. தொ.மு.சி.ரகுநாதன். *புதுமைப்பித்தன் வரலாறு*. 1980.
15. எஸ்.வி.ராஜதுரை. *இந்து, இந்தி, இந்தியா*. அடையாளம், 2014.

16. ஸ்டாலின் ராஜாங்கம், *பெயரழிந்த வரலாறு*. காலச்சுவடு, 2020.

17. ஸ்டாலின் ராஜாங்கம், *அயோத்திதாசர்: வாழும் பௌத்தம்*. காலச்சுவடு, 2016.

18. ஸ்டாலின் ராஜாங்கம், *அயோத்திதாசர் எழுதிய இரண்யன் கதை*. நீலம் இதழ் 1, அக்டோபர், 2020.

குறிப்பு: இக்கட்டுரை ஜூலையில் 'புதிய பனுவல் ஆய்வு வட்ட' கூட்டத்தில் வாசிக்கப்பட்டது. பேரா.சீனிவாசனுக்கும், பேரா. அழகரசனுக்கும் நன்றி. கேள்விகளையும் கருத்துகளையும் வழங்கிய பேரா. சிவராமன், பேரா.முருகாநந்தன், பேரா.டேவிட் உள்ளிட்ட நண்பர்களுக்கும் நன்றிகள்.

- *நீலம், பிப்ரவரி 2021*

II

அயோத்திதாசர் :
வரலாற்றை நேர்செய்த வாலறிவன்

ஞா.குருசாமி

இன்று தமிழ்ச் சமூகத்தின் அறிவு மரபில் தவிர்க்க முடியாத ஆளுமையாக மாறிவிட்டவர் அயோத்திதாசர். அவர் எழுத்துகள் வெளியான காலத்திற்குப் பிறகான சில பத்தாண்டுகள் அவர் பேசிய விஷயங்கள் மீதான ஒவ்வாமையால் தமிழ் 'அறிவுஜீவிகள்' என்று நம்பப்பட்டவர்களின் அறிவுஜீவித அளவுகோலுக்குள் அயோத்திதாசர் கொண்டு வரப்படாமல் இருந்தார். அயோத்திதாசரைப் பேசுவதால் தமக்கான இடம் இல்லாமலோ பின்னுக்குத் தள்ளப்பட்டோ போய்விடுமோ என்று கருதியதன் விளைவாகவும் சாதி இந்து மனோபாவத்தின் வெளிப்பாடாகவும் அவற்றைப் புரிந்துகொள்வது தவறாக இருக்காது. கி.பி. 2000 தொடங்கி ராஜ் கௌதமன், து.ரவிக்குமார், டி.தருமராஜ், ஸ்டாலின் ராஜாங்கம் உள்ளிட்டவர்கள் அயோத்திதாசரைத் தீவிரமாகப் பேசத் தொடங்கினர். இதற்கு ஞான.அலாஸ்சியஸ் தொகுப்பு அடிப்படையாக இருந்தாலும் அதைத் தாண்டியும் மேற்குறித்தவர்களின் செயற்பாடுகள் முக்கியமானவையாகும். இதற்கு நேர்மறையாகவும் எதிர்மறையாகவும் கூட வேறு சிலரால் அயோத்திதாசர் சிறிதும் பெரிதுமான பேசுபொருளாக இருந்துகொண்டிருக்கிறார். ஆக, இன்றைய நிலையில் அயோத்திதாசரின் எழுத்துகள் தனித்துவமான சிந்தனைப்பள்ளி என்கிற அளவுக்கு நிறுவப்பட்டுவிட்டது. இன்னொருபுறம் பகுத்தறிவுப் பொதுவுடைமைக் குத்தகைதாரர்களால்

அயோத்திதாசரின் எழுத்துகள் 'கதையாடல்தானே அன்றி வேறெதுவும் இல்லை' என்று விமர்சிக்கப்பட்டுக்கொண்டும் இருக்கிறது.

இந்த விமரிசனம் பட்டியல் சாதி அறிவுஜீவிகளுக்குப் புதிதல்ல. பொதுவாக, பட்டியல் சாதியினரின் அறிவு மரபு குறித்து விமர்சிக்கும் சாதி இந்துக்களிடம் வகைவகையான கதையாடல் இருக்கும். அதையெல்லாம் வரலாறாகவும் தமிழ்ச் சமூகத்தின் அடையாளமாகவும் காட்டிக்கொள்வார்கள். அதைப் பட்டியல் சாதியினர் நம்ப வேண்டும், கேள்வி எழுப்பக்கூடாது என்று நினைப்பார்கள். கேள்வி எழுப்பினால் தமிழ்ச் சமூகத்தின் விரோதி என்கிற அளவுக்கு மடை மாற்றுவார்கள். ஆனால், பட்டியல் சாதியினர் காத்திரமான சான்றுகளைக் கொண்டு இதுவரை சொல்லப்பட்டவைக்கு மாற்றாக வேறொரு பார்வையை வைப்பார்களேயானால் அவர்கள் தரும் சான்றுகளின் மீது சந்தேகப்படுவார்கள். இது பட்டியல் சாதியினருக்கு வரலாறு என்ற ஒன்று இருக்கவே முடியாது என்று நம்பிவந்ததனால் எழுகிற உளவியல் சிக்கல். ஏற்றுக்கொள்ள மறுக்கும் வரட்டுத்தனம். அவர்களைப் பொறுத்தமட்டில் பட்டியல் சாதியினர் அடிமைப்பட்டு இருந்தாலோ அது பற்றி விசனப்பட்டுக்கொண்டிருந்தாலோ மறுப்பேதும் சொல்லாமல் ஏற்றுக்கொள்வார்கள். அப்படித்தான் பட்டியல் சாதியினர் வாழ்ந்து முடிக்க வேண்டும் என்கிற அவர்களுடைய விருப்பத்தின் வெளிப்பாட்டுப் பகுத்தறிவு அது. இன்று பட்டியல் சாதியினரின் அறிவு மரபுத் தொடர்ச்சியில் ஒரு கண்ணியாக வைத்து அயோத்திதாசரைப் பேசுகிற அதேநேரத்தில் பகுத்தறிவுப் பொதுவுடைமைக் குத்தகைதாரர்களின் அறியாமையைப் போக்குவதற்காகவும் பேச வேண்டிய தேவை உருவாகிவிட்டிருக்கிறது.

கதைகளும் வரலாறும்

இந்திய / தமிழ்ச் சமூகத்தின் வரலாற்றில் புராணங்களுக்கு / கதைகளுக்கு முக்கிய இடம் உண்டு. புராணங்கள் / கதைகள் கலக்காத வரலாறு என்று எதுவும் இல்லை. ஐரோப்பிய அணுகுமுறையில் வரலாறு எழுதப்படுவதற்கு முன்பு வரை இந்திய / தமிழக வரலாற்றைப் பேசியது புராணங்கள்தாம். உள்ளூர் வரலாற்றைப் பேசியதைத் தலபுராணங்கள் என்றும் சமூகத்தின் ஏற்றத்தாழ்வுகளை நியாயப்படுத்தியவற்றைத் தெய்வீகப் புராணங்கள் என்றும் சொன்னார்கள். புராணங்களின் எல்லா வகைமையிலும் கடவுள்தான் கச்சாப் பொருளாக இருந்தது. கடவுள், புராணங்கள் குறித்துக் கேள்விகள் எழாதவாறும் ஒருவேளை கேள்வி எழுமானால் அவற்றைக் குழப்பிவிடுகிற

உத்தியையும் புராணத்திற்கு உள்ளேயும் வெளியையும் வைத்தார்கள். பெரும்பாலான புராணங்களில் கதை - சாதி - சாதியின் கிளைகள் என்பது ஒரு பாதையாகவும், கடவுள் - கடவுளால் படைக்கப்பட்டவர்கள் - படைக்கப்பட்டவர்களின் கிளைகள் என்பதை மற்றொரு பாதையாகவும் சொல்லி, இறுதி முடிச்சு சாதியின் கிளைகளைக் கொண்டு கடவுளால் படைக்கப்பட்டவர்களைக் கட்டிப் போடுவதாகவே இருக்கும். இந்தப் புராணங்களால் கடவுளைச் சாதியாலும் சாதியைக் கடவுளாலும் காப்பாற்றுவதற்கான இரண்டு விதமான விளைவுகளைப் ஏற்படுத்த முடிந்தது. புராணங்களின் இந்த அம்சம் பற்றி கேள்வி எழுப்புகிறவர்களின் பக்தியும் பிறப்பும் சந்தேகத்திற்கு உள்ளாக்கப்பட்டது. சந்தேகத்திற்கு இடமான பக்தியும் பிறப்பும் உடையவர்களால் இறைவனை உணர முடியாது என்று சொல்லப்பட்டது.

புராணத்திற்கு ஆயிரம் ஆண்டுகால வரலாறு உள்ளபோதிலும் பதினெட்டாம் நூற்றாண்டு தொடங்கி, ‘இறைவனை நான் உணர்ந்துவிட்டேன். அந்த உணர்வினால் எனது பக்தியும் பிறப்பும் சந்தேகத்திற்கு இடமின்றி உறுதி செய்யப்பட்டுவிட்டது’ என்பதை நிறுவிக்கொள்வதற்காகவும் தனிமனிதர் சார்பாகவோ, ஊர் சார்பாகவோ புலவர்களுக்குப் பணம் கொடுத்துப் புராணங்கள் எழுதப்பட்டன. ஒரு புராணத்தின் விவரிப்பில் ஓர் ஊரோ, குடியோ இடம்பெற்றுவிட்டால் அந்த ஊரையோ / குடியையோ சேர்ந்தவர்கள் புனிதத் தன்மை கொண்டவர்களாகப் பாவித்துக்கொள்ளப்பட்டனர். ஊருக்கும் புனிதத் தன்மை ஏற்றப்பட்டது. இதற்குச் சான்றாக இன்றைக்குப் புனிதத் தலங்களாகச் சாதி இந்துக்கள் சொல்லிக்கொள்ளும் அனைத்து ஊர்களுக்கும் தல புராணங்கள் இருப்பதைச் சுட்டலாம். இந்த அடிப்படையில்தான் கடந்த இரு நூற்றாண்டுகளாகக் கற்றலிலும் கற்பித்தலிலும் புராணங்கள் முக்கியப் பங்கு வகித்தன. திண்ணைப்பள்ளிகளில் இலக்கிய வகைமையில் புராணங்கள்தான் பாடநூல்களாக இருந்தன.

பன்னிரண்டாம் நூற்றாண்டு முதல் புராணங்கள் சட்ட நூல்களாகவும் இருந்திருக்கின்றன. புராணங்களைச் சான்று காட்டி நீதி வழங்கப்பட்டிருக்கிறது. புராணங்களில் சொல்லப்பட்டவை உடனடி ஏற்புப் பெற வேண்டும் என்பதற்காகக் கடவுளைப் புராணங்களில் பாத்திரங்களாக்கினர். மனிதர்கள் பக்தர்களாக இடம்பெற்றார்கள். புராணங்களில் / கதைகளில்

சொல்லப்பட்டவற்றில் கதையையும் வரலாறையும் தனித்துப் பார்ப்பதில் மயக்கப்பிழை இருப்பது உண்மைதான். அவற்றை முழுவதும் கதை என்று புறக்கணிக்க முடியாது. வரலாறு என்றும் கொள்ள முடியாது. காரணம், எழுதி வைக்கும் பழக்கத்திற்கு முன்பு பழைய வரலாறுகள் வாய்மொழியாகவே தலைமுறைகளுக்குக் கடத்தப்பட்டுவந்தன. நீண்ட காலமாக வாய்மொழியாக இருந்துவரும் தகவலில் கதைகள் கலப்பது இயல்பானது. இது உலகம் முழுமைக்கும் பொருந்தும்.

அறிவார்ந்த வரலாற்று ஆய்வாளர்கள் என்று சொல்லப்பட்ட பலரும் கூட தம் ஆய்வுகளை நிறுவ புராணங்களில் இருந்தும் சான்று காட்டியிருக்கிறார்கள். இந்தியாவை ஆண்டதாகச் சொல்லப்படும் கி.மு. கால அரசர்கள் பலரும் வரலாற்று ரீதியாக நிறுவப்படாத புராணப் பாத்திரங்கள்தான். விதிவிலக்கு உண்டு. வரலாற்றில் அவர்கள் நிஜமான மனிதர்களைப் போல பதிவாக்கப்பட்டுவிட்டனர். உதாரணமாக, தமிழ்ச் சூழலில் சிலப்பதிகாரத்தைச் சொல்லலாம். அது கல்விப்புலங்களில் வரலாற்றுப் பிரதி போலவே கற்றுக்கொடுக்கப்படுகிறது. கண்ணகி மதுரையை எரித்தது உண்மைதான் என்று எரியூட்டிய ஆண்டு, கிழமையெல்லாம் குறித்து ஆய்வுகள் வந்துவிட்டன. இது புராணங்களை / கதைகளை வரலாறாகப் பாவித்த பழைய மரபின் எச்சம். இதைத் தவறு எனச் சொல்ல முடியாது. அதே சமயம் சிலப்பதிகாரம் கதைதான் என்று நிறுவப்பட்ட ஆய்வுகளும் இருக்கின்றன. இந்த இரண்டில் கதையென்று சொல்லிய ஆய்வுகளை ஏற்றுக்கொண்டவர்களை விட வரலாறு எனச் சொல்லிய ஆய்வுகளை ஏற்றுக்கொண்டவர்களே அதிகம். இன்னும் சொல்லப்போனால் தமிழ்ச் சமூகம் கண்ணகியைத் தமது பண்பாட்டின் அங்கமாகவே உள்வாங்கிக்கொண்டது. திராவிட இயக்கங்களின் அடையாள அரசியலில் கண்ணகிக்கு முக்கியப் பங்கு உண்டு. புராணங்களை / கதைகளை வரலாறாகக் கொள்ளும் சமூகத்தில் இதைத் தவிர்க்க முடியாது.

அயோத்திதாசரும் புராணங்கள் / கதைகளைக் காட்டிப் பல நிகழ்வுகளை விளக்கியிருக்கிறார். அவரது தனித்துவமே சொல்லப்பட்ட கதைக்குச் சொல்லப்படாத விளக்கத்தைத் தருவதும் அந்த விளக்கம் பௌத்தத்தின் முகமாக இருப்பதும்தான். இப்படிப் புதிய பொருள்கோடலைப் பௌத்தத்தின் வெளிச்சத்தில் செய்து பார்க்கும் முயற்சி தமிழ் மரபுக்கு மிகப் பழையது. உதாரணமாகப் பழம்பாடல்களின் பழைய விளக்கவுரைகளைச்

சுட்டலாம். அவ்வுரைகள் எல்லாமே ஒருவிதக் கதையாடல்கள்தாம். அதையெல்லாம் விடுத்து, அயோத்திதாசரின் எழுத்தை மட்டும் 'கதையாடல்' என்று அடையாளப்படுத்துவது உள்நோக்கமே அன்றி வேறில்லை. ஆளுக்கோர் அளவுகோலைக் கொண்டு அளந்து மதிப்பீடு சொல்லும் பகுத்தறிவு பொதுவுடைமைக் குத்தகைதாரர்களுக்கு அயோத்திதாசரின் சில பார்வைகளைச் சொல்லி விளக்குவது அவரைப் புரிந்துகொள்ள உதவியாக இருக்கும்.

விபூதி ஆராய்ச்சி

அயோத்திதாசர் 'விபூதி ஆராய்ச்சி' எனும் நூலில் தொடக்க காலத்தில் மாபூதியைச் சாக்கிய பௌத்தர்கள் பூசியதாகச் சொல்கிறார். விபூதியும் மாபூதியும் வேறுவேறு எனக் குறிப்பிடும் அவர், மாபூதியைச் சாக்கியர்களின் குலக்குருவான புத்தரின் சாம்பல் என்கிறார். மாபூதி கையிருப்பு இருக்கும் வரை அதைப் பூசியவர்கள், அது தீர்ந்தவுடன் மாற்றாளுக்குத் தெரியாமல் அடுப்புச் சாம்பலையே பூசிவந்தார்கள். நாளடைவில் மாபூதியிலிருந்து வேறுபடுத்தும் விதமாக அடுப்புச் சாம்பலுக்கு 'விபூதி' என்ற புதுப்பெயர் வந்ததாகக் குறிப்பிடுகிறார்.

மாபூதிக்கு இருந்த பெருமை விபூதிக்கு இல்லை என்று சொல்லும் அவர், வைதிகம் விபூதியை மையப்படுத்திச் சொல்லியவை பகுத்தறிவுக்கு உகந்ததல்ல என மறுக்கிறார். விபூதி பற்றி வழங்கப்படும் பல வைதிகக் கதைகளைக் கூறி அவற்றை இலக்கிய, வழக்காற்றுச் சான்றுகளைக் கொண்டு திரிக்கப்பட்டவை என்று அம்பலப்படுத்துகிறார். நூலின் இறுதியில் இடம்பெற்றுள்ள 'அறிவு வளர்வதற்குப் புத்தரின் கருத்துகளை உள்வாங்கிக்கொள்ள வேண்டும்' எனும் கூற்றை அயோத்திதாசரின் ஒட்டுமொத்த சிந்தனைகளின் சாராம்சம் எனலாம். 'அறிவு' என்பது புத்தரோடு தொடர்புடையது. அது சமத்துவம், சனநாயகம் மற்றும் அனைத்து உயிர்களையும் நேசிப்பது. தீட்டு முறைமைக்கு எதிரானது என்னும் நிலைப்பாட்டை அவரது எழுத்தின் பல இடங்களில் காண முடியும். அறிவைப் புத்தரோடும் புத்தரைச் சமத்துவத்தோடும் இணைத்துப் பேசியது அதுவரை அறிவை அளப்பதற்குச் சாதி இந்துக்கள் வைத்திருந்த அளவுகோலில் இருந்து மாறுபட்டது மட்டுமல்ல, அதுவரை இருந்த அளவுகோலையும் அசைத்தது.

கபாலீஸன் சரித்திர ஆராய்ச்சி

அயோத்திதாசரின் எழுத்து முறையியலை அவரது 'கபாலீஸன் சரித்திர ஆராய்ச்சி' நூலைக் கொண்டு விளக்கலாம். சென்னையை அடுத்த திருமயிலை பகுதியை கொன்றைராசன் என்பவன் ஆண்டுவந்தான். அங்கு அவன் ஒரு மடம் கட்டி அதில் தூங்கும் நிலையில் சிலை ஒன்று வைத்தான். அந்த மடத்தில் மாசி மாதம் பௌர்ணமி தோறும் அரசனே துறவு பூண்டு பிச்சையெடுத்து உண்டான் எனும் சரித்திரம் படித்துக்காட்டப்பட்டது. அடுத்த நாள் அரசனே கரபோலம் ஏந்தி பிச்சையெடுத்து உண்பது பாவனையாக நடித்துக் காட்டப்படுவது வழக்கம். இப்போதும் இக்கொண்டாட்டம் தொடர்கிறது. இப்படிக் கொண்டாடிவந்தவர்கள் வள்ளுவர்கள். அவர்களுக்கு நாயனார் என்னும் பெயரும் உண்டு. அவர்களே அம்மடத்திற்கு உரிமையுள்ளவர்கள். இந்த உண்மையை மார்க்கலிங்க நாயானார் எழுதிய 'சுத்த ஞானம்', வீ.குப்புலிங்க நாயனாரின் 'ஞானம்' ஆகிய நூல்கள் வழி அறியலாம். இக்காலத்தில் அம்மடம் சைவர்கள் வசம் உள்ளது என்பதாகச் சொல்லும் அயோத்திதாசர், பிரம்மன், சிவன், கபாலம், மண்டை ஓடு ஆகியவற்றைப் பேசும் வைதிகப் புராணங்களைச் சுட்டிக்காட்டி சிவனின் பிச்சைப்பாத்திரமான மண்டை ஓட்டை தருக்கத்தின் புள்ளியாக மாற்றுகிறார். 'பிரமனுடைய தலை சிவனின் கையில் ஒட்டிக்கொண்டதே கபாலீஸன் கதை' என்னும் வைதிகக் கதையாடலை மறுக்கிறார்.

அந்நூலின் கடைசிப் பகுதியில் புத்தரின் வரலாற்றைக் கூறி கையில் பாத்திரமேந்தி பிச்சை எடுத்து உண்டது புத்தர்தான் என நிறுவுகிறார். வேறு பல இடங்களில் சிவன் என்பதே புத்தர்தான். சிவனுக்குச் சொல்லப்பட்ட யாவும் புத்தரின் வாழ்வோடு தொடர்புடையதே என்று சொல்லியிருக்கிறார். இவ்விடத்தில் குறிப்பிடத்தக்க செய்தி, கபாலீஸன் சரித்திர ஆராய்ச்சி நூலுக்கு அவர் எழுதிய முகவுரையில் 'அன்பார்ந்த சகோதர சகோதரிகள் இச்சரித்திரங்களைச் சீர்தூக்கிப் பார்த்து எது யதார்த்தமோ அதைக் கையாளக் கேட்டுக்கொள்கிறோம்' எனும் கடைசி வரிகள்தான். இது உரையாடலுக்கான அழைப்பு. அயோத்திதாசர் தமது எழுத்துகளில் இங்கு ஏற்கெனவே இருக்கும் கதையாடலுக்கு மாற்றாக வேறொரு விளக்கத்தை முன்வைக்கிறார். தம்முடைய விளக்கம்தான் பூர்விகமானது. வைதிகம் சார்ந்து சொல்லப்பட்டவை யாவும் பௌத்தத்தில் இருந்து எடுக்கப்பட்டு திரிக்கப்பட்டவை என்கிறார். இன்னொரு சான்றையும் பார்க்கலாம்.

திரிக்குறள் உரை

திருக்குறள் அயோத்திதாசரின் வாசிப்பில் திரிக்குறளாகும். அயோத்திதாசர் திரிக்குறளின் 55 அதிகாரங்களுக்கு மட்டும் உரை எழுதியிருக்கிறார். அதற்கு முன்னால் திரிக்குறளுக்கு திருக்குறளாகக் கருதி ஏராளமான உரைகள் வந்திருந்தன. அவற்றுள் சிறந்ததாகப் பரிமேலழகர் உரையைச் சிலாகிப்பர். அவருக்கு முன்பு ஒன்பது உரைகள் திரிக்குறளுக்கு இருந்ததாகச் சொல்வர். ஒன்பதையும் படித்துவிட்டுத்தான் பரிமேலழகர் தனது உரையை எழுதினார் என்பதற்கு அவரது உரையிலேயே அகச்சான்றுகள் உண்டு. ஒன்பது பேரின் உரைகளைப் படித்துப் புரிந்து அதைத் தழுவியும் கூடுதலாகச் சமகால வியாக்கியானங்களையும் கலந்துகட்டிச் செய்தது பரிமேலழகர் உரை என்பதை மறந்து விடக்கூடாது. ஆக, பரிமேலழகர் உரை என்பது அவருடையது மட்டுமல்ல. அது பழைமையான வைதிக மரபுக் கண்ணியின் ஒரு புள்ளி.

வைதிக மரபில் இந்திரன் உள்ளிழுக்கப்பட்டிருந்தான். 'புத்தர்' எதிர்நிலையில் கூட இல்லை. அவைதிக மரபில் புத்தர், இந்திரன் மையமாக இருந்தார்கள். திரிக்குறள் எழுதப்பட்ட காலத்திலும் இதுதான் நிலைமையாக இருந்திருப்பது தெரிகிறது. பிற்காலத்தில் எங்கெல்லாம் புத்தர் தொடர்பான இடங்கள் வருகிறதோ அங்கெல்லாம் புத்தரை நிராகரித்து இந்திரனைக் கொண்டு நிரப்புவது வைதிகத்தின் வேலையாக இருந்திருக்கிறது. உதாரணமாக, திருக்குறளின் நீத்தார் பெருமையில் வரும் ஐந்தாவது குறளில் இடம்பெற்றுள்ள 'ஐந்தவித்தான்' சொல்லுக்கு பரிமேலழகர் 'இந்திரன்' என்று பொருள் கொள்கிறார். அயோத்திதாசர் 'புத்தர்' என்கிறார். அயோத்திதாசர் காலத்திலும் பௌத்தச் சிந்தனை மரபை எடுத்துக்கொண்ட வைதிகம், புத்தரை விடுத்து அவரது இடத்தில் இந்திரனை வைத்து வியாக்கியானம் செய்துகொண்டிருந்தபோது, அவர் தகுந்த ஆதாரங்களோடு புத்தரின் ஆயிரம் நாமங்களில் இந்திரனும் ஒன்று என்று வைதிகத்தின் போக்கைத் தம்மை நோக்கித் திருப்பிவிட்டுத் தமக்கானதாக நிறுவுகிறார்.

இல்வாழ்க்கை அதிகாரத்தில் தென்புலத்தார் என்பதற்குச் 'சமண முனிவர்கள்' என்று பொருள் கொள்கிறார் அயோத்திதாசர். பரிமேலழகர் 'அயனால் படைக்கப்பட்ட கடவுள் சாதி' என்கிறார். இரண்டு புரிதலுக்கும் பாரதூரமான வேறுபாட்டைக் காணமுடியும். புத்தச் சங்கத்தில் சேர்ந்து தங்கள் புலன்கள் தென்பட உழைக்கும் சமண முனிவர்களுக்கும் அவர்களுள் சித்தி பெற்ற அறஹத்துகளுக்கும் உணவளிப்பவரை உபாசகக் குடும்பிகள்

தங்கள் தலைமீது வைத்துக் கொண்டாடுவர் என்று பொருள் விரிக்கிறார் அயோத்திதாசர்.

'சமண முநிவர்கள்' என்பதோடு 'அயனால் படைக்கப்பட்ட கடவுள் சாதி' என்பது கொஞ்சம் கூட பக்கம் நின்று பொருந்தவில்லை. அவைதிகப் பிரதியான திருக்குறளில் இடம்பெற்ற ஒரு சொல்லுக்கு அவைதிகம் சார்ந்த பொருள் கோடலே சரியானதாக இருக்க முடியும். பரிமேலழகர், பிதிரர், தேவர், விருந்தினர், சுற்றத்தார், தானென்று சொல்லப்பட்ட ஐவருக்கும் செய்ய வேண்டிய அறத்தைத் தவறாது செய்தல் இல்வாழ்வையுடையானுக்குச் சிறப்புடைய அறம் என்கிறார். வலிந்து பொருள் வரையும் பரிமேலழகரின் நோக்கம் திருக்குறளைத் தங்களது அறிவு மரபின் விளைச்சலாகக் கொள்வதே ஆகும்.

வாழ்க்கைத் துணை நலத்தின் இறுதிக் குறளுக்கு பரிமேலழகர், மனையாளது நற்குணச் செய்கைகளை 'நன்மை' என்று கூறுவர். அம்மனையாள் நல்ல புதல்வரைப் பெற்றுத் தருதல் அவளுக்கு அணிகலன் என்று கூறுவர் என்பதாக படர்க்கையில் இருத்தி தனது விளக்கத்தை வரைகிறார். அவருக்கு 'மங்கலம்' என்பது 'நன்மை' என்பது மட்டுமே. ஆனால், அயோத்திதாசர் சற்று வித்தியாசமாக தலைவனும் தலைவியும் ஒருமனப்பட்டு அன்புபொருந்தி வாழ்தலும், பெருமக்கள், இனியவர், கல்வியாளர், உபகாரிகள், ஒழுக்கமுள்ளவர் எனும் சிறப்புப் பெயர் பெறுதலுமே மங்கலம் என்பதாக விவரிக்கிறார். இந்த மாறுபட்ட பொருள்கோடலுக்குப் பரிமேலழகருக்கும் அயோத்திதாசருக்குமான கால இடைவெளியைக் காரணமாகக் கொள்ளக்கூடாது. இருவரது புரிதலும் ஒரே தளமாக இருந்து வேறுபாடு கொண்டிருத்தலின் கால இடைவெளியைக் காரணமாகக் கொள்ளலாம். வேறுவேறு தளமாக இருப்பதால் இருவரது உரையையும் புரிந்துகொள்ள கால இடைவெளியை விடுத்து இருவேறுபட்ட சிந்தனைத் தளத்தைக் காரணமாக ஏற்பதே பொருத்தமாக இருக்கும்.

ஈகை அதிகாரத்தின் ஆறாம் குறளுக்குச் செல்வம் உடையவன் மேலும் மேலும் அதைப் பெருக்கிக்கொள்ள அறம் செய்வதே வழியாகும். அதற்கு வறியவருக்கு ஈந்து அவரது மிக்க பசியைத் தீர்க்க வேண்டும் எனப் பொருள் கொள்கிறார் பரிமேழலகர். அயோத்திதாசர், ஏதுமில்லாதவருக்கு மரணத்தைத் தரக்கூடிய பசியை ஆற்றியவன் எவனோ அவன் மெய்ப்பொருள் நிலையை அடைவான் என்பதாகப் பொருள் கொள்கிறார். இவ்விடத்து செல்வத்தைப் பெருக்கப் பசி தீர்த்தல் x மெய்ப்பொருள் நிலையை அடைய பசி தீர்த்தல்

என்கிற இருவேறு புரிதலைப் பெற முடிகிறது. 'பசி தீர்த்தல்' என்கிற பௌத்தக் கருத்தியலைப் பின்னைய காலத்தில் வைதிகம் தமக்கேற்றவாறு திரித்துக்கொண்டதை அயோத்திதாசர் நேர்செய்திருப்பதைப் பார்க்கலாம். பசி தீர்ப்பதன் நோக்கம் மெய்ப்பொருளை அறிந்துகொள்வதுதானே தவிர இருக்கும் பொருளைப் பெருக்கிக்கொள்வதல்ல என்பதான அயோத்திதாசரின் குரல் முக்கியமானது. வைதிகம் அறத்தையும் பொருளாகவே பாவித்தது. அயோத்திதாசர் அறத்தை மெய்ப்பொருளாகப் பார்த்தார். அதாவது பொருள் x மெய்ப்பொருள் என்பதை வைதிகம் x அவைதிகம் என்பதாகப் புரிந்துகொள்வதற்கான திறப்பைத் தருகிறார் அயோத்திதாசர். மெய்யுணர்தல் அதிகாரத்தின் மூன்றாவது குறளுக்கு விளக்கம் தரும்போது 'மெய்ப்பொருள் உண்டோ இல்லையோ என்னும் மலைவும், அஃது அகத்திலுண்டோ புறத்திலுண்டோ என்னும் அச்சமும் நீங்கித் தன்னிற்றானே உண்மெய்ப்பொருளை உணர்த்தடங்கிய துறவி சகலருடன் பூமியில் வாழினும் வானராட்சியத்தின் கண் இரவு பகலற்று நித்தியவொளியாய் உலாவும் தேவர்களுக்கு ஒப்புடைத்தானேயாவான்' என்கிறார். இவ்விளக்கம் அயோத்திதாசர் சுட்டும் மெய்ப்பொருளைப் புரிந்துகொள்ள உதவும்.

இன்னாசெய்யாமெய் அதிகாரத்தின் முதல் குறளை துறவியானவன் அட்டமாசித்தியால் நிறைந்த பாக்கியத்தை அடைந்தபோதிலும் அன்னியருக்குத் துன்பமுண்டாகுஞ் செயலைச் செய்யாதவனே மனக்களங்கமற்றோர் கொள்கையை உடையவனாவான் என்பதாக அயோத்திதாசர் விளக்குகிறார். உடல் வருத்தி எட்டுவகையான திறமைகளை / மேன்மைகளை அடைந்தவர்கள் அட்டமாசித்திகள். அவர்கள் கூட அடுத்தவருக்குத் துன்பம் தரும் செயலைச் செய்தால் களங்கமுற்றோராவர் என்பது அவைதிகத்தின் விரிப்பாக இருக்கிறது. பரிமேலழகர் யோகமாகிய சிறப்புத் தரும் அணிமா முதலிய செல்வங்களைப் பிறர்க்கு இன்னாசெய்து பெறலாமாயினும் ஆகமங்கள் கூறியபடி மனத்தூய்மை உடையவர்கள் அதைச் செய்ய மாட்டார்கள் என்று பொருளுரைக்கிறார். 'மாசற்றார்' என்னும் வள்ளுவர் சொல்லுக்கு அயோத்திதாசர் அட்டமாசித்தி பெற்றவர்கள் என்கிறார். பரிமேலழகர் ஆகமத்தைத் துணைக்கழைத்து விளக்குகிறார். அதாவது ஆகமத்தை முதலாகக் கொண்டு அதன் வெளிச்சத்தில் திருக்குறளைப் புரிந்துகொள்ள முயற்சித்த ஒருகாலத்தின் முகமாக பரிமேலழகர் தென்படுகிறார். அதை அயோத்திதாசர் 'எட்டுவகைச் சித்துகள்' என்னும் பௌத்த வெளிச்சத்தில் வைத்து விளக்கி குறளுக்குள் செய்த திரிபுகளைத் துலக்கமாக்குகிறார்.

சொல்லப்படும் புராணங்கள் / கதைகள் யாவும் அரசியல் நோக்கம் கொண்டவை. ஒருவர் ஒரு குறிப்பிட்ட கதையை அவருக்குச் சாதகமான அரசியல் கலந்துதான் சொல்ல முடியும். இங்கு இருப்பவை அனைத்தும் அப்படித்தான் சொல்லப்பட்டிருக்கின்றன. அயோத்திதாசர் பேசியதும் அரசியல்தான். அவர் தனது வாழ்நாள் முழுக்க வேறொரு வரலாற்றை எழுதிப் பார்த்தார். அவரின் எழுத்தை முற்றாகக் கதையாடல் என்று ஒதுக்காமல் தொடர்ந்து உரையாடுவதே மிகுநலம் பயக்கும்.

தருமபுரம் ஆதினம் **1950**இல் திருக்குறள் உரைவளம் வெளியிட்டது. அதில் பரிமேலழகர், மணக்குடவர், பரிதியார், காளிங்கர் ஆகியோர் உரைகளுடன் பழைய உரை ஒன்றும் இடம்பெற்றுள்ளது. தொகுத்தவர் அவ்ஆதினத்தின் கல்லூரியில் தமிழ்த்துறைத் தலைவராகப் பணியாற்றிய ச.தண்டபாணி தேசிகர். **1903**இல் பிறந்தவர். திருக்குறளின் சில ஏட்டுப் பிரதிகளைத் தேடித் தேடி வாசித்த உ.வே.சா.வின் மாணவர். **1928**இல் சென்னைப் பல்கலைக்கழகத்தில் வித்வான் பட்டம் பெற்றவர். இத்தகு பெருமைக்குரியவர் அயோத்திதாசரின் திருக்குறள் உரை **1911** செப்டம்பர் **22** முதல் **1914** ஏப்ரல் **29** வரை வெளிவந்ததைக் கேள்விப்படாமல் கூட இருக்க வாய்ப்பில்லை. அவர் தொகுத்த திருக்குறள் உரைவளத்தில் அயோத்திதாசரின் உரை இல்லை. அதேபோல **1957**இல் திருப்பணந்தாள் காசிமடம் வெளியிட்ட திருக்குறள் உரைக்கொத்திலும் அயோத்திதாசர் உரை இல்லை. அயோத்திதாசர் முற்றாக வேறோரு தளத்தில் உரையெழுதியவர் என்றாலும் அதையும் உரையாகக் கொள்வதே சரியானதாகும்.

அயோத்திதாசர் உரை எழுதிய காலத்திற்கும் முன்பிருந்தே ஆதினங்கள் திருக்குறளை அறிந்திருந்த வகையில் அவை அயோத்திதாசரை அறியாமல் இருந்திருக்க வாய்ப்பே இல்லை. என்றபோதிலும் அவை அயோத்திதாசரைக் கண்டுகொண்டதாகக் காட்டிக்கொள்ளவில்லை. ஆனால், அயோத்திதாசர் தெளிவான வேலைத் திட்டத்துடன் தனது எழுத்துகளின் வாயிலாகச் சாதி இந்துக்களை உரையாடலுக்கு அழைத்துக்கொண்டே இருந்தார். இப்பொழுதும் கூட காலம் கடந்துவிடவில்லை. உரையாடலுக்கான தேவை இருக்கத்தான் செய்கிறது. நியாயத் தருக்கம் அறிந்தோர் வரக்கடவராகுக.

அயோத்திதாசரை வாசித்தல்: பண்டிதரின் 'மொழி' வழியே ஒரு வாயில்

ராம்

பண்டிதர் அயோத்திதாசரைப் பற்றிப் பரவலாக நமக்குத் தெரிந்த தகவல்கள் அவர் ஒரு சித்த மருத்துவர்; திரு.வி.க.வின் முடக்கு வாதத்தைக் குணமாக்கியவர்; பௌத்தம் தழுவியவர்; இந்திய - தமிழக வரலாறு பற்றி நிலவிவந்த கதையாடலுக்கு மாற்றுப் பெருங்கதையாடலை உருவாக்கியவர் போன்றவையே. இத்தருணத்தில் அவரது சிந்தனைக்குள் புதிய வாசகனாக நுழைந்திருக்கும் நான், ஆய்வு மாணவன் என்ற நிலையிலும், பண்டிதர் வாழ்ந்த அதே மண்ணில் வாழ்ந்துகொண்டிருப்பவன் என்ற நிலையில் இருந்துகொண்டும் அவரது சிந்தனைகளை வாசித்ததின் மூலம் நானறிந்த சில தகவல்களைப் பகிர விரும்புகிறேன்.

பண்டிதரை வாசிக்கும் எவருக்கும் கவனத்தை ஈர்ப்பது அவர் உருவாக்கும் பௌத்த மாற்றுக் கதையாடல் தளமே. இக்கதையாடலை உருவாக்க அவர் எடுத்துக்கொள்ளும் நூல்களும் அவர் பயன்படுத்தும் மொழியாராய்ச்சியும் அதில் முக்கியப் பங்கு வகிப்பவை. திருக்குறளைத் 'திரிக்குறள்' என்று வாசித்து முப்பாலுக்கும் பௌத்த உரை எழுத முனைந்தவர். அதேபோல ஆத்திச்சூடிக்கும் கொன்றைவேந்தனுக்கும் புதிய உரைகள் கொடுத்தவர். வள்ளுவரையும் ஔவையையும் பௌத்தச் சட்டகத்தில் நிறுத்துவது அவ்வளவு எளிதான செயல் அல்ல.

அதற்கான புலமையும், பரந்த வாசிப்பும், சமஸ்கிருதம், பாலி முதலிய மொழிகளில் அவருக்கிருந்த பரிச்சயமும் ஒருசேர இருந்தாலும் அத்தகைய வரலாற்று மீட்டுருவாக்கம் ஒரு பெருஞ்செயலே. இச்சாதனையில் ஒரு சிறிய கூறான மொழியை மட்டுமே எடுத்து உற்று நோக்க விரும்புகிறேன்.

மொழி என்ற தளத்தில் பண்டிதர் ஆற்றிய இயக்கம் மிக முக்கியமாகக் கவனிக்கப்பட்டுள்ளது. 'அரோகரா', 'இழவு', 'மடாதிபதி', 'கார்த்திகை தீபம்', 'தீபாவளி' போன்ற வழக்குகள் தொடங்கி 'தையல் சொல் கேளேல்' என்ற ஆத்திச்சூடி வரி வரை அவர் நிகழ்த்தியிருக்கும் சொல்லாராய்ச்சியும் அதற்கு அவர் அளித்திருக்கும் ஆதாரங்களும் எளிதில் புறக்கணிக்க இயலாதவை. 'ஆதித் தமிழர்' என்ற அடையாளத்தைப் பண்டிதர் உருவாக்கியிருந்தாலும் 'தமிழர்' என்ற அடையாளம் இன்று நாம் வழங்குவதுபோல் மொழிசார் அடையாளமாக இன்றிப் பண்பாடுசார் அடையாளமாக விளங்குகிறது. சமஸ்கிருதம், பாலி போன்ற மொழிகள் பண்டிதர் மீட்டுருவாக்கும் இந்தப் பண்பாட்டு வெளியில் தமிழுடன் இணைந்து புழக்கத்தில் உள்ளன, இன்று நாம் பேசும் தமிழில் ஆங்கிலமும் உருதுவும் இந்தியும் வேறு பல மொழிகளும் உள்ளதுபோல. இவ்விதத்தில் இந்தத் தமிழர் நாடு என்பது எப்போதும் பல மொழிகளும் பண்பாடுகளும் கூடித் திளைக்கும் களமாகவே விரிகிறது.

பண்டிதர் நிகழ்த்தும் சொல்லாராய்ச்சியைப் புரிந்துகொள்ள இருபத்தியோராம் நூற்றாண்டில் இருக்கும் நாம், நமக்குப் பரிச்சயமான ஒரு தமிழ்ச் சொல்லை ஆராய்ந்தால் அவரின் அணுகுமுறை சற்றே எளிதில் விளங்கும்.

"இன்றைய மாணவர்கள் தேர்வுகளை மிகவும் அசால்ட்டாக எடுத்துக்கொள்கிறார்கள்." இந்தத் வாக்கியத்தில் தமிழ் அகராதியில் இடம்பெறாத 'அசால்ட்' என்ற சொல்லைச் சற்றுக் கூர்ந்து நோக்குவோம். அசால்ட் என்ற சொல்லின் பொருள் 'துச்சமாக' அல்லது 'எளிமையாக' என்று நமக்குப் புரிகிறது. நமது இலக்கியங்களிலும் அகராதிகளிலும் இல்லாத இச்சொல் பேச்சு வழக்கில் மிகவும் பொதுவாகி அன்றாட வாழ்வில் கலந்திருக்கிறது. இச்சொல்லை நான் மீண்டும் மீண்டும் தமிழ்ச் சொல் என்று கூறக் காரணமிருக்கிறது. இதே ஒலியுடன் 'அசால்ட்' என்றோர் ஆங்கிலச் சொல்லும் உண்டு. ஆனால், அதற்குத் 'தாக்குதல்' என்ற பொருள் மட்டுமே உள்ளது. இராணுவத்திலோ, கைகலப்பிலோ,

வாக்குவாதத்திலோ முன்வைக்கும் தாக்குதலை ஆங்கிலத்தில் 'அசால்ட்' என்று குறிக்கின்றனர். இச்சொல்லுக்கும் நாம் முன்னர் பார்த்த தமிழ் 'அசால்ட்'டுக்கும் பொருள் ஒற்றுமை இல்லை. இருப்பினும் பேச்சுவழக்கில் கூட ஆங்கிலேயர் காலத்துக்கு முன்பு இப்படியொரு தமிழ்ச் சொல் இருந்ததற்கான சான்றுகள் கிடைக்காது.

அப்படியானால் இந்தத் தமிழ் 'அசால்ட்' எங்கிருந்து பிறந்தது? இதை ஊகிக்க நமக்கொரு வழியுண்டு. எந்தவொரு மொழியிலும் பயன்பாட்டில் திரிபுகள் நிகழ்வது இயல்பே. ஆங்கில மொழியியல் ஆய்வாளரான டேவிட் கிறிஸ்டல் ஒருபடி மேலே சென்று "ஒரு மொழி உயிருடன் இருப்பதற்கான அடையாளமே இத்தகைய மாற்றங்கள்தாம்" என்கிறார். அத்தகையதொரு திரிபாலும் ஆங்கிலத்துடன் நமக்கிருந்த பரிச்சயத்தாலும் 'அசட்டை' என்ற சொல் 'அசால்ட்' என்று திரிந்திருக்க வாய்ப்புகள் உண்டு. 'சட்டை' என்ற சொல்லுக்கு 'மதிப்பு' அல்லது 'மரியாதை' என்ற பொருள் உண்டு. 'அசட்டை' என்பது ஒரு பொருள் / மனிதர் / செயலுக்கு உரிய மரியாதையை அளிக்காமல் இருப்பது என்ற அர்த்தம் உள்ளது. அதாவது, "அசட்டையாகச் செய்து முடிப்பது" என்ற தொடரை, நமது ஆங்கில அனுபவமும் பேச்சு வழக்கிற்கே உரித்தான மழுங்கல்களும் இணைந்து 'அசால்ட்' என்று மாற்றிவிட்டது எனக் கொள்ளலாம்.

இச்சொல்லின் தமிழ் உருவாக்கத்திற்கு இன்னொரு வரலாறும் உண்டு. சட்டத்தில் குற்றப்பிரிவுகளில் கொலைக்கு அதிகபட்ச தண்டனையும் தாக்குதலுக்குச் சற்றே குறைந்த தண்டனையும் உண்டு. ஒருவரைக் கொலை செய்யாமல் அவர் மீது தாக்குதல் மட்டும் நடத்துவது என்பது ரவுடிகளுக்கு மத்தியில் சுலபமான செயலாகவும், அதற்குப் பழக்கப்படாத 'கை'களைக் கூடப் பயன்படுத்தலாம் என்ற கருத்தும் உள்ள சூழலிலிருந்து இந்த 'அசால்ட்'டின் பொருள் வந்திருக்கலாம். "அசால்ட் செய்தல்" என்பது ஒரு குற்றத்தைச் செய்தல் என்ற பொருளில் வழங்கிவந்து, அதுவே காலப்போக்கில் "அசால்ட்டாகச் செய்தல்" என்று ஒரு சுலபமான செயலைச் செய்தல் என்ற பொருள் பெற்று இன்று 'அசால்ட்' என்ற சொல்லே 'எளிதாக' என்ற பொருளைப் பெற்றிருக்கிறது. இந்த வரலாற்றிற்கும் சான்றுகள் கிடையாது.

இவ்வாறு அசட்டை என்ற தமிழ்ப் பொருள் அசால்ட் என்ற ஆங்கில ஒலியுடன் இணைந்ததாலோ அல்லது 'அசால்ட்' என்ற ஆங்கிலச் சொல் தமிழில் புதிய பொருள் ஏற்றதாலோ உருவாகியுள்ள இப் புதிய சொல்லின் உரிமை யாருக்கு?

தொகுப்பு : ஸ்டாலின் ராஜாங்கம்

ஒரே ஒலியுள்ள பல சொற்கள் பல மொழிகளில் இருந்தாலும் பொருளைக் கொண்டே நாம் அச்சொல் எந்த மொழியைச் சேர்ந்தது என்பதை நிறுவுகிறோம். 'ரண' என்ற சொல்லை எடுத்துக்கொள்வோம். இச்சொல்லைக் கேட்டவுடன் உங்களுக்குப் 'புண்' அல்லது 'காயம்' என்ற பொருள் தோன்றியதென்றால், நீங்கள் இந்திய அல்லது ரோமானிய அல்லது பல்கேரிய மொழியில் சிந்திப்பவராக இருக்க வேண்டும். அதுவே 'ரண' என்ற சொல் தவளையை நினைவுபடுத்தியிருந்தால் உங்களுக்கு ஸ்பானிஷ் தெரியும் என்று எடுத்துக்கொள்ளலாம். 'ரண' எனும் ஒலி தவளையைக் குறிக்கும்போது ஸ்பானியச் சொல்லாகவும் புண்ணைக் குறிக்கும்போது இந்திய அல்லது ரோமானிய அல்லது பல்கேரிய மொழிச் சொல்லாகவும் மாறுகிறது. இதேபோல 'அசால்ட்' என்ற சொல் தாக்குதலைக் குறிக்கையில் ஆங்கிலச் சொல்லாகவும் 'எளிமை' என்ற பொருளைக் குறிக்கையில் தமிழ்ச் சொல்லாகவும் மாறுகிறது என்று கொள்ளலாம்.

இருப்பினும் 'அசால்ட்', தமிழில் ஒரு தனிப் பொருள் கொண்ட சொல் என்று நிறுவ நம் ஊகத்தைத் தவிர ஆதாரம் ஏதுமில்லை. கடந்த அரை நூற்றாண்டுக்குள் பிறந்து நம் மொழியில் இயல்பாகப் பயன்பட்டுவரும் இச்சொல்லுக்கான வரலாறே இத்தகைய சந்தேகத்திற்குரிய கட்டுமானத்தின் மீதுதான் புரிந்துகொள்ள வேண்டியிருக்கிறது. இதில் கடந்த அரை நூற்றாண்டில் மொழியியல் பற்றிய அறிவும், மொழியில் ஏற்படும் மாற்றங்கள் பற்றிய தெளிவும், அவற்றைக் குறிப்பெடுக்கும் கருவிகளும் நம்மிடம் பெருகியே வந்துள்ளன என்பது குறிப்பிடத்தக்கது. இவற்றை மீறி 'அசால்ட்' போன்ற எண்ணற்ற தமிழ்ச் சொற்கள் ஆதி அறிய இயலாதவாறு உருவாகியுள்ளன.

இப்போது 19ஆம் நூற்றாண்டுக்கு நகர்வோம். பண்டிதரின் சிந்தனைகளுக்குள் நுழையும் முன் அவர் எந்தத் தளங்களையெல்லாம் தொட்டுள்ளார் என்பதை அறிய அந்தப் புத்தகங்களின் 'உள்ளடக்கம்' என்ற பகுதியைப் பார்த்தாலே தெளிவு கிடைக்கும். அயோத்திதாசரின் பல கட்டுரைகளின் தலைப்புகளில் 'மொழி' என்ற சொல்லைப் பயன்படுத்துவதைப் பேராசிரியர் அழகரசன் சுட்டிக்காட்டினார். பண்டிதரின் சிந்தனைகள் அவரது 'தமிழன்' நாளிதழில் வெளிவந்தபோது 'மொழி' என்ற சொல் இடம்பெற்ற சில தலைப்புகளைக் காண்போம்:

1. இந்து என்னும் மொழி
2. சாதித் தொடர்மொழிகள் சாஸ்வதமாமோ?
3. இன்னும் சுதேசிய முயற்சியென்னும் மொழி ஏனோ
4. கிறீஸ்துவின் சத்திய மொழி
5. ஐரோப்பியர் எல்லோருங்கூடி துருக்கியைப் பிடிக்கப் பார்க்கின்றார்கள் என்னும் மொழி பிசகு.

ஓம் என்னும் மொழி

இந்த 6 தலைப்புகளில் உள்ள 'மொழி' என்ற சொல்லை மட்டும் கூர்ந்து கவனித்தால் அச்சொல்லின் பன்முகம் புரியத் தொடங்கும். மொழி என்ற சொல் தற்கால வழக்கில் பாஷை என்ற பொருளிலேயே பெரிதும் பயன்பட்டுவருகிறது. 'பழமொழி' என்ற சொல் இன்னும் புழக்கத்தில் இருப்பதால் 'மொழி' என்ற சொல் ஒரு வாக்கியத்தையும் குறித்திருக்கலாம் என்று புரிகிறது. பண்டிதரின் பயன்பாட்டின் வழியே அவரது காலத்தில் 'மொழி' எனும் சொல் எவ்வகையான கோணங்களில் பெருவாரியாக அறியப்பட்டிருந்தது என்பது விளங்குகிறது. ஏனெனில், இவை அவரது பயன்பாட்டைக் கடந்து அவருக்கு இந்தியத் துணைக்கண்டத்தின் பல பகுதிகளிலிருந்தும் எழுதிய வாசகர்களின் மொழியிலும் பிரதிபலிக்கிறது. ஆகவே, இத்தலைப்புகளைப் பண்டிதரின் காலத்து மொழியின் வெளிப்பாடாகக் கூடக் கொள்ளலாம்.

'இந்து என்னும் மொழி' என்ற தலைப்பில் உள்ள கட்டுரையில் வாசகர் ஒருவர் 'இந்து' என்ற சொல்லின் வரலாறைப் பற்றித் தர்க்க விளக்கங்களுடன் பதிலளிக்குமாறு பண்டிதரைக் கேட்டிருக்கிறார். இக்கட்டுரையின் வழியே 'மொழி' என்ற சொல்லை 'சொல்' அல்லது 'வார்த்தை' என்ற பொருளில் பயன்படுத்தியுள்ளது புரிகிறது. 'சொல்' என்ற சொல் எப்படிப் பேச்சு வழக்கை முன்னிலையாகக் கொண்டு பேச்சில் மிகச்சிறிய அங்கமான வார்த்தையைக் குறிக்கிறதோ அதேபோல 'மொழி' என்ற சொல்லும் 'மொழிதல்' என்ற வினைச்சொல் வழியே வார்த்தை என்ற பொருளைக் கொண்டிருப்பது விளங்குகிறது. இந்தப் பொருளே இன்று நாம் பயன்படுத்தும் தமிழுடன் ஒப்பிடுகையில் புதிதாகப் படுகிறது.

தொகுப்பு : ஸ்டாலின் ராஜாங்கம்

‘சாதித் தொடர்மொழிகள் சாஸ்வதமாமோ?’ என்ற கட்டுரையில் ஒருவர் தொழிலிலிருந்து பிறந்த, இன்று நாம் குடும்பப் பெயர் என்றும் குலப்பெயர் என்றும் கூறும், சாதியைச் சுட்டும் பெயர்கள் தேவையா என்ற வினாவை எழுப்புகிறார் பண்டிதர். இதில் இன்று நாம் குலப்பெயர் என்று சுட்டும் பெயருக்கு அவர் பயன்படுத்தும் சொல் ‘தொடர்மொழி’ என்பது. ஒருவரது பெயரைத் தொடர்ந்து மொழியும் சொல்லாதலால் அதற்குத் தொடர்மொழி என்று பொருள் கொள்ளலாம். இந்தப் புரிதல் கிட்டுவதற்கு நாம் பெரிதும் முயற்சி செய்ய அவசியமின்றி “உத்தியோகப் போக்கினாலும், விவகாரப் பெருக்கினாலும் சீனிவாசச் செட்டியென்றோ சீனிவாச ராவென்றோ ஓர் தொடர்மொழியைச் சேர்த்து வழங்கிக்கொள்ளுவது இயல்பாம்” என்று பண்டிதர் குறிப்பிடும்போதே ‘தொடர்மொழி’ என்று அவர் எதைக் குறிக்கிறார் என்பது விளங்கிவிடுகிறது. இங்கு ‘மொழி’ என்ற சொல் பெயரைக் குறிப்பது நமது இன்றைய புரிதலின்படி வியப்பளிப்பதாய் உள்ளது.

‘இன்னும் சுதேசிய முயற்சியென்னும் மொழி ஏனோ’ கட்டுரையில் விவசாயத்தையும் கைத்தொழிலையும் மேம்படுத்தாது, அத்தொழில்களில் ஈடுபட்டுவரும் பூர்வகுடிகளை மேம்படுத்தாது, சாதித் தளைகளை அறுத்தெறியாது ஆங்கிலேயரிடமிருந்து மட்டும் நாட்டை மீட்டெடுக்கும் முயற்சி பயனளிக்காது என்று அயோத்திதாசர் நிறுவுகிறார். “சுதேசிய முயற்சி” என்ற தொடரை ‘மொழி’ என்று பண்டிதர் கூறுகையில் இதற்கு முன் நாம் கண்ட ‘சொல்’ அல்லது ‘வார்த்தை’ என்ற வட்டத்தை மீறி ‘மொழி’ என்ற சொல் சற்று விரிவாவது தெரிகிறது. மீண்டும், பேச்சை முதன்மையாகக் கொண்ட வரலாற்றுப் பார்வையில் சொல்லும் சொற்றொடர்களும் மொழிதல் என்ற வினையின் பொருட்டு ‘மொழி’ என்றாவது விளங்குகிறது.

‘கிறிஸ்துவின் சத்திய மொழி’, ‘ஐரோப்பியர் எல்லோருங்கூடி துருக்கியைப் பிடிக்கப் பார்க்கின்றார்கள் என்னும் மொழி பிசகு’ ஆகிய கட்டுரைகளில் சொல், சொற்றொடர், வாக்கியம் என்ற சட்டகக் கட்டுப்பாடுகளைக் கடந்து ‘மொழி’ என்ற சொல்லை ‘வாக்கு’ அல்லது ‘கருத்து’ என்ற பொருளுடன் பயன்படுத்துகிறார் பண்டிதர். இவையும் பண்டிதரின் சிறப்புப் பயன்பாடுகளாய் மட்டும் இல்லாமல் இத்தளங்களில் வினாக்களை எழுப்பியவர்களின் பயன்பாட்டில் உள்ள பொருளாகவும் உள்ளன.

‘ஓம் என்னும் மொழி’ கட்டுரையில் ‘மொழி’ என்ற சொல்லின் பயன்பாடு ஒரு பத்திக்குள் பல பொருட்களில் தோன்றி பண்டிதரின் காலத்தில்

'மொழி'யின் பன்முகத்தை வெளிக்காட்டுகிறது. இக்கட்டுரையின் தலைப்பில் உள்ள 'மொழி' என்ற சொல் துவக்கத்தில் 'சொல்' என்ற பொருளைக் கொடுப்பது போல் தோன்றினாலும் கட்டுரையின் முடிவில் அது "ஓம் என்னும் ஒலி" என்ற பொருளைத் தருவதாகவே இருக்கிறது. இப்பத்தியை ஆங்கிலத்தில் மொழிபெயர்க்கையில் அயோத்திதாசர் பயன்படுத்தும் 'மொழி' எனும் சொல்லின் பன்மை புரிகிறது. அப்பத்தியைப் பலமுறை வாசிப்பதால் மட்டுமே ஒவ்வொரு 'மொழி'க்கும் உள்ள பொருளும் விளங்குகிறது.

ஓம் என்னும் மொழி

'ஓம்' என்னும் மீரட்சரம் ஒரு மொழியா? மொழியாயின் அதன் பொருளென்ன? அதனை ஒருவன் உச்சரிப்பதால் பயனென்ன?

அன்பரே! தாம் வினாவிய சங்கை மிக்க விசேஷித்ததன்றாம். 'ஓம்' என்னுமீரட்சரம் ஓர் மொழியுமாகாவாம். அதற்கோர் பொருளுங் கிடையாவாம். அதனை உச்சரிக்கும் மக்களுக்கோர் பயனுந்தாராவாம். அரோகரா அரோகரா என்னும் பொருளற்ற வெறுமொழிபோல் இதுவுமோர் குறைச்சொற்கிளவி. முதல்மொழியற்றத் தொடரட் சரங்களென்னப்படும்.

அதாவது அறிவோம், தெரிவோம், முடிப்போம், எடுப்போம், நடப்போம், வருவோமென்னு மீருகெடாது துடர்ந்தொலிக்கும் இருவடி வேயாம். இஃது சிரமற்றவுடல்போன்ற வீரட்சரமாதலின் அஃதோர் மொழி முதலற்று குணமும் பொருளற்றது கொண்டு பயனுமில்லை என்பதே துணிபு.

The Utterance Called 'Om'

(Is the two-lettered 'Om' a word (மொழி)? If it is a word, what is its meaning? And what benefit does one reap from pronouncing it?

Dear (reader), the question you have raised is not a very curious one. The two-lettered 'Om' is not a word (மொழி). It doesn't have any meaning either. One does not reap any benefits from pronouncing it either. Like the meaningless utterance (வெறுமொழி) 'Arokara Arokara', this too is a semi-word (குறைச்சொற்கிளவி), or a series of letters without a root (முதல்மொழி).

That is, it is the tail-sound in words like 'arivom', 'therivom', 'mudippom', 'eduppom', 'nadappom' and 'varuvom'. Therefore it is certain that this word, like a body without a head, is a two-letter combination without a root or meaning, and hence without any use.)

'மொழி' என்ற சொல்லிற்கு இணையாக இன்று நாம் கருதும் 'பாஷை' என்ற சொல்லும் வேறு பொருளில் வழங்கிவந்திருக்கிறது. 'சுதேசிகளென்போர் யார்! சுயராட்சியம் என்பது என்னை!' என்ற கட்டுரையில் பண்டிதர் இவ்வாறு கூறுகிறார்: "அவர்கள் யாரென்னில் தமிழ் பாஷையிற் பிறந்து, தமிழ் பாஷையில் வளர்ந்து, தமிழ் பாஷைக்கு உரியோர்களாக விளங்கும் பூர்வ திராவிடக் குடிகளேயாகும்." இங்கு 'பாஷை' என்பது தமிழ் மொழியை விடுத்து தமிழ் நிலத்தைக் குறிப்பதாகத் தெரிகிறது. இவ்வாறு மொழி ஆகுபெயராக வழங்கிவந்துள்ளதும் பண்டிதரை வாசிக்கையில் புலப்படுகிறது.

'மொழி' என்ற ஒற்றைச் சொல் பொருளற்ற ஒலியில் தொடங்கி வாக்கியம், கருத்து என்ற பொருள் வரை விரியும் வகையை அயோத்திதாசரின் காலத்து வழக்கில் காண்கிறோம். நாம் முன்னரே பார்த்த 'அசால்ட்' என்ற தமிழ்ச் சொல்லுக்கும் அயோத்திதாசரின் பயன்பாட்டில் 'மொழி' என்ற சொல்லின் விரிவிற்கும் உள்ள தொடர்பை எப்படிப் புரிந்துகொள்வது? இவ்விரு சொற்களின் பயன்பாடுகளையும் விளங்கிக்கொண்டால் பண்டிதரின் சொல்லாராய்ச்சி வழிமுறையின் தர்க்கமும் ஆழமும் விளங்கிக்கொள்ள முடியும்.

சுமார் ஐம்பது ஆண்டுகளுக்குள் தோன்றி வெகுசன பயன்பாட்டில் உள்ள 'அசால்ட்' போன்றதொரு சொல்லின் வரலாறு இருளில் இருப்பதும் கடந்த நூறு ஆண்டுகளுக்குள் பண்டிதர் பயன்படுத்திய 'மொழி' என்ற சொல்லின் பல பரிமாணங்கள் வழக்கில் குறைந்திருப்பதும் குறிப்பிடத்தக்கது. இதே காலத்தில் மொழியியல் பற்றிய அறிவும் மொழியில் ஏற்படும் மாற்றங்களைப் பதிவு செய்ய வழிகளும் பெருகியிருப்பதையும் நாம் நினைவுகூர வேண்டும். பல மொழிகளும் இயங்கிக்கொண்டிருக்கும் ஒரு பண்பாட்டுத்தளத்தில் இந்த மொழியியல் சார்ந்த அறிவிற்கும் அப்பாற்பட்டுப் பல சொற்கள் புதிய பொருள்களை ஏற்று வழங்கிவருகின்றன. இந்த மொழியே நம் சிந்தனைகளையும் கருத்துருவாக்கங்களையும் பெரிதும் பாதித்தும் வருகிறது.

வாழும் மொழிகளின் இயல்பு இவ்வாறிருக்க, தனது சமூகத்தில் நிலவும் நம்பிக்கைகள் பலவும் சில நூற்றாண்டுகளாக வளர்ந்துவரும் கதையாடல்களால் வேரூன்றியிருப்பதைப் பார்க்கிறார் பண்டிதர்.

அந்நம்பிக்கைகளுக்கு ஆதாரமாக விளங்கும் நூல்கள் பழைமையானவை அல்ல என்பதையும் உணர்கிறார். சில நூற்றாண்டுகளுக்கு முன் இயற்றப்பட்ட நூல்களின் எச்சங்களை மட்டுமே ஆதாரமாய்க் கொண்டு ஒரு பெருங்கதையாடல் நிலவிவரும் நிலையில், மொழியின் தன்மையறிந்து அதனை மாற்றுப்பார்வையில் காண்பதே அயோத்திதாசரின் அணுகுமுறையாக இருந்துள்ளது. தமிழ் நிலத்தின் வரலாற்றில் சமஸ்கிருதம், பாலி, தமிழ் போன்ற பல மொழிகள் கூடி வழங்கிவந்திருப்பதை அறிந்து, தன் சமகால நம்பிக்கைகளையும் சிந்தனைகளையும் கருத்துகளையும் அம்மொழிகளின் வாயிலாக மீள்கட்டுமானம் செய்கிறார் பண்டிதர். இதையே திரிக்குறளுக்கும் ஆத்திச்சூடிக்கும் அவர் அளிக்கும் மாற்று உரைகளில் பார்க்கிறோம். இந்த அணுகுமுறையைப் பண்டிதரின் பண்பாடு மற்றும் பௌத்தம் சார்ந்த அணுகுமுறைகளோடு பொருத்திப் பார்ப்பதும் அவரது சிந்தனைகளைப் புரிந்துகொள்வதற்கான ஒரு வாயிலைத் திறக்கிறது.

(மே மாதம் நீலம் புக்ஸ் அரங்கில் நடைபெற்ற அயோத்திதாசர் பிறந்தநாள் நிகழ்வில் ஆற்றிய உரையின் கட்டுரை வடிவம்.)

- நீலம், ஜூலை 2023

பெண்களின் நிலை :
தமிழனும் ஆதிவேதமும் தரும் பார்வைகள்

பொ.புஷ்கரணி துர்கா

வதந்தியிலும் அவதூறிலும் இறங்காமல், புத்திசாலித்தனத்தோடும் தீவிரத்தோடும் மாற்றுப் பார்வைகளுக்கு இடமளித்து, சேர்ந்து சிந்திக்க முடிவதும் கலந்துரையாடலும்தான் முக்கியம்.

- ஸ்டீப்பென் க்ரீன்ப்ளாட் *(The Swerve: How the World Became Modern, p. 110)*

வரலாறு தரவுகள் சார்ந்தது மட்டுமல்ல, தரவுகளை எப்படிப் பொருள்கொள்கிறோம் என்பதையும் சார்ந்ததுதான்.

- ஸ்டாலின் ராஜாங்கம் (பெயரழிந்த வரலாறு: அயோத்திதாசரும் அவர் கால ஆளுமைகளும், p.7)

பத்தொன்பதாம் நூற்றாண்டின் இறுதியிலும் இருபதாம் நூற்றாண்டின் துவக்கத்திலும் சாதி, வர்க்க, இன ஒடுக்குமுறைக்கெதிராகப் போராடியவர்கள் பெண்களின் பிரச்சினைகளிலும் கவனம் செலுத்தினர். குறிப்பாக, இந்தியச் சூழலில் பெண் விடுதலை குறித்த சிந்தனைகளும் விவாதங்களும் நேர்மறையாகவோ எதிர்மறையாகவோ அதைப் பேசியவர்களை முன்னிறுத்தியே பார்க்கப்படுகிறது. அதில் பண்டிதர் அயோத்திதாசரும் ஒருவர். சாதி, பௌத்தம், இலக்கியம், அரசியல் உள்ளிட்ட பல்வேறு விசயங்கள் குறித்துக் கருத்துத் தெரிவித்த அவர், ஆதிவேதத்திலும் (ஒரு பைசா) தமிழன் கட்டுரைகளிலும் வெளிப்படுத்திய பெண்ணியக் கருத்துகள் ஒன்றுக்கொன்று முரண்பட்டதாக இருக்கின்றன.

பண்டிதரின் கருத்து நிலைகளை இரண்டு விதமாகப் புரிந்துகொள்ள இயலும். ஒன்று, தமிழனில் வெளியான கட்டுரைகளை முன்வைத்து அவரைப் 'பெண்ணியவாதி', 'பெண்ணியத்திற்கு முன்னோடி' என்று மிகைப்படுத்திப் பார்க்கும் போக்கு இருக்கிறது. மற்றொன்று அவர் எழுதிய ஆதிவேதத்தை வைத்து 'பெண்களுக்காக என்ன செய்தார்', 'பழமைவாதி', 'பெண்களுக்கு எதிரானவர்' என்கிற கருத்தும் உருவாகிறது. இப்படி ஒப்பிட்டுப் பார்க்கும்போது பண்டிதரின் எழுத்துகளில் பெண்கள் குறித்த அலட்சியப் போக்கு உண்மையிலேயே இருக்கிறதா என்கிற வினா எழுகிறது. ஆதிவேதத்தில் அமைந்துள்ள பெண்களின் ஒழுக்கம் பற்றிய விளக்கங்களையும், பெண்களின் வாழ்க்கைமுறைகள் குறித்த விளக்கங்களையும் வைத்து அவரைப் பழமைவாதியாகப் பார்க்க முடியுமா? தமிழனில் பெண்கல்வி, பெண்விடுதலை, மறுமணம் என்று பல முற்போக்கு விவாதங்களை மேற்கொண்டதாலும் பெண்களுக்குப் பத்திரிகையில் எழுத வாய்ப்பளித்ததாலும் அவரைப் பெண்ணியவாதியாக எண்ண முடியுமா என்கிற இருவேறு கேள்விகளை முன்வைத்து பண்டிதரின் எழுத்துகளிலிருந்தும் அவரின் அணுகுமுறையிலிருந்தும் விடை தேடுவதே இக்கட்டுரையின் நோக்கம்.

அயோத்திதாசரின் எழுச்சிக் காலம் எனச் சொல்லப்படும் 19ஆம் நூற்றாண்டின் இறுதி - 20ஆம் நூற்றாண்டின் தொடக்ககாலம் அச்சுப் பண்பாட்டின் மலர்ச்சிக் காலமாக இருந்தது. அப்போது வெளிவந்த பெரும்பாலான இதழ்களும் பத்திரிகைகளும் விடுதலைப் போராட்டம், சாதி எதிர்ப்பு மட்டுமின்றி விதவை நிலை, மறுமணம், குழந்தை மணம், சாதிக்கலப்புத் திருமணம் போன்ற சீர்திருத்தக் கருத்துகளை விவாதித்தன. இவ்விதழ்களின் உரிமையாளர்கள் பெரும்பாலும் ஆண்களாக இருந்தாலும் பெண்கள் அதில் தொடர்ந்து எழுதவும் விமர்சிக்கவும் இடம் இருந்தது. எடுத்துக்காட்டாக, அமிர்த வாசனி (1860), சுகபோதினி (1883), மாதர் மனோரஞ்சனி (1898), தமிழ் மாது (1906), பெண் கேள்வி (1912), பூலோக வாசன் (1903) போன்ற இதழ்கள் பெண்ணிய கருத்துகளை முன்னிறுத்தி வெளிவந்தன. ஒருபுறம் பெண்களின் சிறப்பு, கற்பு நிலை குறித்து சீதை போன்ற புராண பாத்திரங்களுடன் ஒப்பிட்டுப் பேசுவதும் மற்றொருபுறம் சாஸ்திரம், புராணம் ஆகியவை பெண்களை முடக்குகின்றன என்ற விமர்சனமும் தொடர்ந்து கட்டுரைகளாக வெளிவந்தன. இவ்விவாதங்கள் அக்காலத்தில் வெளிவந்த நாவல்களிலும் கருவாக அமைந்தன.

எடுத்துக்காட்டாக, வேதநாயகம் பிள்ளையின் பிரதாப முதலியார் சரித்திரம் (1879), சுகுண சுந்தரி (1887), ராஜமய்யரின் கமலாம்பாள் சரித்திரம் (1896), அ.மாதவையாவின் பத்மாவதி சரித்திரம் (1898), முத்துமீனாட்சி (1903) போன்ற பல நாவல்களில் இவ்விவாதங்களைக் காணலாம்.

அயோத்திதாசரும் இதே காலத்தில்தான் திராவிடப் பாண்டியன் இதழில் எழுதிவந்துள்ளார். புராணம், சாஸ்திரம் உள்ளிட்ட பல விசயங்களை விமர்சனம் செய்பவராக இருந்தார். 1907ஆம் ஆண்டு (ஒரு பைசா) தமிழன் பத்திரிகையைத் தொடங்கினார். இப்பத்திரிகைக்கு அன்றைக்கிருந்த சுதேசமித்திரன், பூலோக வியாச தூதன், தமிழ் மாது போன்ற தமிழ் இதழ்களும் மேப்ளோடு, இந்து, ஸ்டாண்டர்டு, பரல், பேட்ரியாட், இந்தியன் போன்ற ஆங்கிலப் பத்திரிகைகளும் வாழ்த்து தெரிவித்திருக்கின்றன. இதை வைத்துப் பார்க்கும்போது பண்டிதருக்கும் மற்ற இதழ்கள், பத்திரிகைகளுக்கும் தொடர்பிருந்ததென்று நம்மால் அறிய முடிகிறது. மேலும், பாரதியாரைப் பண்டிதர் தொடர்ந்து விமர்சித்துவந்தார். பாரதியாரின் சுதேச கருத்துகள் இந்து சட்டகத்திற்குள் இயங்குபவையாக இருக்கின்றன என்பதைப் பண்டிதர் தொடர்ந்து கவனப்படுத்திவந்தார். மேலும், தலித்துகளை முன்னிறுத்தி பாரதி பேசிவந்ததை விமர்சித்தும், அவருக்கு எதிரான மாற்றுச் சொல்லாடலையும் விமர்சனங்களையும் விவரித்து எழுதிவந்தார். இதன் வழியாகப் பார்க்கும்போது பிற இதழ்களில் வெளியான சீர்திருத்தக் கருத்துகள், விமர்சனங்கள் ஆகியவை அவரது பார்வைக்கும் விமர்சனத்திற்கும் உட்பட்டிருந்தன என்பதைப் புரிந்துகொள்ள முடிகிறது.

தமிழன் இதழில் பெண்கள் எழுதுவதற்கெனத் தனிப் பகுதி இருந்தது. அதில் பெண்களின் கருத்துகளும் விமர்சனங்களும் தொடர்ந்து இடம்பெற்றன. இவை மட்டுமின்றி பண்டிதருக்கு வரும் அனைத்து கேள்விகளுக்கும் அவர் அறிவியல் ரீதியாகவும், இலக்கியத்தினூடாகவும் ஆராய்ந்து பதில் எழுதிவந்துள்ளார். பண்டிதரின் சீர்திருத்தக் கருத்துகள் பெண்களுக்காக, பெண்கள் செய்ய வேண்டியவையாக மட்டும் இல்லாமல் ஆண்கள் என்ன செய்ய வேண்டும் என்றும் அமைந்திருந்தன. பல ஆண்மைய, ஆணாதிக்கச் சிந்தனைகளையும் சித்தாந்தங்களையும் தன் கட்டுரைகளில் கட்டுடைக்கிறார். 'இந்தியதேய ஸ்திரீகளின் கேட்டிற்குக் காரணஸ்தர் யார் இந்திய தேசப் புருஷர்களேயாவர்', 'இந்திய புருஷர்களின் இஷ்டமும் பெண்களின் கஷ்டமும்' போன்ற கட்டுரைகளின் தலைப்புகளே இதற்கு உதாரணம். 'கருணைதங்கிய பிரிட்டிஷ் ஆட்சியில் பாலவிவாஹமும்

பெண்களை மொட்டை அடித்தலும் வேண்டுமா?', 'இராஜாங்க பெண் வைத்தியசாலையோர் கருணை வைத்தல் வேண்டும்' போன்ற கட்டுரைகளின் மூலம் பிரிட்டிஷ் அரசாங்கத்திடம் பெண்கள் நலன் சார்ந்த கோரிக்கைகளையும் பண்டிதர் முன்வைக்கிறார்.

'கள்ளுக்கடை கரிதோசைப் பலனையும், கடவுட்கடை கைம்பெண்கள் சொத்தையும் கணக்கெடுப்போமாக' என்ற கட்டுரையைப் பார்க்கும்போது பெண்களின் நிலைக்குச் சாதியும் சமயமும் காரணம் என நேரடியாக விமர்சிக்கிறார் என்பது தெரியவருகிறது. கள்ளுக்கடைகளும் கடவுள் கடைகளும் (கோயில் / கோயில் உண்டியல்) வேறு வேறு இல்லை, இரண்டும் ஒரே வேலையைத்தான் செய்கின்றன என்கிறார். அதாவது, குடித்துக் குடித்துக் கடனாளியாகியிருந்தாலும் கள்ளுக்கடை அவனை ஈர்த்து மேலும் மேலும் கடனாளியாக்குகிறது. இதனால் அவன் வாழ்க்கை அழிகிறது. அதுபோல, கோயில்களும் செயல்படுகின்றன. கைம்பெண்ணாக இருக்கும் ஒருத்திக்குச் சமூகம் பல்வேறு கட்டுப்பாடுகளை விதிக்கிறது. இதனால் அவள் மனநிம்மதி இழக்கிறாள். கோயிலுக்கு வந்தால் சமூக இடர்பாட்டிலிருந்து விடுதலையாகி வீடுபேறு அடையலாம் என்று சொல்லி அவளிடம் உள்ள சொத்துகளைக் கோயிலின் பெயரால், கடவுளின் பெயரால் ஏமாற்றுகின்றனர். கள்ளுக்கடைக்குப் போகும் குடிகாரனைப் போலவே கோயிலுக்குப் போவோர்களும் ஏமாற்றப்படுகின்றனர். இதனால் கள்ளுக்கடையில் இருக்கும் பணமும், கோயில்களில் இருக்கும் சொத்தும் ஒன்று என்கிறார் பண்டிதர்.

'கருணைதங்கிய பிரிட்டிஷ் ஆட்சியில் பாலவிவாஹமும் பெண்களை மொட்டை அடித்தலும் வேண்டுமா' என்ற கட்டுரையில் சாஸ்திரம் என்னும் பெயரில் விதவைப் பெண்கள் தங்களின் சுயத்தைக் குலைத்து 'அமங்கலி', 'துரதிஷ்டவதி', 'கெட்ட சகுனம்' எனப் பல இழிபெயர்களால் அழைக்கப்பட்டுச் சிறு வயதிலேயே துன்புறுத்தலுக்கு ஆளாகிறார்கள். எனவே, மொட்டையடிப்பது போன்ற மோசமான செயலைச் செய்யாமல் இருக்கச் சட்டம் வேண்டுமென்று பிரிட்டிஷ் அரசாங்கத்திடம் முறையிடுகிறார்.

'இந்தியத்தேய ஸ்திரீகளின் கேட்டிற்கு காரணஸ்தர் யார் இந்திய தேசப் புருஷர்களேயாவர்' என்ற கட்டுரையில், ஆண்களைச் சார்ந்து மட்டுமே பெண்கள் இயங்கக்கூடாது என அவர்களுக்கு ஏட்டுக் கல்வி மட்டுமின்றித் தொழிற்கல்வியும் முக்கியம் என்கிறார். இம்மாதரது மகிழ்னன்

மடிந்துவிட்டாலோ வேறோர் மகிழ்னனைத் தேடித்திரிய வேண்டியதே அவர்களது வேலையன்றி வேறு வேலையால் சீவிக்க அவர்களுக்கு விதையுங் கிடையாது புத்தியுங் கிடையா தென்பதே. யாதலின் இத்தகைய வித்தையின் கேட்டிற்கும், புத்தியின் கேட்டிற்கும் வியாதியால் மெலியுந் தேககேட்டிற்கும் அவரவர்கள் புருஷர்களே காரணஸ்தர்கள். (ப.696) இரண்டு மனைவிகளை ஆண்கள் வைத்துக்கொள்வது மட்டுமின்றி, அவர்களைத் தனக்கான பொருளாக மட்டுமே வைத்துக்கொண்டு பிற முன்னேற்றப் பாதையான கல்வி, தொழில் ஆகியவற்றில் சீர்பெற விடாமல், தான் இறந்தபின் அப்பெண் வேறோர் ஆணின் அரவணைப்பிலேயே வாழ வேண்டியதான சூழ்நிலையில் விட்டுவிடுகிறார்கள். சுயாதீனமாக ஒரு பிழைப்பை நடத்த அப்பெண்ணுக்கு வழியில்லாமல் ஆண்கள் அவர்களைச் சீரழிக்கின்றனர் என்கிறார்.

இப்புருஷர்கள் ஜப்பானிய தேசப் பெண்களின் வித்தை புத்தியையும், பர்மிய தேசப் பெண்களின் வித்தை புத்தியையும் சற்று நோக்குவார்களாயின் இந்திய தேச ஸ்திரீகளின் சீர்கேட்டிற்குந் தாங்களே மூலகாரணங்கள் என்பது தானே விளங்கிப்போம். (696) இதற்குத் தீர்வாக ஜப்பான், பர்மா நாடுகளை உதாரணமாகக் காட்டுகிறார். அங்குள்ள பெண்கள் தொழிலில் ஈடுபட்டு சுயாதீனமாக இயங்குவதைச் சுட்டிக்காட்டி இங்குள்ள ஆண்கள் திருந்த வேண்டும் என்று நேரடியாக ஆண்மைய சித்தாந்தங்களை உடைக்கிறார்.

அத்தேசப் பெண்களின் உழைப்பும், அவர்கள் அணைந்துலாவும் பட்டாடைகள் செழிப்புந் தங்கள் தங்கள் புருடர்கள் இறப்பிலும் மாறாது சுகநிலை பெற்றிருப்பதற்குக் காரணம் அவரவர் புருஷர்கள் அவர்களுக்கு அளித்துள்ள சுயாதீனமும் வித்தை புத்தியுமேயாம். (696) அவர் அனைத்து நாடுகளிலும் ஜப்பான், பர்மா போன்ற நாடுகளைச் சுட்டிக்காட்டுவது முக்கியமான ஒன்றாகும். ஏனெனில், அவை பௌத்த மதத்தைப் பின்பற்றும் நாடுகள். பண்டிதர் தொடர்ந்து இந்து மதத்தை விமர்சித்து அதற்கு மாற்றாக பௌத்தத்தை முன்மொழிந்தவர் என்பது நினைவுகூரத்தக்கது.

‘இராஜாங்க பெண் வைத்தியசாலையோர் கருணை வைத்தல் வேண்டும்’ என்கிற கட்டுரையில், வைத்தியசாலையில் ஆண் மருத்துவர்கள் இருப்பதால் பெண்களின் குழந்தைப்பேறு காலத்தில் அவர்கள் மருத்துவமனையில் குழந்தை பெறுவதை அவர்களின் கணவர்களும் சுற்றத்தாரும் இழிவாக நினைக்கிறார்கள். அவர்களின் பழிச்சொல்லுக்குப் பயந்து பெண்களும்

மருத்துவமனைக்கு வாராமல் இருக்கின்றனர். அதுமட்டுமின்றிப் பெண்களும் ஆண் மருத்துவரிடம் பிரசவம் பார்க்கச் சங்கடப்பட்டு வைத்தியசாலை வராமல் வீட்டிலேயே பிரசவ வலியாலும், மருத்துவப் போதாமையாலும் இறந்துபோகிறார்கள். இந்த அவலநிலையை அரசாங்கத்திடம் எடுத்துரைத்துப் பெண் செவிலியர்களைப் பணியில் அமர்த்த வேண்டுமென அறிவுறுத்தியுள்ளார்.

மேற்கண்ட பதிவுகளில் பண்டிதர் இந்து மதத்தால் பெண்கள் உதவியற்று நிற்கும் நிலையை எடுத்துரைத்தும், ஆண்கள் எம்மாதிரியான மாற்றங்களை ஏற்க வேண்டும் என்றும் எடுத்துரைத்துள்ளார். இவ்வனைத்து விவாதங்களையும் வைத்து அவரைப் பெண்ணியவாதி என்று நிறுவ முடியும். இனி நாம் இரண்டாவது விமர்சனத்திற்கு வருவோம். இது ஆதிவேதத்தில் பெண்களின் நிலை, ஒழுக்கம் பற்றிய விளக்கங்கள். 'சங்கங்களின் ஸ்தாபன காதை' (அயோத்திதாசர் சிந்தனைகள், Vol, 2) என்னும் பகுதியில் யட்சன் என்றொரு செல்வந்தன் நிம்மதியற்று புத்தரைத் தேடி அடைகிறான். புத்தரின் போதனையில் தெளிவடைந்த அவன் இனி புத்தனுக்கே சேவை செய்ய வேண்டி சீடனாகிறான். அவனைத் தொடர்ந்து அவன் தாயும் பௌத்தம் தழுவி புத்தருக்குச் சேவை செய்ய வேண்டுகிறாள். அப்போது, ஆண் உயர்ந்தவனாகவும் வீரனாகவும், பெண் இச்சை பொருளாக அறியாமையுடன் இருப்பதால் அவர்கள் நல்ல பண்புகளை அணிகலன்களாக வைத்து இயங்க வேண்டும் என்று புத்தர் உபதேசிக்கிறார்.

ஆண்மெய் என்பது சகலரையும் ஆண்டு இரட்சிக்கும் புருஷனென்னப் படுவான். பெண்மெய் என்பது சகலராலும் இச்சிக்கக்கூடிய இஸ்திரீ எனப்படுவாள். இவ்விருவருள் ஆண்மெய் வீரிய வான்ம வடிவமென்றும் பெண்மெய் பேதை யான்மவடிவமென்றுங் கூறப்படும். பேதை யான்ம தோற்றமுள்ள நீங்கள் சகலராலும் இச்சிக்கக்கூடிய வடிவுள்ளவர்களாதலின் நீங்கள் ஒவ்வொருவரும் நாணம், அச்சம், மடம், பயிர்ப்பென்னும் நான்கு கற்பின் தன்மத்தில் நிலைக்கவேண்டும். இந்நான்கு வகைக் கற்பின் தன்மத்தையே நல்லாபரணங்களாகவும், நன்மணமாகவும், நல்லுணவாகவும் எண்ணி கற்பின் நான்குபாத தன்மத்தில் நடக்கவேண்டும் (277, 278).

இதன் தொடர்ச்சியாகப் பெண்கள் கடைப்பிடிக்க வேண்டிய குணங்கள் என அச்சம், நாணம், மடம், பயிர்ப்பு என்று நான்கையும் விளக்கி அடுத்த பகுதிகளான 'பெண்மெயுற்றோர் கற்பின் நான்கு

தன்மபாதப்பத்து', 'நிகழ்காலத்திரங்கள்' தொடர்கின்றன. பெண்கள் ஆண்களை நெறிப்படுத்துபவர்களாகவும், கணவனுக்கு அடிபணிந்து அவர்களை மகிழ்ச்சியுடன் வைப்பதையே கடமையாகக் கொள்ளவும் வேண்டும் என்று 'நல்வாழ்க்கை' எனும் பகுதி நகர்கிறது. இது நவீனப் பார்வையற்றுப் பெண்களை ஒரு சட்டகத்திற்குள் முடக்குவதாக உள்ளது.

தன் கணவனையே தன்னைக் காக்குந் தெய்வமாகவும் தன் கணவனையே தன்னை ஆதரிக்கும் ஆசானாகவும் தன் கணவனையே தன்னைக் காக்கும் காவலாளியாகவும் பல பதார்த்தங்களை வட்டித்து தன் கணவனுக்கூட்டி திருப்தியடையச்செய்தலே ஆனந்தமாகவும் தன்கணவன் மகிழ்வடைய மிருதுவான தொணிகொண்டு வார்த்தைப் பேசுதலே இன்பமாகவும் உடையவளே வாழ்க்கைக்குத் துணைநலமாவள். (257)

ஆதிவேதத்தைப் புரிந்துகொள்ள முதலில் அவரின் முறைமையை (methodology) நாம் புரிந்துகொள்வது முக்கியம். அவரின் தமிழன் இதழ் அன்றாட பிரச்சினைகளை அணுகி கோரிக்கைகளாக, விமர்சனங்களாக வைத்தது. ஆனால், ஆதிவேதம் பௌத்தக் கதைகளை, பௌத்த சமய வரலாற்றை, பௌத்த மெய்யியலை அடிப்படையாக வைத்து, உள்ளூர் பொருளில் மீட்டுருவாக்கம் செய்து, இலக்கியப் புலமையுடன் விளங்கும் ஒரு புனித நூலாக உள்ளது. இதை வெறும் பௌத்த மெய்யியலை விளக்கும் நூலாக இல்லாமல் புனிதத் தன்மையுடைய தமிழ்ப் பௌத்த நூலாக (Holi Scripture) உருவாக்கம் செய்கிறார் பண்டிதர். பண்டிதரின் எழுத்துகளைத் தொடர்ந்து வாசித்தும் விவாதித்தும்வரும் ஸ்டாலின் ராஜாங்கம், பண்டிதரின் ஆதிவேதம் எழுத்து வரைவு அவரின் பிற எழுத்துகளிலிருந்து மாறுபட்டுள்ளது என்பதை விளக்குகிறார். அதாவது பழங்கதைகள், புராணங்கள், உள்ளூர்ப் பழக்கவழக்கங்கள், வழக்காறுகள், இலக்கியம் போன்றவற்றால் உருவான எழுத்துமுறையே ஆதிவேதம் என ஸ்டாலின் கூறுவதை இங்கு கவனப்படுத்துவது முக்கியம். அதுமட்டுமின்றி, ஆதிவேதம் எப்படி ஒரு புனிதத் தன்மையுடன் இந்து மதத்திற்கு மாற்றாக உருவாகி வாசிக்கப்பட்டது என்பதையும் ஸ்டாலின் கூறுகிறார். எனவே இது தமிழனில் இருந்து மாறுபட்டிருக்கிறது.

அதேபோல வ.கீதா, பண்டிதரின் பௌத்தம் அம்பேத்கரின் பௌத்தத்திலிருந்து எவ்வகையில் வேறுபட்டுள்ளது என்று விளக்குவதை

நாம் புரிந்துகொள்வது அவசியம். அதாவது அம்பேத்கர் பௌத்தத்தைத் தற்காலத்திற்கேற்ப நவீன மதச்சார்பற்ற சமுதாயத்துடன், சமூக யதார்த்தத்துடன், வரலாற்றுடன், தன் அனுபவங்களுடன் தொடர்புபடுத்தி உருவாக்குகிறார். ஆனால் பண்டிதர் ஆதிவேதத்தில் இலக்கியத்துடனும் பௌத்த அகநிலையுடனும் தொடர்புபடுத்துகிறார். ஆக, ஆதிவேதம் முற்றிலும் மாறுபட்ட, நவீனத்திற்கு முந்தைய எழுத்துமுறையுடன், ஒரு புனித நூலாக, புனித நூலுக்கான வரம்புகளுடன் உருப்பெற்றதை நம்மால் புரிந்துகொள்ள முடியும்.

இதைத் தற்கால பெண்ணிய, அரசியல் பார்வையில் பார்த்தால் பண்டிதரை ஒதுக்கி வைக்கக்கூடும். ஆனால், அது முழுமையான விமர்சனமல்ல. ஆதிவேதத்தின் உருவாக்கத்தை அவர் காலகட்டத்துடன் ஒப்பிட்டும், அக்காலத்தின் வரம்புகளுக்குள் எப்படி இயங்கியிருக்கிறது என்றும் பார்க்கும்போதுதான் நம்மால் ஆதிவேதத்தின் முக்கியத்துவத்தைப் புரிந்துகொள்ள முடிகிறது. விடுபடல்கள் இருந்தாலும் ஒடுக்கப்பட்டோரின் அறம், பக்தி போன்றவற்றுக்குப் பலமாக ஆதிவேதம் அமைந்தது. எனவே அவர் சமகால அரசியல், பெண்களின் நிலையை வெளிப்படையாகத் தீவிரமாகத் தமிழன் இதழில் எழுதியிருந்தாலும் ஆதிவேதத்தைப் பொறுத்தவரை பௌத்த வரலாற்று, சமய வரையறைக்குள் இருந்து எழுதியிருப்பது வெளிப்படுகிறது. ஆதிவேதத்தைப் பகுப்பாய்வு செய்வதன் மூலம் நாம் நம் இலக்கியத்தில், பௌத்தத்தில் உள்ள குறைகளை, குறிப்பாகப் பெண்களின் நிலையை அறிய முடிவதாகவே தோன்றுகிறது.

பண்டிதர் பௌத்தத்தில் உள்ள பெண்களின் நிலைப்பாட்டை மாற்றி அமைத்திருக்கலாம், ஆனால் அது உள்ளூர்ப் பண்பாட்டுடன், இலக்கியத்துடன் ஒன்றிய பௌத்தமாக இருந்திருக்குமா என்பது கேள்வியே. அவர் தமிழனில் இயங்கியதுபோல் ஒரு பத்திரிகையாளராக ஆதிவேதத்தில் இயங்கியிருக்க முடியாது. எனவே இங்கு பண்டிதர் பெண்ணியவாதியா அல்லது பெண்ணிய எதிர்ப்பாளரா போன்ற கேள்விகளைவிடப் பௌத்தத்தில் பெண்களின் நிலை என்ன, அதை எப்படிக் கேள்விக்குள்ளாக்குவது, மாற்றியமைப்பது என்று ஆராய்வது அவசியமாக உள்ளது. இங்குதான் மணிமேகலை என்ற பாத்திரம் எவ்வாறு பௌத்தத்தின் பெண் கட்டமைப்போடு உரையாடுகிறது என்பதை ஆராய வேண்டியுள்ளது.

தொகுப்பு : ஸ்டாலின் ராஜாங்கம்

உதவிய நூல்கள்:

1. ஸ்டாலின் ராஜாங்கம், பெயரழிந்த வரலாறு: அயோத்திதாசரும் அவர் கால ஆளுமைகளும், காலச்சுவடு, 2019.

2. ஸ்டாலின் ராஜாங்கம், அயோத்திதாசர்: வாழும் பௌத்தம், காலச்சுவடு, 2019.

3. ராஜ் கௌதமன், க.அயோத்திதாசர் ஆய்வுகள், காலச்சுவடு, 2004.

4. Rajan Nalini, V.Geetha, 'Social suffering and Salvation: The Relevance of The Buddha and His Dhamma' in Religious Faith, Ideology, Citizenship The View from Below, Routledge, New Delhi, 2011.

5. ஞான.அலாய்சியஸ், அயோத்திதாசர் சிந்தனைகள், Vol I & II, நாட்டார் வழக்காற்றியல் ஆய்வு மையம், தூய சவேரியார்(தன்னாட்சி) கல்லூரி, பாளையங்கோட்டை, 1999.

6. Greenblatt, Stephen, The Swerve: How the World Became Modern, W. W. Norton & Company Limited, 2011.

7. அழகரசன், 'ஆங்கில அறிவுலகில் மணிமேகலையும் தமிழ் பௌத்தமும்', உட்பகை உணரும் தருணம், மாற்று வெளியீடு, 2016.

8. முனைவர் பெ.விஜயகுமார், அயோத்திதாச பண்டிதரின் பெண் விடுதலைச் சிந்தனைகள், பாபாசாகேப் அம்பேத்கர் கலை இலக்கியச் சங்கம்.

பௌத்த அரசனே முருகன்

பொய்யாமொழி முருகன்

*ச*மீபத்தில் உயர் நீதிமன்ற மதுரைக் கிளை ஒரு தீர்ப்பை வழங்கியுள்ளது. அதாவது, இந்து அல்லாதவர்கள், இந்துக் கடவுள் மீது நம்பிக்கை இல்லாதவர்கள் பழனி முருகன் கோயிலில் கொடி மரத்தைத் தாண்டி உள்ளே அனுமதிக்கப்படக்கூடாது என்றும், 'இந்து அல்லாதோர் கோயிலுக்குள் நுழைய தடை' என்ற பதாகையைப் பல்வேறு இடங்களில் வைக்க வேண்டும் என்றும் தெரிவித்துள்ளது. இதனையொட்டிப் பெரும் சர்ச்சைகளும், விவாதங்களும், வினாக்களும் எழுந்துள்ளன. இந்து அல்லாதவர் என்பதை எவ்வாறு அடையாளப்படுத்துவது, இந்துக் கடவுள்களின் மீது நம்பிக்கை அல்லாதவர் என்று எவ்வாறு கூறுவது என்பன அவற்றுள் முக்கியமான வினாக்கள். மேலும், கோயில்கள், சர்ச்சுகள், மசூதிகள் என்பவை கடவுள்களின் நிலம். வெகுமக்கள் அங்கு மதங்களைப் பார்ப்பதில்லை. சாதாரணமாக, உழைக்கும் வெகுமக்களிடம் மதம் சார்ந்த இறுக்கமான கொள்கைகள், பார்வைகள் கிடையாது என்பதும் தமிழகத்தில் சமய இணக்கமே மேலோங்கியிருக்கிறது என்பதும் குறிப்பிட்டுச் சொல்ல வேண்டிய ஒன்று. இத்தகைய குரல்கள் ஒருபுறம் என்றால் இன்னொரு புறம் இந்துவான ஒருவன் அல்லது மற்றைய மதத்தினர் மக்கா, மதீனாவிற்குள் செல்ல அனுமதி கிடைக்குமா என்றும்; மத நம்பிக்கை இல்லாதவர்களுக்குக் கோயிலில் என்ன வேலை, கோயில்கள் என்ன பிக்னிக் செல்லக்கூடிய இடங்களா என்றும் பல்வேறு விதமான

எதிர் கேள்விகளும் எழுந்துள்ளன. இவ்விவாதங்கள் வெகுமக்கள் தரப்பில் நடைபெற்றுவந்தாலும் அறிவுத்தளத்தில் இத்தீர்ப்பையொட்டி வேறுவிதமான உரையாடல்களும் விவாதங்களும் நடைபெற்றன. முருகன் இந்துமதக் கடவுளே அல்ல என்றும், முருகன் அல்ல அருகன் என்றும், முருகன் சமணர் என்றும் விவாதங்கள் நடைபெற்றுவருகின்றன. இந்தச் சூழலில் இந்திய வரலாறு என்பதே பார்ப்பனியத்திற்கும் பௌத்தத்திற்குமான மோதல்தான் என்று ஆராய்ந்து சொன்ன பாபாசாகேப் அம்பேத்கருக்கு 50 ஆண்டுகளுக்கு முன்பே இந்தியா என்பது இந்து என்பதிலிருந்து வந்ததல்ல, மாறாக ஐந்திரன் என்னும் ஐம்புலன்களையும் அடக்கி ஆண்ட இந்திரனின் தேசம் என்பதிலிருந்தே 'இந்திரதேச சரித்திரம்' தொடங்குகிறது என்று எழுதி உலகிற்கு உள்மெய்யை வெளிப்படுத்தியவர் பண்டிதர் அயோத்திதாசர். அவர் தமிழ்ச் சிந்தனையாளர்களில் மிக முக்கியமானவர். புகழ்பெற்ற மருத்துவராக விளங்கியவர். அத்துடன் பழந்தமிழ்ச் சுவடிகளைப் பாதுகாத்தும், அவற்றை அச்சுக்குக் கொண்டுவர உதவிய குடும்பப் பின்னணியைக் கொண்டவர் அயோத்திதாசர். இதுதவிர தமிழன் (1907 - 1914) என்னும் வார ஏட்டினை ஏழு ஆண்டுகள் தொடர்ந்து நடத்திய அனுபவம் கொண்டவர். மேலும், அவ்வையாரின் 'ஆத்திச்சுவடி', வள்ளுவரின் 'திரிக்குற'ளுக்கு உரை எழுதியவர். அதேபோல் பல சுவடிகளில் உள்ள இலக்கியங்களையும் பாடல்களையும் தான் நடத்திய தமிழன் இதழில் முதன்முதலாக வெளியிட்டுவந்த தமிழ்ப் புலமையாளர். அந்தவகையில், இன்றைக்கு விவாதத்துக்குள்ளாகியுள்ள முருகன் பற்றிய பண்டிதருடைய பார்வையினையும் அதன் பொருத்தப்பாடுகளையும் காண்பதாக இக்கட்டுரை அமைகிறது.

முருகன் பிறப்புப் பற்றிக் கூறப்படும் வைதீகக் கதை

சூரபத்மன் எனும் அசுரகுலத் தலைவன் தேவர்கள் அனைவரையும் சிறைபிடிக்கிறான். இதனால் தேவலோகம் வெறிச்சோடுகிறது. தேவர்கள், திருமால் மற்றும் பிரம்மனிடம் முறையிடுகின்றனர். 'சூரபத்மன் பெற்றுள்ள வரத்தால் தங்களால் அவனை அழிக்க முடியாது. சிவனின் சக்தியால்தான் அழிக்க முடியும்' என்று கூறிவிடுகின்றனர். தேவர்கள் சிவனிடம் வரும்பொழுது சிவன் தியானத்தில் இருப்பதால் அவருடைய சக்தி வெளிப்பட வாய்ப்பில்லை என்று மன்மதனை அணுகுகின்றனர். அவர்களின் வேண்டுகோளுக்கிணங்க மன்மதன் காதல் அம்புகளை சிவன் மீது ஏவுகிறான். இதனால் சிவனின் தியானம் கலைகிறது. கடும் கோபம்

கொண்ட சிவன் தன்னுடைய நெற்றிக்கண்ணைத் திறந்து மன்மதனை எரித்துவிடுகிறான். தேவர்கள் அனைவரும் சிவனிடம் நடந்தவற்றைக் கூறவும் சிவன் மனமிறங்கி, 'யாருடைய கண்களுக்கும் தெரியாமல் இருப்பாய்' என்ற சாபத்துடன் மன்மதனுக்கு உயிர் கொடுக்கிறார். சிவனுடைய நெற்றியிலிருந்து வெளிப்பட்ட ஆறு தீப்பொறிகள் அக்னி தேவனால் சரவணப் பொய்கைக்குக் கொண்டு செல்லப்பட்டு, அங்கு ஆறு தீப்பொறிகளும் ஆறு குழந்தைகளாகப் பிறக்கின்றன. அவை கார்த்திகைப் பெண்களால் வளர்த்தெடுக்கப்படுகின்றன. ஒருமுறை பார்வதியும் சிவனும் சரவணப் பொய்கைக்கு வந்து ஆறு குழந்தைகளையும் இறுகக் கட்டித் தழுவி ஈசானம், தத்புருஷம், வாமதேவம், அகோரம், சத்தியோஜதம், ஆதோமுகம் ஆகிய ஆறுமுகங்களுடன் ஓர் உருவமாக மாற்றிவிடுகின்றனர். இந்த முருகனுக்கு பார்வதியானவள் தனது முழு சக்திகளையும் ஒன்றுதிரட்டி வேல் ஒன்றினைப் பரிசாகக் கொடுக்கிறார். அந்த வேலைக் கொண்டு சூரபத்மனுடன் போரிட்டு வெற்றி பெறுகிறான். தோற்றுப்போன சூரபத்மன் 'உன் அடியிலேயே இருக்க வேண்டும்' என்று கேட்கிறான். முருகன் தன்னுடைய வேலால் அவனை இரண்டாகப் பிளந்து ஒரு பாகத்தைச் சேவல் கொடியாகவும் மற்றொரு பாகத்தை மயில் வாகனமாகவும் மாற்றி தன்னடியிலேயே வைத்துக்கொண்டதாகக் கூறப்படுகிறது.

பௌத்த மன்னனே முருகன்

வைதீகக் கதைக்கு நேரெதிரான பௌத்தக் கதையினை பின்கலை நிகண்டு, வீரசோழியம், திருமுருகாற்றுப்படை, நாரைக்குறவஞ்சி, சிலப்பதிகாரம் போன்ற இலக்கியங்களின் பாடல் வரிகளை எடுத்துக்காட்டி அயோத்திதாசர் விளக்கம் தருகிறார். அதில் முருகன் பௌத்த அரசன் என்கிறார். அதாவது, "பூங்குறிஞ்சி என்றும் பழனி என்றும் அழைக்கப்படுகின்ற மலையினை ஆண்டுவந்த பௌத்த அரசன் மருகன் என்பவனாவான். அவனது மனைவி கங்கை. அரசனான மருகனுக்கும் அரசியான கங்கைக்கும் 'விசாக நட்சத்திரத்தில்' ஓர் ஆண் குழந்தைப் பிறக்கிறது. அக்குழந்தைக்கு சரவண (சிரவண) சங்கத்தில் கலைகளும், கல்வி நூல்களும் கற்பிக்கப்படுகிறது. குழந்தைப் பருவம் கடந்து குமரப்பருவம் வந்தவுடன் அரசன் (அரன்) பட்டம் ஏற்று தெய்வானை என்னும் அரசியைத் திருமணம் செய்து இன்பமாக வாழ்ந்துவருகிறான். இந்நிலையில் மற்றொரு மலையில் வள்ளி என்னும் அழகிய மங்கை இருப்பதை அறிந்து அவள் மீது மையலுற்று அவளை அடைவதற்கு வியாபாரியைப் போல் வேடமிட்டுச் செல்கிறான்.

அப்படியும் வள்ளியை அடைய முடியவில்லை. இந்நிலையில் பௌத்த அரசர்களுக்குள் வழங்கிவந்த 'மயில் வாகனச் சூத்திரம்' என்பதன் மூலம் செய்யக்கூடிய கருவி அல்லது வாகனம் ஒன்றைச் செய்து வள்ளி இருக்கின்ற இடத்திற்குச் சென்று வள்ளியை அச்சூத்திரத்தினால் செய்த மயில் ஊர்தியில் அமரவைத்துக் கூட்டிவருகிறான்.

மயில் சூத்திர வாகனம்

சூத்திரங்களில் சொல்லப்பட்டுள்ள முறைகளைச் செய்யக்கூடிய கருவி மயில் சூத்திர வாகனமாகும். அதாவது அரக்கு, மெழுகுநூல் போன்றவற்றால் மயில் போன்று ஓர் உருவம் செய்து சூஸ்திர இறக்கைகள் அமைத்து நினைத்த இடங்களுக்குச் சென்று வரக்கூடிய கருவி. இதில் மஞ்சளும் அரக்கும் சேர்ந்துள்ளதால் 'மஞ்ஞை' என்ற பெயரும் இதற்கு வழங்குவர்.

மேற்கூறிய மயில் சூஸ்திர வாகனத்திற்குச் சான்றாக, ஐம்பெரும் காப்பியங்களில் ஒன்றான சீவக சிந்தாமணியில் சச்சநந்தன் என்ற பௌத்த மன்னன் மயில் சூத்திரம் செய்ததை அயோத்திதாசர் எடுத்துக்காட்டுகிறார்.

அந்தரர்தர் மயனே யென வையுறுந்
தந்திரத்தாற் றமநூல் கரை கண்டவன்
வெந்திர வான் பெருந்தச்சனைக் கூவியோர்
எந்திரவூர்தி யியற்றுமினென்றான்.

பல்கிழியும் பயினுந்துகி நூலொடு
நல்லரக்கு மெழுகுந் நலஞ்சான் றன
அல்லனவும் மமைந்தெழு நாளினுட
செல்வதோர் மாமயில் செய்தன னன்றே.

பீலிநன் மாமயிலும் பிறதாக்கிய
கோநன் மாமயிலுங் கொடுசென்றவன்
ஞானமெலா முடையா னடிகைதொழு
தாலுமிம் மஞ்ஞை யறிந்தரு ளென்றார்.

தன்னெறி நூனயந்தா னன்றுனன்றிது
கொன்னறியிற் பெரியாயிது கொள்கென
மின்னெறி பல்கலமே தகப்பெய்ததோர்
பொன்னறைஞாண் கொடுத்தான் புகழ் வெய்யோன்

ஆடியன்மா மயிலூர்தி யையவ்வழி
மாடமுகங்காவு மடுத்ததோர் சின்னாள் செலப்
பாடலின்மென்மேற் பயப்பயந்தான்றுரந்
தோட முறுக்கி யுணர்த்த அணர்ந்தான்

பண்டவழ் விரலிற்பாவை பொறிவலத் திருப்பப் பொங்கி
விண்டவழ் மேகம் போழ்ந்து விசும்பிடைப் பறக்கும் வெய்ய
புண்டவழ் வேற்கட் பாவை பொறியிடந் திரிப்பத் தோகை
கண்டவர் மருளவீழ்ந்து கால்குவித் திருக்குமன்றே

ஆகிய பாடல்களைக் காட்டுகிறார்.

குறிஞ்சி அரசனாகிய முருகன் மயில்வாகனம் என்னும் சூத்திர வாகனத்தில் வள்ளியம்மனை அமரவைத்து வரும்போது வள்ளியின் உறவினர்கள் சண்டைக்கு வருகின்றனர். அவர்கள் எய்த அம்புகள் எதுவும் தன்மீதும், வள்ளியம்மன் மீதும் படாத வண்ணம் அவற்றை உதறிவிட்டு அவர்களைப் படுகளம் கிளர்த்தி தன் மாளிகைக்குக் கொண்டுவருகிறான். அதனைத் தொடர்ந்து கலைநூல்களில் தெளிந்த புலவனாகி சில காலம் இல்லற வாழ்வில் ஈடுபடுகிறான். அதன் பின்னர் தன்ம சங்கத்தில் சேர்ந்து பகவன் புத்த பிரானை வணங்கி அரசர்கள் போற்றும் அரசனாக விளக்குகிறான்.

முருகனுக்கு வழங்கப்பெறும் வேறு பெயர்களும் அதன் காரணங்களும்

தாசருடைய பார்வையானது நமக்குப் பல்வேறு புதிய வெளிச்சங்களைத் தரக்கூடியது. பௌத்தத்திற்குரிய பலவற்றை அதாவது பெயர்கள், சடங்குகள், குறியீடுகள், சிலைகள், சின்னங்கள், வழிபாட்டிடங்கள் என எத்தனையோ விசயங்களை வைதீகச் சமயங்கள் தனதாக்கிக்கொண்டன என்றும், அதற்காகப் பல்வேறு தந்திரங்கள் செய்தன என்றும் கூறுகிறார் அயோத்திதாச பண்டிதர். ஒரு பொய்யான கதையைத் திரும்பத் திரும்பக் கூறும்போது வெகுமக்களின் ஏற்பைப் பெற்றுவிடுகின்றன என்கிறார். மேலும், ஒன்றைக் காலத்தால் பழைமையானது என்றும் காலாதீனமானது என்றும் கதை சொல்வதன் மூலம் என்றென்றைக்கும் திரிபடைந்தவையே நிலையாக இருந்தன என்று வைதீகம் கட்டமைக்கிறது என்கிறார். இதன் தொடர்ச்சியில்தான் அயோத்திதாசர், சொற்களைக் கையாளும் விதம் மற்றும் பொருள் கொள்ளும் விதம் ஆழ்ந்த அறிவுப் பின்புலத்தில் காரண காரியத்துடன் விளங்கும் தன்மையுடையது. எனவே, நாம் இன்றைக்குச்

சொற்களைக் கையாளும் தன்மையில் அல்லாமல், சொற்களை முன் பின்னாக மாற்றிப் பொருள் கொள்ளுதல், ஓர் எழுத்தை மாற்றுதல், பெயர்ச்சொல் என்று நாம் நினைத்ததை வினைச்சொற்கள் என்பார். அதுபோல சொற்களில் ஏற்றப்பட்டுள்ள திரிபுகளைச் சுட்டிக்காட்டி அதன் அடியாழத்தில் புதைந்துள்ள அர்த்தத்தை (அந்தரார்த்தத்தை) வெளிக்கொணர்வார். உதாரணமாக முருகன், மருகன், அருகன் என்ற சொற்களில் முதல் எழுத்து மட்டுமே மாற்றம் பெற்றுள்ளது. அதுபோல திரி என்ற சொல்லை திரு என்று ஓர் எழுத்தை மட்டும் மாற்றுதல் - திரிக்குறள், திரிவாசகம், திரிமந்திரம், திரிச்சிராப்பள்ளி போன்றவற்றைக் குறிப்பிடலாம். அதுபோலவே அசுரர், ராட்சசன் போன்ற சொற்களையும் எடுத்துக்கொள்ளலாம். பொதுவாக இவை பெயர்ச் சொற்களாகவே சுட்டப்படுகின்றன. ஆனால், பண்டிதர் அதனை மறுத்து அவை வினைச்சொற்கள் என்று குறிப்பிடுகிறார். சுராபானம் முதலிய போதை வஸ்துகள் உண்ணாதவர்கள் அசுரர்கள் என்றும் ஈகை, விரதம், அறிவு உற்பத்தியைத் தேடுவது, கேள்வி முயலுதல், நன்மை, தீமை என்பவற்றைப் பகுத்துப் பார்ப்பவர்கள் 'ராட்சசர்' எனப்படுவர் என்றும் அதன் உள்ளர்த்தங்களை வெளிக்கொண்டுவருகிறார். அந்தவகையில்தான் முருகனுக்கு வழங்கப்படுகிற ஆறுமுகன், கந்தன், விசாகன், மாயோன், அரண்மகன், கார்த்திகேயன், சரவணன் போன்றவை பெயர்ச்சொற்கள் அல்ல, அவை வினைச்சொற்கள் என்றும் முருகன் செய்த செயலுக்காக அவை வழங்கப்பட்டன என்றும் கூறுகிறார். இதனை பிங்கலநிகண்டு முதலிய நூல்களில் இருந்து விளக்கம் தருகிறார்.

வேய்ந்த பூங்குறிஞ்சி வேந்தன் வேலினுக் கிறைவிசாகன்
சேந்தன் காங்கேயன் செவ்வேள் சிலம்பன்மா மஞ்ஞையூர்தி
வாய்ந்த சூர்ப்பகைவன் வள்ளி மணவாளன் தெய்வயானை
காந்தனே குமரன் கந்தன் கலையுணர் புலவனும் பேர்
முருகன்வேள் சாமியாறு முகன் குகன் குழுகன் மாயோன்
மருகன்சேய் கார்த்திகேயன் வருபகை வென்றான் செட்டி
யரன்மகன் கங்கை மைந்த னாண்டலைக் கொடியுயர்ந்தோன்
சரவணபவன் கடம்பன் றாருகற் செற்றோனாசான்.

ஆறுமுகன் என்னும் பெயர்க் காரணம்

பௌத்த அரசனான முருகன், தன்ம சங்கத்தில் சேர்ந்து அரசர்கள் எல்லோரும் போற்றும் கலை நூல் முகம் ஒன்று, சித்து நிலை வாய்க்கப்

பெற்ற சிலம்பு முகம் இரண்டு, மந்திர யோசனை ஊட்டுகின்ற மதிமுகம் மூன்று, அனைத்து உயிர்களையும் தன்னுயிர் போல் காக்கின்ற சாந்தமானவர்களான அந்தணர்களுக்குக் காட்டுகின்ற முகம் நான்கு, சாந்த நிலையால் அனைவரையும் அறிவூட்டுகிற சந்திரமுகம் ஐந்து, மேலும் அவரவர் பக்குவநிலைக்கேற்ப காட்சி தருகின்ற முகம் ஆறு என ஆறுமுகம் என்ற சொல்லிற்கான விளக்கங்களையும் அதன் காரணங்களையும் தருகிறார். இவ்வாறு ஞான ஆசிரியராக விளங்கியதால் முருகனுக்கு ஆறுமுகம் என்று பெயர் விளங்கியது என்று கூறுகிறார்.

பன்னிருகரத்தோன்

ஞானாசிரியனான முருகனுக்குப் பன்னிருகைகள் என்பது யாது என்பதைப் பின்வருமாறு குறிப்பிடுகிறார். அதாவது, ஈகை அளிக்கும் ஒரு கை, இன்னமுது அளிக்கும் கை, ஞானமரபினர்களைச் சேர்க்கும் கை, அன்பை நம்பியவர்களைத் தேடும் கை, அருள் அறமுத்திரை காட்டும் கை, கியான மணிகளை எடுத்தூட்டும் கை, மந்திராலோசனை குறிக்கும் கை, அறமிகுந்தோரை மார்புடன் சேர்த்தணைக்கும் கை, அங்கங்கு சங்கங்கள் அமைக்கும் இரு கை, தசசீலங்களான தரும சக்கரத்தை வலந்திருகும் கை, வானவர் மகளிரான ஞானப் பெண்களுக்கு நன்மணமூட்டும் கை என்று பன்மணி வாய்ந்த பன்னிருகையோன் என்று பலரும் புகழ்ந்து பாடி வணங்குவதற்கான காரணங்களைச் சொல்கிறார்.

கந்தசாமி உள்ளிட்ட பிற பெயர்களுக்கான காரணங்கள்

முருகன் பௌத்தச் சங்கத்தைவிட்டு வெளியே ‘உன்மத்தர்’ போல உலறிக்கொண்டு திரிந்ததாலும், குப்பைகளில் உள்ள கந்தைத் துணிகளை எடுத்து அணைத்துக்கொண்டு திரிந்ததாலும் கந்தசாமி என்று அழைக்கப்பட்டார். மேலும், பூங்குறிஞ்சி எனப்பட்ட பழனி மலையை ஆண்டதால் மலையரசன் என்று அழைக்கப்பட்டான். மருகன் என்னும் பௌத்த மன்னனின் மகன் ஆதலால் அரன்மகன் என்று அழைக்கப்பட்டான் என்கிறார். இங்கு கவனிக்கப்பட வேண்டியது, சங்கரன் என்ற சொல்லில் இருந்தே அரன் என்னும் பெயர் வந்துள்ளது. அதாவது, சங்கரன் என்பது பௌத்தச் சங்கத்தைச் சேர்ந்தவன். புத்தர் அந்திமமான நிகழ்வைப் பௌத்தர்கள் சங்கராந்தி என்று கொண்டாடிவருவதன் மூலம் இதனை அறிந்துகொள்ளலாம். மேலும் சங்கமித்திரன், சங்கதருமன், சங்கஅறன் என்று புத்தருக்கு வழங்கப்படுகிற ஆயிரம் பெயர்களிலிருந்தும் அறியலாம்.

அதுபோல விசாக நட்சத்திரதத்தில் பிறந்ததால் விசாகன் என்றும் இரு மனைவியைப் பாகங் கடந்ததால் கடம்பன் என்றும், கலைநூல்களைக் கற்று விளங்கியதால் புலவர் என்றும், குமர பருவத்தில் எல்லாச் சித்துக்களும் விளையாடிச் சிறப்படைந்ததால் குமரன் என்றும், சரவணப் பள்ளியாம் புத்தசங்கத்தில் சேர்ந்து ஆறு அறஹத்துகளின் ஞானமுது உண்டதனால் சரவணபவன் என்றும், கார்த்திகை நட்சத்திரத்தில் பரிநிருவாண நிலையான சமாதி நிலையை (ஆதிக்குச் சமமாதல் - ஞானநிலை அடைதல்) அடைந்ததால் கார்த்திகேயன் என்றும் முருகனுக்குப் பல பெயர்கள் உண்டு. மேலும், முருகன் பரிநிருவாணமடைந்த கார்த்திகை நட்சத்திர தினத்தில் மக்கள் அனைவரும் முருகனை நினைத்து உண்ணாவிரதம் மேற்கொண்டனர். இதன் தொடர்ச்சியை இன்றைக்கும் பார்க்க முடியும். கார்த்திகை விரதத்தைச் சாதாரணமாக மக்கள் கடைபிடிக்கும் நடைமுறையுள்ளது.

முருகனுடைய சேவல்கொடியும் காவடியும்

அரசனாகிய முருகன் பக்கத்து மலையில் வள்ளியம்மன் என்ற மங்கையைச் சூத்திர மயில் வாகனத்தில் ஏற்றிக்கொண்டு வருகையில் வள்ளியம்மையின் சுற்றத்தினர் அவளைத் தேடிக்கொண்டு குறிஞ்சியரசன் முருகன் மாளிகைக்கு வந்துவிடுகின்றனர். இந்நிலையில் அரசன் முருகன் ஒரு சித்து விளையாட்டு விளையாடுகிறார். அதாவது, மேல்மாடங்கள் எங்கும் கோழிகள் மேய்வதாகச் செய்கிறார். இதைப் பார்த்ததும் வள்ளியைத் தேடி வந்தவர்கள் வள்ளியை மறந்து கோழிவேட்டையில் ஈடுபடுகின்றனர். அன்று முதல் முருகனுடைய அரண்மனை மேல் மாடத்தில் சேவல் கொடி பறந்தது. இதனால்தான் முருகன் சேவல் கொடியோன் என்று அழைக்கப்பட்டான்.

குறிஞ்சி நாட்டரசனாகிய முருகன் சரவணப் பள்ளியாம் பௌத்தச் சங்கத்தில் சேர்ந்து ஆறு அறஹத்துகளிடம் ஞானஉபதேசம் பெறுகிறான். பின்னர் வேங்கை மரத்தடியில் அமர்ந்து தியானம் செய்து வினைகளை வென்று முக்தி அடைந்தபின் தன்னுடைய நாட்டிலுள்ள குடிமக்கள் அனைவரையும் அழைத்து தன்மசங்கத்தோராகிய பௌத்த அறஹத்துகளுக்கு அன்னக்காவடியும் அமுதகாவடியும் அளிக்க வேண்டும் என்று ஆணையிடுகிறான். குறிஞ்சி நாட்டு மக்களும் அவ்வாறே செய்கின்றனர். இத்தகவல்களை சாரண சாக்கியர் என்பவர் இயற்றியுள்ள 'அமுதகாவடி அஞ்சல்' என்ற நூலில் உள்ள செய்தியிலிருந்து எடுத்துக்காட்டி விளக்கம் தருகிறார் பண்டிதர். 'அமுதகாவடி அஞ்சல்' ஒரு காப்புச் செய்யுளும் 108

பாடல்களும் கொண்ட நூலாகும். இந்நூல் இன்றைக்கு முழுமையாகக் கிடைக்கவில்லை. ஆனால், ஐந்து பாடல்களைத் தனது இதழில் வெளியிட்டுள்ளதன் மூலம் காப்பாற்றியுள்ளார். அப்பாடல்கள் பின்வருமாறு,

அமுதகாவடி அஞ்சல் - காப்பு

முருகக்கடவு ளறுமகத்தானை
இருகைத்தொழுது யேற்றிடுவாமே
வேங்கை மரத்துற்றான் விளித்தான் வினைதீர்த்தான்
றூங்கா மற்றூங்கி சுகமுற்றான் - பாகங்குரங்கக்
கழனியான் சேவடியைக் கண்டுக் களித்தற்கு
பழனியான் காவடியைக்கொண்டு.
திருமுருகன் குரவர்மகன் திவ்யசேவடி
அருமறையோர்க் கூட்டுமபிஷேகக்காவடி.
அண்டர்கள் சேனாதிபநற் குமுதன்சேவடி
உண்டறவோர்க்குயிரளிக்கு ம்மூதகாவடி.
திரன்மிகுந்தோரன்பன் மலைவாசச்சேவடி
பரமர்மகிழ்ந் தருந்திடும்பா யாசக்காவடி.
உற்றவடி வேலனிரு மின்னர் சேவடி
பற்றுமடியார்களுண்ணு மன்னக்காவடி.
அறுமுகத்த னறுவெழுத்த னரியசேவடி
சிறுவர்பள்ளி சரவணத்தோர்க்குரியகாவடி.

முருகன் அரசன் என்பதைத் தொல்லியல் நோக்கில் கோ.சசிகலா பின்வருமாறு குறிப்பிடுகிறார். ‘முருகன்’ என்ற சொல்லின் வேர்ச்சொல் ‘முரு’ என்பதாகும். முரு என்ற வேர்ச்சொல்லிலிருந்து முருக்கிய என்ற வினைச்சொல் தோன்றியது என்கிறார். முருக்கிய என்பது வீரனைக் குறிக்கிறது. மேலும் முருகனின் தோற்றமாகக் கையில் வேல், நெற்றியில் கண்ணி மாலை, மார்பில் சன்னவீரம், வெற்றிப்பூ மற்றும் வீரனுக்கு உரிய அரையாடை ஆகியவை சங்க இலக்கியத்தில் காட்டப்படுகின்றன. முருகனின் இருப்பிடமாக வேங்கை மற்றும் கடம்ப மரம் காட்டப்படுவதைச் சுட்டிக்காட்டுவதோடு முருகனுடைய பல பெயர்களையும் வடிவத்தினையும் விரிவாக எடுத்துக்காட்டுகிறார். “குமார தந்திரத்தில் முருகனின் பெயர்கள் சக்திதாரா, ஸ்கந்தா, சேனாபதி, சுப்பிரமண்யா, கஜவாகனா, சரவணபவா, கார்த்திகேயா, குமரா, சண்முகா, தாரகாரி, சேனானி, பிரம்ம சாஸ்தா,

வள்ளி கல்யாண சுந்தரமூர்த்தி, பாலஸ்வாமி என்று உள்ளன. இதில் வீரமுடையவன், தாய்தெய்வத்தோடு இணைந்தவன், படைத்தலைவன், யானையை வாகனமாக உடையவன், குறிஞ்சி நிலத்தலைவியை மணம் புரிந்தவன், இளமையானவன் போன்ற பெயர்கள் தமிழ் நிலத்திற்குரியவை. மேலும், போர் ஆற்றல் வாய்ந்த முருகன் சங்க இலக்கியங்களில் சுடர்விடு இலைவடிவ வேலைத் தாங்கி நிற்பவன் என்றே காட்டப்படுகிறான். பல்லவர் காலத்தில் பிரம்மசாஸ்தா என்ற முருகனின் திருக்கோலம் புகழ்பெற்றது. மாமல்லபுரம் திரிமூர்த்தி குகையில் பிரம்மனின் படைப்புத் தொழிலை முருகன் ஏற்ற பின்பு உருவான பிரம்மசாஸ்தா என்ற உருவ அமைதியில் அக்கமாலையும், கெண்டியும் கையில் கொண்டுள்ளமையும், சோழர் காலத்தில் சக்திப்படையும் வச்சிராயுதமும் கொண்டவனாகவும் சிற்பங்களில் காட்டப்படுவதும், பல்வேறு வடிவங்களுக்கு ஆகமங்களில் விதி கூறப்படுதலும் முருகன் தமிழ் நிலத்திலிருந்து பரந்துபட்ட நிலத்தின் தெய்வமானதைக் காட்டி நிற்கிறது" என்கிறார் (கோ.சசிகலா, 'தொல்லியல் நோக்கில் தமிழ்நாட்டுக் கடவுளரும் வழிபாட்டு மரபுகளும்', பக். 85, 86). மேலே கூறப்பட்டுள்ள பெயர்களில் சக்திதாரா, தாரகாரி, பிரம்ம சாஸ்தா என்ற பெயர்கள் பௌத்தத்தோடு தொடர்புடையவை. தாரா என்பது பௌத்தத்தில் உள்ள பெண் தெய்வத்தைக் குறிக்கும். அதுபோல சாஸ்தா என்பது பௌத்தச் சமயக் கடவுளாகும். கேரளத்தில் உள்ள சாஸ்தா கோயில் என்பது ஆய்வு முடிவாகும். கேரள அரசே இதனை ஏற்றுக்கொண்டுள்ளது. தொல்லியலாளர் சசிகலா குறிப்பிடக் கூடிய பிரம்மசாஸ்தாவின் உருவம் அக்கமாலையையும் (உத்திராட்சமாலை, ஜெபமாலை), கெண்டியையும் (நீர்க்குடுவை) கையில் கொண்டிருப்பது துறவுக்கோலத்தைக் குறிப்பதைக் கவனத்தில் கொள்ளலாம்.

இது இவ்வாறு இருக்க, பழனியில் இன்றைக்கும் உள்ள நடைமுறையையும் மக்களின் நம்பிக்கையினையும் கணக்கில் கொள்ள வேண்டும். அதாவது, பழனி கோயிலுக்கு வரக்கூடிய பக்தர்கள் காவியுடை (சீவர ஆடை) அணிந்து வருகின்றனர். மேலும், பௌத்தத் துறவிகள் நடந்து செல்வதைப் போலவே பாத யாத்திரையாக வருகின்றனர். அத்துடன் தமிழகத்துக் கோயில்களில், அதிகமான எண்ணிக்கையில் தலையை மழித்துக்கொள்கிற வழக்கம் இங்குதான் காணப்படுகிறது. அதுபோல இந்தக் கோயிலில் முருகனுக்கான அலங்காரம் செய்யும்போது ராஜ அலங்காரமும், ஆண்டி போன்ற அலங்காரமும் செய்யப்படுகின்றன. பொதுமக்கள் சாமி தரிசனம்

செய்யும்போது ஆண்டிக் கோலத்தில் பார்த்தால் உடனே வந்துவிடாமல் இராஜ கோலத்தைப் பார்த்துவிட்டே வருகின்றனர். அத்துடன் பண்டிதர் சொல்வதைப்போல பக்தர்கள் தங்களுடைய தோளில் காவடியைச் சுமந்து வருகின்றனர். மேலும் கோயிலுக்குச் செல்லும் முன் சரவணப் பள்ளியின் உருவகமாக உள்ள சரவணப் பொய்கையில் மூழ்கிய பின்பே செல்கின்றனர். பழனிக்குச் செல்லும் பக்தர்கள் அரரோகரா, அரோகரா என்ற சரணகோசங்களை எழுப்பியபடிச் செல்வதை இன்றைக்கும் பார்க்க முடியும். இந்தக் கோசத்தின் ஆதி வடிவம் அறஹத்தோ, அறஹத்தோ என்பதாகும். அறஹத் என்பது பௌத்தத் துறவிகளைக் குறிக்கக்கூடிய சொல்லாகும். பொதுமக்கள் பௌத்த அறஹத்துகளை அறஹத்தோ, அறஹத்தோ என்றழைத்து அவர்களுக்கு அன்னம் உள்ளிட்ட பொருட்களைத் தானமாக வழங்கிவந்தனர். இதன் தொடர்ச்சியை இன்றைக்கும் மக்கள் செய்துவருவதைப் பார்க்க முடியும். அதாவது, பழனிக்குச் செல்லும் வழியெங்கும் அன்னதானம் வழங்குவதையும், நீர்ப்பந்தல் அமைத்துத் தாகம் தணிப்பதையும், பல உணவுப் பொருட்களைத் தானம் அளிப்பதையும் பார்க்க முடியும். இனக்குழுத் தலைவன் என்பதும் மலைநாட்டை ஆண்ட மன்னன் என்பதும், பௌத்தப் பின்புலங்களும் முருகன் பௌத்த அரசன் என்பதை அகநிலையிலும் புறநிலையிலும் உறுதிபடுத்துகின்றன என்றே சொல்லலாம்.

பயன்பாட்டு நூல்கள்

1. அயோத்திதாசர் சிந்தனைகள் (சமயம், இலக்கியம்) II - நாட்டார் வழக்காற்றியல் ஆய்வு மையம், பாளையங்கோட்டை.

2. பண்டிதர் 175, தொகுப்பு: ஸ்டாலின் ராஜாங்கம், நீலம் பதிப்பகம்.

3. 'தமிழர் சிந்தனை - சமயக் கோட்பாடுகள்', மாயன் பதிப்பகம், சென்னை.

4. 'தொல்லியல் நோக்கில் தமிழ்நாட்டுக் கடவுளரும் வழிபாட்டு மரபுகளும்', கோ.சசிகலா, தமிழ் மரபு அறக்கட்டளை பதிப்பகம்.

5. 'தமிழகத்தில் பௌத்தம்', முனைவர். தேமொழி, தமிழ் மரபு அறக்கட்டளை பதிப்பகம்.

- நீலம், மார்ச் 2024

அயோத்திதாசர் குறிப்பிடும் பின்கலை நிகண்டு

ச.பால்ராஜ்

தமிழ் நிகண்டுகளில் மண்டலபுருடர் இயற்றிய 'சூடாமணி நிகண்டு' மக்கள் வழக்கில் மிகுதியான செல்வாக்குப் பெற்று விளங்கியது. சொற்பொருள் கூறும் நூலை 'உரிச்சொல்' என்று வழங்கிவந்த தமிழ் மரபிற்கு நிகண்டு என்ற சொல்லினை முதன்முதலில் பயன்பாட்டிற்குக் கொண்டுவந்தது சூடாமணி. அதன் தோற்றத்திற்குப் பிறகு முன்பிருந்த நிகண்டுகளான திவாகரம் (கி.பி. 9), பிங்கலம் (கி.பி. 10) நூல்களின் பயிற்சி மக்களிடம் குறைந்துவிட்டது. நூற்பா யாப்பில் இயற்றப்பெற்ற திவாகரம், பிங்கலம் போல் அல்லாமல் சூடாமணி விருத்தப்பாவால் அமைந்ததே அதன் காரணமாகும். இதுவரை வெளிவந்துள்ள அதன் பதிப்புகளிலும் வழக்குகளிலும் சூடாமணி நிகண்டு, நிகண்டு சூடாமணி, சூடாமணி என்றே பெரும்பாலும் பயன்படுத்தப்பட்டு வந்துள்ளது. எனவே இப்பெயர்களைத் தவிர வேறுபெயர்கள் ஏதேனும் அந்நூலிற்கு இருந்துள்ளனவா என்று அயோத்திதாச பண்டிதரின்* எழுத்துகளை அடிப்படையாகக் கொண்டு ஆராய்வது நோக்கமாகும்.

கி.பி. 16ஆம் நூற்றாண்டில் தோன்றிய சூடாமணி நிகண்டின் ஆசிரியர் இந்நூலை 'நிகண்டு சூடாமணி' எனக் குறிப்பிட்டுள்ளார். அதனை "...மன்னிய நிகண்டு சூடாமணியென வொன்று சொல்வன் / அந்நிலந்தன்னின் மிக்கோர் யாவருமினிது கேன்மின்" என்ற அந்நூலின் சிறப்புப் பாயிர வரிகளாலும், தொண்டை மண்டல

சதகத்தின் "...தண்டமிழ் கொண்டு நிகண்டு சூளாமணி தானுரைத்த / மண்டல வன்குடி கொண்டது நீடொண்டை மண்டலமே," (62) என்ற பாடலாலும் அறியமுடிகிறது. இருப்பினும் அச்சிடப்பெற்ற ஏடுகளில் சூடாமணி நிகண்டின் நூற்பெயரை நோக்குகையில் அதன் சிறப்பினாலும் காரணப் பெயர்களாலும் அது அவ்வாறு குறிப்பிடப்பட்டு வந்துள்ளது தெரிகிறது.

அதனை, சுந்தர சண்முகனார் "சூடாமணி என்பது தலையில் அணியும் ஒருவகை அணியின் (நகையின்) பெயராம்; மற்ற உறுப்புகளில் அணியும் அணியினும் - மணியினும் தலைமேல் அணியும் மணியணி மிகவும் சிறப்புடைத்து. எனவே, அணிகளுக்குள் சிறந்த தலைமணியான சூடாமணியைப் போல நிகண்டுகளுக்குள் தலைசிறந்தது இந்நூல் என்னும் கருத்தில் இஃது சூடாமணி நிகண்டு என அழைக்கப்பட்டிருக்க வேண்டும். தலைமணியாகிய சூடாமணியைச் சூளாமணி என அழைக்கும் வழக்கம் இருப்பதுபோல, சூடாமணி நிகண்டைச் 'சூளாமணி நிகண்டு' என அழைக்கும் ஒருசார் வழக்கமும் உண்டு. இந்நிகண்டு பன்னிரண்டு தொகுதிகளை உடையதாதலின் சூடாமணி பன்னிரண்டு நிகண்டு என்றும் இதனை அழைப்பதுண்டு" (1971:191) என்று எடுத்துரைப்பதால் விளங்கிக்கொள்ளலாம். அதேபோல வரலாற்று நோக்கில் நிகண்டுகளை ஆராய்ந்திருக்கும் மு.அருணாசலம், நிகண்டு சூடாமணி என்றாலும் சூடாமணி நிகண்டு என்றாலும் ஒரே பொருளைத்தான் குறிக்கும், பெரிய வேறுபாடில்லை என்று குறிக்க 'மண்டலபுருடர் தம் நூலுக்கு நிகண்டு சூடாமணி என்றே பெயரிட்டார் என்று சொல்வர். இப்படிச் சொன்னாலும் மாற்றிச் சொன்னாலும் ஒன்றுதான். பாயிரத்தில் மன்னிய நிகண்டு சூடாமணி என ஒன்று சொன்னமையால் அதன் பெயர் நிகண்டு சூடாமணியாகிவிடாது. அதனை மன்னிய நிகண்டாகிய சூடாமணி என்றே பொருளாக்க முடியும்; சூடாமணி என்றால் முடிமணியென்பது தமிழில் பெரிதும் ஆட்சியில் உள்ள தொடராகும். சூளாமணியே சூடாமணி; இச்சிறப்பான பெயரைச் சூட்டினார் மண்டலபுருடர்' (1975: 99 - 100) எனக் கூறுகிறார்.

சூடாமணியில் பன்னிரண்டு தொகுதி இருப்பதால் சூடாமணி 'பன்னிரண்டு நிகண்டு' என்றும், ஒருசொல் பல்பொருள்தொகுதி நிகண்டின் பதினோராவது தொகுதியாக உள்ளதால் அதைக் குறிக்கும் விதமாகப் 'பதினோராவது நிகண்டு' என்றும் அந்நூல் அழைக்கப்பெற்றுள்ளது.

இதுவரை கிடைத்துள்ள (ஆய்வுக்குத் தேடியவரை) சூடாமணியின் பதிப்பு நூல்களில் காலத்தால் முந்தி **1835**ஆம் ஆண்டில் இலங்கையில் பதிப்பித்து வெளியிடப்பெற்ற நூலின் தலைப்பும், **1939**ஆம் ஆண்டில் தாண்டவராய முதலியார், முத்துசாமிப்பிள்ளை ஆகியோரால் வெளியிடப்பட்ட பதிப்பும் சூடாமணி நிகண்டு என்ற பெயரிலே அமைந்துள்ளன. இவற்றைத் தொடர்ந்து வெளிவந்துள்ள பதிப்புகளில் பதினோராவது நிகண்டு மூலபாடம் ***(1848)***, ஒருசொற்பலபொருள் விளக்கம் ***(1850)***, சூடாமணி பன்னிரண்டு நிகண்டு ***(1866)***, பதினோராவது நிகண்டு (சூடாமணி நிகண்டு) ***(1867)***, சூடாமணி **11**ஆம் நிகண்டு ***(1874)***, ... என்றும் மேற்சுட்டிய பெயர்களில் ஏதேனும் ஒன்றைக் கொண்டு பதிப்பித்துள்ளனர். குறிப்பாகச் சூடாமணி நிகண்டு, பன்னிரண்டு நிகண்டு, சூடாமணி பன்னிரண்டு நிகண்டு, பதினோராவது நிகண்டு என்ற பெயர்களே பெரும்பான்மையான பதிப்புகளில் பயன்படுத்தப்பட்டுள்ளன.

சூடாமணி, மேற்குறிப்பிட்ட பெயர்களால் மட்டுமே அழைக்கப்பெற்றதா அல்லது வேறு பெயர்களாலும் அழைக்கப்பெற்றதா என நோக்குகையில் **19**ஆம் நூற்றாண்டில் வாழ்ந்த அயோத்திதாச பண்டிதர் ***(1845 - 1914)***, நடத்திவந்த தமிழன் இதழ் ***(1907 - 1914)*** எழுத்துகளில் சான்றிற்காக எடுத்தாண்டுள்ள நூல்களில் முன்கலை திவாகரம், பின்கலை நிகண்டு என்றெல்லாம் குறிப்பிட்டுள்ளார். பின்கலை நிகண்டு என்று அவர் குறிப்பிட்ட நிகண்டு பிங்கல நிகண்டன்று. அந்தத் தலைப்பின் கீழ் அவர் கொடுத்திருக்கும் மேற்கோள் பாடல்களைச் சூடாமணி நிகண்டுடன் ஒப்பிட்டு நோக்குகையில் இதுநாள்வரையில் சூடாமணி நிகண்டென்று அழைக்கப்பட்ட நூல் தற்காலத் தமிழுலகம் அறியாத பின்கலை நிகண்டு என்ற பெயராலும் அழைக்கப்பெற்று வந்துள்ளது தெரிகிறது.

அதனை *"மலர்மிசை யேகினானென்பதற்குச் சார்பாய் பின்கலை நிகண்டினாக்கியோன் மண்டலபுருடன்" (அலாய்சியஸ், **1999: II. 571**). "எண்குணத்தான் என்ற பதத்தை விளக்குமிடத்தில் பின்கலை நிகண்டாக்கியோன் மண்டலபுருடன் அநகனெண்குணன் நிச்சிந்தன் அறவாழிவேந்தன் வாமன்" (II. 5). "(பனுவல்) என்பது நூலின் பெயரென்பதைப் பின்கலை நிகண்டின் ஆக்கியோன் மண்டலபுருடன் 'தந்துரை புனைந்துரைத்தல் சார்ந்த பாயிரத்தினோடு, முந்திய பதிகமே நூன்முகமுக உரையுமப்பே, ரந்தமா மாகமத்தோடாரிடம் பிடகமற்றுந் தந்திரம் பனுவலோடு சமயஞ்சூத்திரமு நூற்பேர்' என்பதின் ஆதாரமே*

வேண்டும் பனுவலின் விரிவாம்" (II. 583) என்ற பண்டிதரின் மேற்கோள் குறிப்புகளும் பாடல்வரிகளும் தெளிவுபடுத்துகின்றன.

மேலும், சூடாமணி நிகண்டு (II.53) என்ற பெயரையும், 12 - நிகண்டு (II.59), 11ஆவது நிகண்டு (II.26) என்ற சூடாமணி நிகண்டின் மற்ற பெயர்களையும் பண்டிதர் பயன்படுத்தியுள்ளார் (அலாய்சியஸ், 1999: II. 26). முன்கலை திவாகரம், பின்கலை நிகண்டு என்ற நூற்பெயராட்சியே அவரது எழுத்துகளில் கோலோச்சுகின்றன. அவற்றிற்கு மட்டுமே அவர் அதிமுக்கியத்துவம் கொடுத்துள்ளதை அவரது சிந்தனைகளும் எழுத்துகளும் காட்டுகின்றன. கடவுள் (II. 26), சங்கராந்தி பண்டிகை விவரம் (II. 53), புத்தமதமும் அருகமதமும் - 11ஆவது நிகண்டு தகர, ரகர எதுகை (II. 106) காமன் ஐங்கணை (II. 59) ஆகிய தலைப்பின்கீழ் வரும் சான்றிடங்களைத் தவிர்த்துவிட்டுப் பார்க்கையில் மற்ற இடங்களில் பின்கலை நிகண்டு என்றுதான் பயன்படுத்தியுள்ளார்.

தமிழ் நிகண்டு வரலாற்றில் மண்டலபுருடர் இயற்றிய நிகண்டு சூடாமணி என்ற பதிவுகளின் மிகுதியால் ஆய்வாளர்களும் பதிப்பாசிரியர்களும் அப்பெயரை (சூடாமணி நிகண்டு) ஏற்றுக்கொண்டுள்ளதை மேற்சுட்டப்பெற்ற விளக்கங்களால் அறியலாம். தமிழில் பின்கலை நிகண்டைப் பிங்கல நிகண்டென ஏற்பதற்கு உரிய சான்றுகள் கிடைக்கப்பெறவில்லை. எனவே பிங்கல நிகண்டை மண்டலபுருடர் இயற்றினாரென ஏற்பதும் கருதுவதும் வரலாற்றுச் சான்றாதாரங்களின் அடிப்படையில் பொருந்தவில்லை. ஆக, பின்கலை நிகண்டாக்கியோன் மண்டலபுருடர் என்றால் அது சூடாமணியை ஆக்கியவர்தான் என்று ஏற்பதற்கு அந்நிகண்டின் நூற்பாக்கள் அடிப்படைச் சான்றுகளாக விளங்குகின்றன.[1] அதாவது, பண்டிதரின் நிகண்டுப்பெயர்ச் சொல்லாட்சியை மேலோட்டமாகப் பார்க்கும்போது ஒருவிதப் புரிதலை உண்டாக்கும். அவ்வாறான புரிதல் மயக்கத்திற்கு உட்படும் பெயர்களாக முன்கலை திவாகரம், பின்கலை நிகண்டு அமைகின்றன.

இங்கு முன்கலையை இனங்கண்டுகொள்வதில் சிக்கலில்லை. ஏனெனில், திவாகரம் என்ற பெயர் அத்தோடு சேர்ந்து வருவதால் அதைச் 'சேந்தன் திவாகரம்' என்று அறிந்துகொள்ள முடிகிறது. தமிழ்ச் சொற்பொருள்நூல் வரலாற்றில் திவாகர நிகண்டு முதலில் தோன்றியதாகக் கருதப்படுவதால் முன்கலை என்று அதனைக் காரணப் பெயரிட்டழைப்பதாகக் கொள்ளலாம். ஆனால், பண்டிதரால் மிகுதியாகக் கையாளப்பெற்ற பின்கலை நிகண்டு

என்ற பெயரைப் பொதுப் பார்வையோடு வாசிப்பாளரோ ஆய்வாளரோ காணும்போது பின்கலை என்றால் அது பிங்கலம் என்ற மயக்கத்தைத்தான் ஏற்படுத்தும். அதனடிப்படையில் பண்டிதரின் சமூகம், அரசியல், இலக்கியம் சார்ந்த ஆய்வுப் பொருண்மை குறித்து எழுதுகையில் சில ஆய்வாளர்கள் பின்கலை நிகண்டைப் பிங்கலம் எனக் கருதியுள்ளனர்.

'அயோத்திதாசர் ஆய்வுகள்' (2004) நூலில் "திராவிடர்களின் பெயர்களான முத்தன், முனியன், கறுப்பன், செல்லன் ஆகியன புத்தபிரானின் 1008 நாமங்களில் அடங்கும். இதற்கு தாசர் பின்கலை (பிங்கலை) நிகண்டிலிருந்து சான்றாதாரம் காட்டுகிறார்" (124) என்று ராஜ் கௌதமனும், 'தமிழ் - சமஸ்கிருத நிகண்டியல்' (2018) நூலில் 'பிங்கலம், பிங்கலந்தை என்ற பெயர்களால் பிங்கல நிகண்டு அழைக்கப்பெற்றுள்ளது. ஆனால், அயோத்திதாசர் தன் எழுத்தில் பின்கலை நிகண்டு என்று குறிப்பிட்டுள்ளார். சேந்தன் திவாகரம் முன் தோன்றிய நூல் என்பதால் முன்கலை திவாகரம் என்றும், பிங்கலம் அதன் பிறகு தோன்றியதால் பின்கலை நிகண்டு என்றும் குறிப்பிடப்பெற்றுள்ளன' (115 - 116) என்று இக்கட்டுரையாளரும் எழுதியுள்ளனர்.

இதன்மூலம் பின்கலை நிகண்டென்றால் பிங்கல முனிவர் எழுதிய பிங்கல நிகண்டென்ற புரிதலில் பண்டிதர் கையாண்டிருப்பதாக ராஜ் கௌதமனும், பிங்கல முனிவர் இயற்றிய பிங்கல நிகண்டைத்தான் முன்கலையோடு தொடர்புபடுத்திக் காரண, காரிய அடிப்படையில் பண்டிதர் பின்கலை நிகண்டெனக் குறிப்பிட்டுள்ளதாக இக்கட்டுரையாளரும் பதிவிட்டுள்ளனர் என்று விளங்கிக்கொள்ள முடிகிறது.

இவ்வாறான மாற்றுப் புரிதலுக்குக் காரணம், அந்தச் சான்றுகளைச் சரியான முறையில் அணுகாததே எனலாம். பண்டிதரின் மேற்கோள் பாடல்களும் அதன் நூற்பெயர்களும் ஒன்றா அல்லது வேறானவையா என்று நுட்பமாக அணுகாமல், தமிழ் இலக்கிய வரலாற்றுப் பதிவுகளின் கற்பித எண்ணவோட்டத்தில் அதைப் புரிந்துகொண்டதால் அவர்கள் இதுபோன்ற முடிவிற்கு வந்திருப்பதாகக் கருதலாம்.

'பின்கலை நிகண்டினாக்கியோன் மண்டலபுருடன்,' எனப் பண்டிதர் பதிவுசெய்வதை அடிப்படையாகக் கொண்டு, பிங்கல நிகண்டை மண்டலபுருடன் எழுதியிருப்பாரோ என்ற ஐயத்தில் நுட்பமாகக் கவனப்படுத்துவதற்கு நூற்பாக்கள் வழிசெய்கின்றன. அவற்றை

வகைதொகைப்படுத்திப் பிங்கல நிகண்டுடன் ஒப்பிட்டுப் பார்த்தால் பொருந்திப்போகவில்லை. பிறகு, மண்டலபுருடன் என்ற பதிவு அடங்கிய நிகண்டான சூடாமணி நிகண்டுடன் ஒப்பிடுகையில் அந்நூற்பாக்கள் முழுமையாக ஒத்துப்போகின்றன.

இருப்பினும் முன்கலை என்று திவாகரத்தைக் குறிப்பிடுவதால், திவாகரம் போன்றே பொருட்புல அமைப்பைக் கொண்டுள்ள சூடாமணி நிகண்டைப் பின்கலை எனக் கூறினார் என்றும் கொள்ளலாம். திவாகரமும் சூடாமணியும் சமண சமய நூல்கள். அதையும் அதன் அமைப்பு முறையையும் அளவுகோலாக வைத்து ஒருவேளை முன்னோர்கள் இப்படி அழைத்திருக்கலாம்; அல்லது அப்படியொரு காரணப் பெயரில் அமைந்துள்ள நூல்களைப் பண்டிதர் பயன்படுத்தியுள்ளாரென்றும் கருதலாம். ஏனெனில், சூடாமணி நிகண்டு என்ற பெயரையும் **12 -** நிகண்டு, **11**ஆவது நிகண்டு என்ற சூடாமணி நிகண்டின் மற்ற பெயர்களையும் ஒருசில இடங்களில் பண்டிதர் பயன்படுத்தியுள்ளதால் அவரிடம் இதுபோன்ற பல பெயர்களில் கிடைக்கும் நூற் பிரதிகளும் இருந்திருக்க வேண்டும். அதன் காரணமாகவே அவர் அப்பெயர்களைப் பதிவிட்டிருக்கலாம்.

பிற சூடாமணி நூற்பிரதிகளும் இருந்ததற்கான ஆதாரங்கள் அவரது எழுத்துகளிலே கிடைக்கின்றன. அதனை, “திரிக்குறள் மூலத்தையும் நாலடி நாநூறையும் ஜார்ஜ் ஆரங்டியன் துரை, பட்ளர் கந்தப்பன் என்பவரால் கொண்டுபோய், தமிழ்ச் சங்கத்து அதிபதி மேம்பட்ட எல்லீஸ் துரையவர்களிடம் ஏட்டுப் பிரதியாகக் கொடுத்து அச்சிட்டு வெளிவந்தபோது ஓலைப் பிரதிக்கு மாறுதலாகச் சாற்றுக்கவிகளில் சிலது அதிகரித்தும் அறத்துப்பாலிலுள்ள சில செய்யுட்களைப் பொருட்பாலில் சேர்த்தும், இச்செய்யுளில் ஆரியாரென்று வந்த மொழியைப் பூரியாரென்றும் மற்றும் செய்யுட்களை மாற்றியுள்ளதை கந்தப்பனவர்கள் சங்கத்திற்கு எழுதிக் கேட்டபோது மறுமொழி கிடைக்காமல் போய்விட்டது என்பது விவேகிகளறிந்த விடயங்களேயாம். அம்மொழி சங்கை யவ்வகையாயினும் முன்கலை திவாகரத்தில் ‘மிலேச்சராரிய’ ரென்றே குறிக்கப்பட்டிருக்கின்றன. அதற்குச் சார்பாய் பாகுபலி நாயனார் பின்கலை நிகண்டு ஏட்டுப்பிரதியிலும், மார்க்கலிங்க பண்டாரம் பின்கலை நிகண்டு ஏட்டுப்பிரதியிலும் ‘ஆரியர் மிலேச்சர் கீழோரென்றும்’, ‘மன்னும் மாரியருங் கீழோரென்றும்’ வரைந்துள்ள மொழிகளைத் தற்காலம் அச்சிட்டுள்ளவர்கள் ‘ஆரியர் மிலேச்சர் நல்லோரென்றும்’ ‘மன்னும் பூரியருங் கீழோரென்றும்’ மாறுபடுத்தியுள்ளார்கள்” (*அலாய்சியஸ்,* ***1999:*** ***II. 720***) என்ற பதிவுகளால்

பண்டிதர் வீட்டில் நூல்களின் ஓலைச்சுவடிகளும் ஏட்டுச்சுவடிகளும் இருந்துள்ளன என்றும், அதில் தமிழ்நூல் அச்சாக்கத்தின்போது இடைச்செருகலும் கருத்துத் திரிப்பும் அரங்கேறியுள்ளன என்றும், பின்கலை நிகண்டின் பிற ஏட்டுப் பிரதிகளும் இருந்திருக்கலாம் என்றும் அறியமுடிகிறது.

இடைச்செருகல்: '... ஈரைஞ்ஞூற் றீரைம்பா னீரைந்தும் மூவைந்தும் / சோர்வின்றி ஆய்ந்த தொகை

என்ற பழம் பாடல் ஒன்று சூடாமணி நிகண்டின் பாடல்தொகை 1125 என்று குறிப்பிடுகிறது. ஆனால் அச்சிட்டுள்ள நிகண்டுப் பதிப்புகளில் 1195 பாடல்கள் உள்ளன. எழுபது பாடல்கள் மிகுந்துள்ளன. பிற்காலத்தில் இடைச்செருகலாக அவை சேர்க்கப்பட்டிருக்கலாம்' என்றுரைத்து, 'அவை பெரும்பாலும் 11ஆம் நிகண்டில்தான் சேர்க்கப் பட்டிருக்கின்றன என்பது சென்னை அரசாங்கக் கையெழுத்துப் புத்தகசாலையிலுள்ள சூடாமணி நிகண்டுப் பிரதிகளைச் சோதித்ததிலிருந்து வெளிப்படுகின்றது' என்ற ராகவையங்கர் குறிப்பை எடுத்துக்காட்டி, 'கதிரைவேற்பிள்ளை 1935இல் அச்சிட்ட பதிப்பில் 1197 விருத்தங்களும், ஏடெழுதிய தாண்டவன் என்பவர் தம் காலத்தில் 1134 பாடல்கள் இருந்ததை ஒரு பாட்டால் சுட்டிக்காட்டியதையும்' மு.அருணாசலம் குறிப்பிடுகிறார் (1975: 100 - 101). இவர் குறிப்பிடுவதுபோல இடைச்செருகல் மட்டும் நிகழவில்லை; பாடபேதமும் நிகழ்ந்துள்ளன. அதனை, பண்டிதர் பயன்படுத்தியிருக்கும் "பொறியிலார் கயவர்... முறையிலார் முசுடர் மூர்க்கர் மூகை பல்லவரே யாவர் மறையிலாக் கலர் மூவாறு வின்னவா ரியருங் கீழோர் (I.129)" என்ற பாடல் சூடாமணி நிகண்டில் "... முறையிலார் முசுண்டர் மூர்க்கர் முசுடர்பல் லவரே கையர் மறைவிலாக் கலர்மூ வாறு மன்னு பூரியரும் கீழோர் (நூ.147)" என்றும், "சாரண ரெண்மராவர் சமணரிற் சித்திபெற்றோர் (II.151)" என்பது "சாரணர் எண்மர் ஆவார் சமணரில் இருத்தி பெற்றோர் (நூ.97)" என்றும் "... நீதிநூலோர் சாமமே மூன்றாம் வேதஞ் சாற்றும் பேரின்பப்பேற்றை வாமமுன் மொழியொன்றில்லா வதர்வணவேதமாகும் (II.81)" என்பது "... சொல்லுவர் நல்ல நூலோர் சாமமே மூன்றாம் வேதந் தகைபெறு கீதஞ் சாரும் வாமமார் நான்காம் வேதம் அதர்வமாம் வகுக்குங் காலே (நூ.696)" என்றும் மாறுபட்டுள்ளன என்ற பாடல் வரிகளால் விளங்கிக்கொள்ளலாம். மேலும் இதுபோன்று பல பாடல்கள் உள்ளன. அவற்றைப் பாடபேத ஆய்விற்கு உட்படுத்தினால் மட்டுமே மெய்ம்மை புலப்படும்.

பிற ஏட்டுப்பிரதிகள்: "பாகுபலி நாயனார் பின்கலை நிகண்டு ஏட்டுப் பிரதியிலும், மார்க்கலிங்க பண்டாரம் பின்கலை நிகண்டு ஏட்டுப்பிரதியிலும்" என்று பண்டிதர் குறிப்பிடுவதால் பின்கலை என்ற பெயரில் சூடாமணி நிகண்டு இருந்துள்ளது தெளிவாகிறது. தமிழ் நிகண்டுகளிலே பலரால் உரையெழுதி அச்சிட்ட மிகுதியான பதிப்புகளையுடைய பெருமைக்குரியதாக சூடாமணி நிகண்டு இருப்பதும் கவனத்தில் கொள்ளத்தக்கதாகும். அயோத்திதாசர் தனது சுயசார்பரசியலால் இப்படி நூற்பெயரைக் கையாண்டிருப்பாரென்று கண்மூடித்தனமாகக் கூறிவிட முடியாது. சமஸ்கிருதம், பாலி, தமிழ், ஆங்கிலம் முதலிய மொழிகளின் நிகண்டு அறிவும் அவருக்கு இருந்துள்ளதைத் தமிழ்ப் பேரகராதித் திட்டம் தொடர்பான அவரது கருத்துகள் மூலம் தெரியவருகிறது.

'1912இல் சென்னைப் பல்கலைக்கழகத்திடம் ஒப்படைக்கப்பட்ட தமிழ்ப் பேரகராதித் திட்டப்பணி 1913இல் ஜனவரி மாதம் தொடங்கப்பட்டது. இப்பணி தொடங்கியதும் 1913, மார்ச் 05இல் அயோத்திதாசர், தான் நடத்திவந்த தமிழன் இதழில் 'நமது கருணைதங்கிய கவர்ன்மென்றார் தமிழ் பாஷையை விருத்தி செய்ய வேண்டுமென்னும் நன்னோக்கத்தால் இலட்ச ரூபாய் செலவிட்டுப் பலபெயர் விளங்கத்தக்க ஓர் நிகண்டு வெளியிடுவதாகக் கேள்வியுற்று ஆனந்தமடைந்தோம்' எனும் தலைப்பில் பல்பொருள் விளக்கும் நூலான இவ்வுருவாக்கத்திற்கு அகராதி என்று பெயர் சூட்டாமல், அதற்குத் தென்மொழி நிகண்டு எனும் பெயரை அளிக்க வேண்டும் என்றும், அப்பணியை இந்தியாவில் உள்ள தமிழ்ப் பண்டிதர்களை அரசே கண்டெடுத்துப் பலபெயர் பொருள்களின் உதவிகொண்டு அச்சிட வேண்டுமென்றும் அறிவுறுத்தி, அக்கட்டுரையில் நிகண்டு என்ற சொல்லின் பெயர் விளக்கத்தைப் பாலி, சமஸ்கிருத மொழிகளின் விளக்கத் தெளிவுகொண்டு எடுத்துரைத்து, அதற்கு (பேரகராதிக்கு) ஏன் நிகண்டு என்ற பெயர் சூட்ட வேண்டும் என்ற காரணத்தையும் ஒப்பீட்டு நோக்கில் விளக்கியுள்ளார்' (பால்ராஜ், 2018:104). தமிழ்ப் பேரகராதியின் முன்னுரையில் 'Those who have helped in the preparation of the lexicon with material' என்ற பகுதியில் பேரகராதி உருவாக்கத்திற்குச் சொற்கள் வழங்கியவர்களின் விவரப் பட்டியலில் பண்டிதரின் பெயரும் இடம்பெற்றிருப்பது குறிப்பிடத்தக்கது.

பண்டிதர், ஏதோ ஓரிரு நூல்களை அறிந்திருப்பாரெனச் சாதாரணமாக எண்ணிவிட முடியாது; அவர் ஏராளமான நூல்களை அறிந்திருந்தார்;

பல நூல்களின் பரிச்சயமும் இருந்துள்ளன. பௌத்தம் சார்ந்து தமது எழுத்தரசியலைக் கட்டமைக்கும் அவர் தனது கருத்தியலுக்கு வலுசேர்க்கும் வகையில் பௌத்தச் சமண (பௌத்தமும் சமணமும் ஒன்றென்ற கருத்துடையவர்) நூல்களைச் சான்றாதாரத்திற்காக எடுத்தாண்டுள்ளார். அதில் தமிழுலகம் அறியாத பல பெயர்களும் அடங்கியுள்ளன. அதில் இடம்பெற்றுள்ள முன்கலை, பின்கலை நூல்களைச் சமண நூலெனக் கருதியே பயன்படுத்திவந்துள்ளார். முன்கலை திவாகரத்தின் பயன்பாட்டுத் தொடர்ச்சியைப் பின்கலை நிகண்டான சூடாமணி நிகண்டு கி.பி. 16ஆம் நூற்றாண்டிலிருந்து செய்யத் தொடங்கியிருந்ததை,

"ஆதியில் சமண முநிவர்களில் ஒருவர் தமிழ் மொழியின் பல்பெயர் பொருளை விளங்கக் கூறி அந்நூலுக்குச் சேந்தன் திவாகரமெனத் தன் பெயரையே கொடுத்துள்ளார். அதன்பின் தோன்றிய சமணமுநி மண்டல புருடன் என்பவர் திவாகரரால் வாசக சூத்திரமாக வரைந்திருந்த தெய்வப்பெயர் தொகுதி, மக்கட் பெயர் தொகுதி, விலங்கின்பெயர் தொகுதி, மரப்பெயர் தொகுதி, இடப்பெயர் தொகுதி, பல்பொருட்பெயர் தொகுதி, செயற்கை வடிவப்பெயர் தொகுதி, பண்புப்பெயர் தொகுதி, செயல்பற்றிய பெயர் தொகுதி, ஒலிபற்றிய பெயர் தொகுதி, ஒருசொற் பலபெயர் தொகுதி, பல்பெயர் தொகுதிகள் யாவும் மக்கள் மனதில் சரிவரப் பதியாமல் மயங்கி நின்றது கண்டு பன்னிரண்டையுந் தொகுப்புத்தொகுப்பாக செய்யுளால்பாடி அந்நூலுக்கு நிகண்டென்னும் பெயரை அளித்துள்ளார்" (அலாய்சியஸ், 1999, II. 561) என்று சுட்டிக்காட்டுவதால் அவை சமயத்தால் ஒன்றுபட்டவையென்றும், வாசகச் சூத்திரமாக (நூற்பா யாப்பு) இருந்த திவாகரப் பொருண்மையை யாவரும் எளிதில் மனனம் செய்யும் பொருட்டு விருத்தப்பாவில் பாடியளித்தாரென்றும் தெரிகிறது. ஆகையால்தான் திவாகரம் முன்கலை என்றும் சூடாமணி பின்கலை என்றும் அழைக்கப்பட்டிருக்கின்றன. எனவே, தமிழ் நிகண்டு வரலாற்றில் மண்டலபுருடர் இயற்றிய சூடாமணி என்று அழைக்கப்படும் நிகண்டிற்குப் பின்கலை நிகண்டு என்ற பெயர் இருந்துள்ளதை அயோத்திதாச பண்டிதரின் எழுத்துகள் மூலம் அறிந்துகொள்ள முடிகிறது.

குறிப்புகள்

கட்டுரையின் இடையில் இவ்விளக்கங்களைக் கொடுத்தால் தொடர் வாசிப்பிற்கும் புரிதலுக்கும் இடையூறாக அமையும் என்பதால்

கட்டுரைக்குள் சான்றெண் இடப்பட்ட முறையில் தனியாகக் குறிப்புகள் என்று கொடுக்கப்பட்டுள்ளன.

3. பண்டிதரின் நூலறிவு விசாலமானதென்பதைப் பின்வரும் நூற்பட்டியல் உணர்த்துகிறது.

திரிக்குறள் (திருக்குறள்), நாலடியார், வீரசோழியம், தாயுமானவர் பாடல், தத்துவக்கலி மடல், மணிமேகலை, குண்டலகேசி, வளையாபதி, ஞானவெட்டி, திரிவாசகம், அவிரோத உந்தியார், சிலப்பதிகாரம், 'சிந்தாமணியும் சூளாமணியும் புத்த சமய நூல்' என்று குறிப்பிடுவது ஆராயத்தக்கதும் கவனத்தில் கொள்ளத்தக்கதுமாகும் (2011: II.22). க்ஷேந்திராந்தம், யாப்பருங்கலக்காரிகை, புறநானூறு, பட்டினத்தார் பாடல், சிவஞான விளக்கம், அம்பிகா தன்மம், பெருந்திரட்டு, அலர்மேலுமங்கை அற்புதத்திரட்டு, ஞானக்குறள், பதார்த்த சிந்தாமணி, காக்கைபாடினியம், சிவவாக்கியர், பிரபுலிங்கலீலை, பஞ்சசீலப்பிரதிக்கினை, மூதுரை, மச்சமுனிவர், அகப்பேய்சித்தர், இடைக்காட்டுச் சித்தர், வாலக்கும்மி, காசிக்கலம்பகம், அறநெறிதீபம், மேருமந்திர புராணம், சிவபோகசாரம், திருமுருகாற்றுப்படை, நாரைகுறவஞ்சி, அமுதகாவடி அஞ்சல் காப்பு, திருக்காவலம்மானை, கல்லாடம், நன்னூல், அருங்கலைசெப்பு, அவிரோத வுந்தியார், கடுவெளிசித்தர், அரிச்சந்திர புராணம், திருக்கலம்பகம், விம்பாசாரம், கடவுளந்தாதி, வைராக்கியசதகம்,சொரூபசாரம், மச்சமுனி எண்ணூறு, விவேகசிந்தாமணி, நிகழ்காலத்திரங்கல், பெரும்பொருள் விளக்கம், தம்மம், அசோதரை நெஞ்சுவிடுதூது, தொல்காப்பியம், சிவஞான யோகீஸ்வரர் வடகலை தென்கலை பாணிநீயம், திருவள்ளுவமாலை, மநுதர்மசாஸ்திரம், அகஸ்தியர் விவேக தசபாரதம், குறுந்திரட்டு, கம்பர் ஏரெழுபது, நீதிவெண்பா, குமரேசசதகம், பழமொழி, கடவுளந்தாதி, நாயனாதிகார் காப்பியம், பாரதம், நறுந்தொகை, சீட்டுக்கவி, கம்பர் புத்திரர் அம்பிகாபதி பாடியுள்ள செய்யுள். இதுபோன்று இன்னும் பல நூற்பெயர்கள் அவரது எழுத்துகளில் இடம்பெற்றுள்ளன.

4. பண்டிதரால் பிற பெயர்களால் குறிப்பிடப்பெற்ற சூடாமணி நூற்பாக்கள்

*11*ஆவது நிகண்டு ககரவெதுகை - கடவுள்

இகல்பகை வலிபோர் முப்பேரிகுளையே தோழிநட்பாம்

புகரென்ப மழைக்கோள் குற்றம் புற்கெனு நிறமு முப்பேர்

நகமனை யுகிர் மரப்பேர் நகைமகிழொளி சிரிப்பாங்

ககனம் விண்படை காடென்ப கடவுள்தே முநிநன்மைப்பேர்

12ஆவது நிகண்டு - காமன் ஐங்கனை

அசைவிலா வனசஞ்சூத மசோகமே முல்லைநீலம்

ஒசியும் வேள் கணைகளாகும் உன்மத்த மதனமோகம்

வசையில் சந்தாபத்தோடு வசிகரணங்களும்பேர்

இசையும்மற்றிவகைகள் செய்வதே யிடுமவத்தையு மேற்சொல்வாம்

சூடாமணி நிகண்டு - புத்தர் பெயர்

அரசு நீழலி லிருந்தோன் அறி அறன் பகவன் செல்வன்

*அயோத்திதாச பண்டிதரின் பெயர் கட்டுரையில் பண்டிதர் என்று பயன்படுத்தப்பட்டுள்ளது.

சான்றாதார நூல்கள்

1. அயோத்திதாசர்.க (1913, மார்ச் 5). நமது கருணைத் தங்கிய கவர்ன்மென்றார் தமிழ் பாஷையை விருத்திசெய்ய வேண்டுமென்னும் நன்னோக்கத்தால் இலட்சம் ரூபாய் செலவிட்டுப் பலபெயர் விளங்கத்தக்க வோர் நிகண்டு வெளியிடுவதாக கேழ்வியுற்று ஆனந்தமடைந்தோம். *தமிழன், 6(39),* ப.3.

2. அருணாசலம்.மு (1975), *தமிழ் இலக்கிய வரலாறு பதினாறாம் நூற்றாண்டு பாகம் 2,* திருச்சிற்றம்பலம்: காந்தி வித்தியாலயம்.

3. அலாய்சியஸ்.ஞான (தொ.ஆ.) (1999), *அயோத்திதாசர் சிந்தனைகள் (தொ. I - II),* பாளையங்கோட்டை: நாட்டார் வழக்காற்றியல்.

4. சதாசிவப்பிள்ளை (ப.ஆ.) (1897) *சூடாமணி நிகண்டு மூலமுமுரையும்,* சென்னை: வித்தியாநுபாலனயிந்திரசாலை.

5. சற்குணம்.மா (2002), *தமிழ் நிகண்டுகள் ஆய்வு,* சென்னை: இளவழகன் பதிப்பகம்.

6. சுந்தர சண்முகனார் (1971), *தமிழ் அகராதிக்கலை,* புதுச்சேரி: புதுவைப் பைந்தமிழ்ப் பதிப்பகம்.

7. சுப்பிரமணியன்.ச.வே (ப.ஆ.) (2008), தமிழ் நிகண்டுகள் (தொகு. 1), சென்னை: மெய்யப்பன் பதிப்பகம்.

8. படிக்காசுப்புலவர் (1913), தொண்டைமண்டல சதகம், சென்னை: மதராஸ் ரிப்பன் அச்சியந்திரசாலை.

9. பால்ராஜ்.ச (2018), தமிழ் - சமஸ்கிருத நிகண்டியல், சென்னை: மெத்தா பதிப்பகம்.

10. ராஜ் கௌதமன் (2004), அயோத்திதாசர் ஆய்வுகள், நாகர்கோவில்: காலச்சுவடு பதிப்பகம்.

11. வையாபுரிப்பிள்ளை.எஸ் (ப.ஆ.) (1926 - 1936), தமிழ்ப் பேரகராதி, சென்னை: பல்கலைக்கழகம்.

- பிப்ரவரி 2023, காலச்சுவடு

கட்டுரையாளர்கள் குறிப்பு

அன்பு வேந்தன்

தமிழ் மற்றும் உலக இலக்கியத்தின் தீவிர வாசகரான அன்பு வேந்தன் மதுரையில் வசிக்கிறார். சுதந்திரமான ஆய்வாளர். கவிதைகள் எழுதிவருவதோடு மொழிபெயர்ப்புகளிலும் ஈடுபாடு கொண்டவர்.

○

ஸ்டாலின் ராஜாங்கம்

மதுரை அமெரிக்கன் கல்லூரி தமிழ்த்துறையில் பேராசிரியராகப் பணிபுரிந்துவரும் ஸ்டாலின் வரலாறு, பண்பாடு, சினிமா சார்ந்து தொடர்ந்து எழுதிவருகிறார். அயோத்திதாசர் ஆய்வுகளில் ஈடுபாடு கொண்டு நான்கு நூல்களை வெளியிட்டுள்ளார். இந்நூலின் தொகுப்பாசிரியர்.

○

இரா.அருள்

அருள் ஸ்காட் எனப்படும் அருள் தற்போது சென்னை பாட்ரிஷியன் கலை மற்றும் அறிவியல் கல்லூரியில் ஆங்கிலத் துறை பேராசிரியராகவும் துறைத் தலைவராகவும் இருக்கிறார். இலக்கியம் தொடர்பான கட்டுரைகளை எழுதிவரும் அருள் மொழிபெயர்ப்புகளையும் செய்துவருகிறார்.

○

த.மணிமேகலை

தமிழிலக்கியத்தில் முனைவர் பட்டம் பெற்றுள்ள மணிமேகலை தற்போது பெங்களூருவில் ஊடகத்துறையில் பணிபுரிந்துவருகிறார். தமிழ்த் தொடர்பிலான பண்பாட்டியல் ஆய்வுக் கட்டுரைகளை எழுதிவருகிறார்.

○

மு.கார்த்திக்

பாளையங்கோட்டை தூய சவேரியார் கல்லூரியில் விலங்கியல் துறையில் முனைவர் பட்ட ஆய்வு மாணவராகப் பயின்றுவருகிறார். தமிழ்ப் பௌத்தம் உள்ளிட்ட பண்பாட்டு ஆய்வுகளில் கவனம் செலுத்திவருகிறார்.

○

ஆதவன் பழனி

சென்னை கிறித்தவக் கல்லூரியில் ஆங்கில இலக்கியம் பயின்ற ஆதவன், தற்போது லண்டன் கோல்ட்ஸ்மித் பல்கலைக்கழகத்தின் ஆங்கிலத் துறை ஆய்வு மாணவராக இருக்கிறார். தமிழில் ஆய்வுக் கட்டுரைகள் எழுதிவருவதோடு மொழிபெயர்ப்புப் பணிகளிலும் ஈடுபாடு காட்டிவருகிறார்.

○

ஞா.குருசாமி

மதுரை கருமாத்தூர் அருளானந்தர் கல்லூரியின் தமிழ்த்துறை பேராசிரியர், துறைத்தலைவர். தமிழ் நாளேடுகளிலும் சிற்றிதழ்களிலும் தொடர்ந்து எழுதிவரும் ஞா.குருசாமியின் ஆய்வுகள் காலனிய கால சாதிகளில் ஏற்பட்ட உருமாற்றம் மற்றும் சாதி நூல்களின் உருவாக்கத் தேவைகள் ஆகியவற்றை மையமாகக் கொண்டிருக்கின்றன. தமிழ் இலக்கணம், இலக்கியம் குறித்தும் நூல்கள் எழுதியுள்ளார்.

○

ராம்

சென்னைப் பல்கலைக்கழகம் ஆங்கிலத் துறையில் முனைவர் பட்டத்தை நிறைவு செய்த ராம், புதிய நாவல் வகைமைகள், வெகுசன பண்பாடு மொழிபெயர்ப்பு சார்ந்து ஆய்வு மேற்கொண்டும், எழுதியும் வருபவர். In Defiance: Our Stories (2022), Help Me with this Tricky Case (2023) ஆகிய நூல்களின் மொழிபெயர்ப்பாளர்.

○

பொ.புஷ்கரணி துர்கா

சென்னை ஆசான் மெமோரியல் கலை மற்றும் அறிவியல் கல்லூரியின் ஆங்கிலத் துறையில் பேராசிரியராகப் பணிபுரிந்துவருகிறார். பெண்ணியம், விளிம்புநிலை ஆய்வுகள், மொழிபெயர்ப்பு உள்ளிட்ட களங்களில் கவனம் செலுத்திவருகிறார்.

○

பொய்யாமொழி முருகன்

பொய்யாமொழி முருகன் என்னும் பெயரில் எழுதிவரும் வெ.முருகன், மதுரை அமெரிக்கன் கல்லூரி தமிழ் உயராய்வு மையத்தில் முனைவர் பட்ட ஆய்வாளர். தமிழ் இலக்கியம் குறித்து கூர்மையான அவதானிப்புகளைக் கொண்ட இவர், அயோத்திதாசர் குறித்தும் தலித் வரலாறு குறித்தும் தொடர்ந்து எழுதிவருகிறார்.

○

ச.பால்ராஜ்

டெல்லி ஜவஹர்லால் நேரு பல்கலைக்கழகம் தமிழ்த்துறையில் இளநிலை மற்றும் முனைவர் பட்டங்களை நிறைவு செய்தவர். மொழியியல், தமிழ் - சமஸ்கிருத ஒப்பீடு சார்ந்து தமிழில் தொடர்ந்து எழுதிவருகிறார். தற்போது திண்டிவனம் அரசு கலைக் கல்லூரி தமிழ்த்துறையில் பேராசிரியராகப் பணிபுரிந்துவருகிறார்.